NỀN KINH TẾ
LẤY CON NGƯỜI LÀM TRUNG TÂM
HỆ SINH THÁI MỚI CHO VIỆC LÀM

Tập 2

NỀN KINH TẾ LẤY CON NGƯỜI LÀM TRUNG TÂM
HỆ SINH THÁI MỚI CHO VIỆC LÀM

David Nordfors
Đồng chủ tịch, Đồng sáng lập, Tổng biên tập i4j

Vint Cerf
Đồng chủ tịch, Đồng sáng lập i4j

Alan Anderson
Biên tập viên

Guido van Nispen
Người chịu trách nhiệm của i4j

Đồng tác giả: **Chally Grundwag, VR Ferose Thorkill Sonne, Allen Blue, Patricia Olby Kimondo, Jason Palmer, Gi Fernando, Daniel Pianko, Wendy Guillies** và **Derek Ozkal, Jim Clifton, Jamie Merisotis, Tess Posner, Jacob Hsu, Monique Morrow Sven Otto Littorin** và **Guido van Nispen.**

Quyển sách này được thực hiện nhờ trợ cấp từ quỹ Ewing Marion Kauffman Foundation (số G-201707-2549): Nội dung của quyển sách này hoàn toàn do quỹ IIIJ Foundation chịu trách nhiệm xuất bản.

Bản quyền © 2018 bởi **IIIJ Foundation**

Đã đăng ký bản quyền. Không được sử dụng hoặc tái bản quyển sách này để bán, toàn bộ hoặc một phần, bao gồm cả hình ảnh minh họa, nếu không có sự cho phép bằng văn bản của tác giả, ngoại trừ trường hợp trích dẫn ngắn gọn trong các bài báo và đánh giá phê bình.

Phát hành bởi **IIIJ Foundation**,
565 Middlefield Road, Suite 200,
Menlo Park, California 94025, USA.

DIỄN ĐÀN LÃNH ĐẠO i4j

NỀN KINH TẾ LẤY CON NGƯỜI LÀM TRUNG TÂM

HỆ SINH THÁI MỚI CHO VIỆC LÀM

Người dịch: **SUNG NGUYEN, PhD**

Tập 2

Mục Lục

Chương 6: PHONG TRÀO LỢI THẾ CỦA BỆNH TỰ KỶ 21
- Tự kỷ qua suốt chiều dài lịch sử 22
- Bệnh tự kỷ ngày nay 23
- Hồi chuông cảnh tỉnh 23
- Từ địa phương đến toàn cầu 25
- Lợi thế của chứng tự kỷ 26
- Quan điểm của LHQ 27
- Phong trào lợi thế tự kỷ 28
- Nguyên tắc hoa bồ công anh 29
- Mở rộng quy mô 30

Chương 7: TÌM VIỆC - NHỮNG THÁCH THỨC VỀ QUYỀN RIÊNG TƯ & BẢO MẬT 33
- Nguyên tắc kiến trúc cho hệ thống Jobly 36
- Phác thảo kiến trúc bảo mật 37
- Soạn ra những chính sách có hiệu quả 40

Chương 8: XÂY DỰNG NỀN KINH TẾ LẤY CON NGƯỜI LÀM TRUNG TÂM CÁC KHỞI NGHIỆP ĐỊNH NGHĨA LẠI VIỆC HỌC VÀ KIẾM TIỀN 44
- Phần mềm đang ngốn dần cả thế giới 49
- Công việc analog đang trở thành những công việc được đào tạo không chính quy 49

- Giáo dục đang được số hóa và cấp chứng chỉ vi mô 55
- Kính vạn hoa của những công việc linh hoạt 61
- Kết luận 64
- Hệ sinh thái mới cho việc làm đặt con người lên hàng đầu 65

Chương 9: MẠNG LƯỚI & HỆ SINH THÁI CHO TƯƠNG LAI CỦA VIỆC LÀM 67
- Hồ sơ việc làm và mạng lưới quan hệ 71
- Thay đổi kỹ năng 78
- Xây dựng hệ sinh thái 82
- Thay đổi văn hóa 86
- Một hệ sinh thái ổn định và công bằng 88

Chương 10: THÀNH CÔNG CỦA LÒNG YÊU MẾN ĐỐI VỚI KHÁCH HÀNG TỪ HAI PHÍA TRONG NGÀNH VIỆC LÀM TẠM THỜI HIỆN ĐẠI 91
- Nơi bắt đầu 92
- Những gì chúng tôi đã làm 95
- Từ tin tưởng ứng viên đến tin tưởng công ty 95
- Xây dựng doanh nghiệp 96
- Một thế giới mới 98
- Nhân rộng niềm tin 99
- Vikarie Direkt và lao động theo yêu cầu trên thực tế 100
- Thanh toán cho khách hàng 100
- Điều làm chúng tôi khác biệt 101
- Nhiệm vụ quan trọng nhất của chúng tôi và hành trình học tập 102
- Chúng tôi thực hiện so khớp 103
- Nhân lực 104

- Tóm tắt và kết luận 105

Chương 11: NHÂN TÀI THÚC ĐẨY HỆ SINH THÁI MỚI CHO VIỆC LÀM NHƯ THẾ NÀO 107

- Bản chất của tài năng 110
- Nhân tài và nền kinh tế tri thức 111
- Nhân tài và hệ sinh thái cho việc làm 113
- Tài năng và những cách làm việc mới tại Lumina Foundation 116
- Xây dựng hệ sinh thái nhân tài dựa vào con người 118

Chương 12: THÚC ĐẨY TIỀM NĂNG CON NGƯỜI CHO NỀN KINH TẾ KỸ THUẬT SỐ 120

- Câu chuyện Catalyte 121
- CatPlat - Động cơ vận hành cỗ máy của chúng tôi 123
- Ba điều bất ngờ 125
- Tim Reed 128
- Tương lai là bây giờ 129

Chương 13: TRÍ TUỆ NHÂN TẠO HÒA NHẬP VÀ ĐA DẠNG CHO MỘT TƯƠNG LAI LẤY CON NGƯỜI LÀM TRUNG TÂM 131

- Sự thiếu đa dạng là nguyên nhân sâu xa 135
- Giải pháp sáng tạo 139
- Tài năng tiềm ẩn 142
- Tác động của mạng lưới quan hệ 144
- Kết luận 146

Chương 14: THÔNG QUA HỆ SINH THÁI BLOCKCHAIN ĐỂ KHÔI PHỤC LẠI CHỨNG NHẬN CHO CHUYÊN GIA Y TẾ NHÂN VIÊN CHĂM SÓC LÀ NGƯỜI TỊ NẠN 147

- Đánh giá nhu cầu toàn cầu về kỹ năng của nhân viên chăm sóc..................150
- Công nhận các tiêu chuẩn, kỹ năng và chứng nhận đào tạo bởi các quốc gia thứ ba..................152
- Một tình huống công nghệ blockchain..................154

Chương 15: THỎA THUẬN CHIA SẺ THU NHẬP - CÂU TRẢ LỜI "TA-NGƯƠI" CHO KHOẢN VAY SINH VIÊN..................156

- Các thỏa thuận chia sẻ thu nhập hiện đại: Trả lại quyền lực tài chính cho sinh viên..................160
- Tương lai: ISA như là công cụ so sánh sinh viên..................163
- So găng giữa ISA với Nợ sinh viên..................166
- So sánh quốc tế..................169
- Kết luận..................169

Chương 16: NGÂN HÀNG LÀ TRÁI TIM CỦA NỀN KINH TẾ LẤY CON NGƯỜI LÀM TRUNG TÂM..................171

- Ngân hàng đang trở về lại tương lai..................172
- Tập trung vào nhiệm vụ là thách thức chính đối với ngân hàng bán lẻ hiện đại..................173
- Những cuộc trò chuyện lấy con người làm trung tâm sẽ gieo mầm cho các giao dịch lấy nhiệm vụ làm trung tâm..................176
- Hệ sinh thái lấy con người làm trung tâm là trọng tâm của ngân hàng..................177
- Ngân hàng lấy con người làm trung tâm bắt đầu từ việc đưa nôi..................178
- Ngân hàng lấy con người làm trung tâm hoạt động kinh doanh tốt hơn để đảm bảo mọi người cùng thịnh vượng..................179
- Đừng nhầm lẫn việc lấy con người làm trung tâm với lấy người sử dụng làm trung tâm..................182
- Các ngân hàng tạo ra giá trị lâu dài hơn thông qua mạng lưới lấy

    con người làm trung tâm 184
- Vâng, bạn có thể đo lường nó 186
- Ngân hàng phải học hỏi từ các hệ sinh thái khác 189

Chương 17: LÀM CHỦ DOANH NGHIỆP LÀ TƯƠNG LAI CỦA CÔNG VIỆC VÀ HỌC TẬP 191
- Khởi đầu đúng đắn: Học tập suốt đời 195
- Sao chúng ta phải lo lắng? Những người mơ ước, những người sáng tạo và những người thực hiện sẽ cùng nhau thiết kế tương lai của việc làm 197
- Những thành phần không hề bí mật cho một tương lai thành công: đa dạng, bình đẳng và hòa nhập 199
- Tương lai của chúng ta - cùng với nhau 202

Chương 18: SINH RA ĐỂ XÂY DỰNG 204

Chương 19: CÁC YẾU TỐ THÀNH CÔNG CỦA MỘT CHÍNH SÁCH TÁI CẤU TRÚC NHÂN VĂN 212
- Một chính sách nhân đạo để tái cấu trúc 216
- Thực hiện cải cách cơ cấu khi bạn có thể, không phải khi bạn cần 222
- Thị trường lao động linh hoạt 224
- Những cuộc cải cách thành công 225
- Ứng phó với khủng hoảng 227
- Kết luận 232

Chương 20: THUẬT TOÁN CÓ HỖ TRỢ CON NGƯỜI KHÔNG? 233
- Làm thế nào để báo chí đổi mới có thể lấy đổi mới làm quan điểm của mình? 237
- Báo chí đổi mới 238
- Những loại đổi mới nào giúp ích cho nền báo chí đổi mới? 239

- Một số ví dụ điển hình về báo chí đổi mới..242
- Một chương trình nghiên cứu hiệu quả cho báo chí đổi mới.......................243
- Kết luận...244

Tham khảo 246

A Preface to the People-Centered Economy for the People of Vietnam

It is an honor to write this preface to the Vietnamese translation of the People Centered Economy. My good friend and colleague, Dr. Sung Nguyen, who translated the book, has introduced me to the history and culture of Vietnam and it is in that context that the preface is written.

Too often it is assumed that economies are the product of businesses and that private sector businesses are all about maximizing profits and shareholder values. These themes lead to efforts to reduce cost and increase profit by executing tasks more efficiently or by automating some of them to eliminate or reduce the cost of labor. The maximization of shareholder value, while a popular idea introduced in the 1980s, has the unfortunate consequence of discounting or ignoring the value of many of the people whose work makes a company valuable. In this book, a primary theme is that we should be maximizing the value of people rather than reducing the cost of task completion. Done well, we may even achieve both objectives at the same time.

There is a long history of distinguishing "owners" and "workers." Sometimes this goes along with the distinction between "management" and "labor" although not all managers are necessarily owners (shareholders). In this book, I hope you will discover that the well-being of a workforce is strongly associated with its sense of self-value and value to the company. Compensation is an important component of satisfaction, and a component of that should be literally sharing in the ownership of the company whose value is increased by the work of its employees. There exist companies that are "employee-owned." Cooperatives are another form in which the participants share in the value of the organization. Publicly traded companies often offer shares of the company to employees at a discount or include shares of the company as part of a compensation package. Such arrangements reinforce the message that everyone in the company has a mutual interest in the company's success.

Recurrent themes in this book circle around questions like "How can I help my fellow employees to be more productive?" or "How can I make myself (and my team, for managers) more valuable to the company?" The creation and maintenance of productive work environments is vital to healthy economies. Respect, diversity, collaboration and inclusiveness are elements that contribute to such positive outcomes and are increasingly recognized as important policy foci for company leaders.

It would be hard to overstate the importance to social and economic well-being of the principles expressed in this book. They apply beyond private sector organizational structures to infuse national and regional institutions and processes with deeper respect for human values. In economies where people are valued for themselves in addition to their work, one expects to find other indices of happiness, satisfaction and well-being to be stable and high.

Vietnam has climbed a steep technological ladder in the course of the past several decades. I have been most impressed by the way in which Vietnamese technologists have adopted digital technology and have implemented Internet-based networks and applications running over them.

The ability to keep pace with rapidly evolving technology is a critical requirement of the 21st Century in which we all now live. It will take cooperation and collaboration on a global scale to cope with the challenges of global warming and other hazards. If we can put a people-centric lens on our local, national, regional and global organizations, and apply that perspective persistently, we may succeed in making the world a better place for everyone. Vietnam and its people have a role to play in that grand aspiration.

Your translator, Dr. Sung Nguyen, has done a wonderful thing to make these concepts more readily discoverable by Vietnamese readers. I am grateful and I hope you will be as well.

Dr. Vinton G. Cerf

Vice President and Chief Internet Evangelist for Google

26 June 2022

Một số khái niệm đặc biệt được sử dụng trong quyển sách này

Coolabilities: Đây là từ ghép giữa hai từ cool (ngầu, tuyệt vời) và abilities (những năng lực). Nó là một từ mới được phát minh ra bởi những người tham gia viết nên bộ sách này dùng để mô tả những năng lực bù trừ được nâng cao một cách bất thường khi một người khuyết tật bị mất đi một năng lực khác. Từ mới này được các tác giả của quyển sách này tạo ra nhằm giúp thay đổi cách nhìn của chúng ta đối với người khuyết tật theo hướng tích cực hơn. Nghĩa là, thay vì trước nay khi nói đến người khuyết tật, chúng ta chỉ nghĩ đến những khía cạnh khuyết tật của họ thì bây giờ từ mới coolabilities này giúp chúng ta suy nghĩ về những mặt tốt của nó và có một từ ngữ cụ thể để có thể thảo luận rộng rãi và công khai về nó. Ví dụ về coolabilities: Khi một người bị khiếm thị mất đi năng lực nhìn thì năng lực nghe và xúc chạm của họ có khuynh hướng được nâng cao để bù đắp lại. Nói cách khác, họ không thể nhìn thấy nên theo quy luật sinh tồn, cơ thể sẽ tự thích ứng bằng cách giúp họ nghe tốt hơn cũng như cảm nhận bằng xúc giác tốt hơn. Có những công việc đòi hỏi một người phải có thính giác tốt hoặc phải cảm nhận bằng tay tốt, và do đó đây sẽ là một thế mạnh đối với những đối tượng khuyết tật này.

Hệ sinh thái bao hàm (inclusive ecosystem): Là một hệ sinh thái trong đó không một ai bị loại trừ bất kể họ là ai, đến từ đâu, thuộc tầng lớp nào trong xã hội, mang dòng máu nào, nguyên vẹn hay khuyết tật, già hay trẻ, có trình độ hay không, .v.v. Nó là một trò chơi không kén chọn bất kỳ người chơi nào. Trong quyển sách này, các tác giả đề cập đến việc các quốc gia trên thế giới nên hướng đến việc tạo ra một hệ sinh thái việc làm bao hàm, trong đó người lao động không bị kén chọn và loại trừ, cái mà nền kinh tế hiện nay không có. Ví dụ, hiện nay trên thế giới, người lao động bị khuyết tật phần lớn bị loại trừ khỏi hệ sinh thái này. Họ có rất ít cơ hội được nhận vào học ở những trường lớn và ít cơ hội hơn nữa để được tuyển dụng vào làm việc trong các cơ quan, nhà máy, công ty.

Công việc được đào tạo không chính quy (new collar jobs): là một từ mới được cựu CEO của IBM Ginni Rometty phát minh dùng để chỉ những công việc trong ngành công nghệ thông tin như an ninh mạng, khoa học dữ liệu, trí tuệ nhân tạo, v.v. Để đáp ứng nhu cầu đang khan hiếm về các kỹ sư trong những lĩnh vực này, một người lao động bình thường không cần phải trải qua bốn năm đại học hay cao đẳng để có bằng cử nhân hay cao hơn trước khi được tuyển dụng vào những vị trí trên. Thay vào đó, họ có thể học và được đào tạo ngắn hạn qua những hình thức **không chính quy** ví dụ như khóa học ngắn hạn, học việc tại chỗ, vừa học vừa làm, v.v. và sau đó có thể bắt đầu chính thức đảm nhận các công việc trên.

Nhân viên chăm sóc (caregiver): Là một nghề nghiệp chính thức được công nhận. Nhân viên chăm sóc là những cá nhân làm việc độc lập hoặc là nhân viên của một tổ chức chuyên cung cấp dịch vụ chăm sóc cá nhân. Họ cung cấp dịch vụ chăm sóc cá nhân cho một người khác là trẻ em, người già, người khuyết tật, hay người đang bệnh - những người không thể tự chăm sóc bản thân (ví dụ, trẻ em cần chăm sóc khi không có người lớn bên cạnh, người già trong viện dưỡng lão hoặc nhà riêng không thể tự làm vệ sinh cá nhân, người bệnh tâm thần cần phải trông nom liên tục, người bệnh cần mua sắm vật dụng thiết yếu, cho ăn uống, vệ sinh cá nhân, v.v.)

Thỏa thuận chia sẻ thu nhập ISA (Income Sharing Agreement): Là một hình thức cho sinh viên vay tiền để trả học phí, theo đó, tổ chức cho vay sẽ trả trước một phần hoặc toàn bộ học phí cho sinh viên với điều kiện sau khi ra trường, sinh viên đó phải chia sẻ một phần trăm nào đó thu nhập của mình với tổ chức đã cho vay trong một khoảng thời gian thỏa thuận trước. Ví dụ: tổ chức cho vay sẽ trả hết 60.000 đô-la học phí cho sinh viên. Để đổi lại, sau khi sinh viên ra trường và đi làm, sẽ chia sẻ với tổ chức cho vay 1.5% thu nhập hàng tháng của mình trong vòng 60 tháng. Thỏa thuận này có thể đi kèm một số điều khoản khác.

Lời tiên tri tự ứng nghiệm: Nghĩa là khi ai đó đưa ra một lời tiên tri, họ có khuynh hướng tư duy, suy nghĩ và hành động theo hướng của lời tiên tri đó và kết quả là lời tiên tri sẽ trở thành hiện thực. Ví dụ, có người nói rằng bạn chắc chắn sẽ không vượt qua được kỳ thi sắp đến, và bạn tin vào lời tiên tri của họ nên bạn sẽ có khuynh hướng suy nghĩ và hành động theo đó, như nghĩ rằng mình rất tệ, không cần thiết phải cố gắng trong một lĩnh vực không phải sở thích của mình, hay không cần thiết phải nỗ lực vì đằng nào mình cũng sẽ thi trượt. Kết quả rất có khả năng bạn sẽ thi trượt thật. Trong quyển sách này, tác giả có đề cập đến việc liệu máy móc trong tương lai có thay thế toàn bộ con người không. Con người tiên đoán rằng công việc sẽ bị tước mất từ rô-bốt, và bản thân sự sợ hãi, hoảng loạn đó sẽ khiến cho chúng ta mất ý chí, mất phương hướng, và do đó sẽ suy nghĩ theo hướng chấp nhận nó và không có những hành động cụ thể tích cực nào để khắc phục. Kết quả là, công việc sẽ bị rô-bốt tước mất thật.

Ta / Cái Ta: Chỉ cái hiện diện trong ngôi thứ nhất, là điều mình **chủ quan** suy nghĩ và cảm nhận về thế giới xung quanh.

Ngươi / Cái Ngươi: Là giá trị **tinh thần**, tình cảm, đức tin, tình yêu, v.v. mà mình cảm nhận được từ đối tượng khác mà mình đang có kết nối (các đối tượng này có thể là bất kỳ cái gì từ loài hữu tình đến vô tình). Cái Ngươi là cái hiện diện ở ngôi thứ hai và thứ ba, là cái mà ngôi thứ nhất cảm nhận được theo **chủ quan**. Ví dụ, bạn có một chiếc máy tính. Bạn dùng nó để viết bài luận văn tốt nghiệp của bạn. Bạn đang xem chiếc máy tính là một "Nó" vì bạn xem nó như là một phương tiện để đạt mục đích hoàn thành bài luận văn (xem định nghĩa "Nó / Cái Nó" bên dưới). Sau nhiều ngày vất vả viết bài luận văn trên máy tính, cuối cùng bạn cũng đã hoàn tất. Bạn vui mừng thở phào nhẹ nhõm và cảm thấy rất biết ơn chiếc máy tính của mình. Bạn cảm thấy một kết nối nào đó giữa bạn và chiếc máy tính, thấy yêu thương, trân trọng nó, thấy nó gần gũi với bạn hơn bao giờ hết. Ngay giây phút đó, bạn đang xem chiếc máy tính của mình là một "Ngươi", cái đã đem lại cho bạn một giá trị tinh thần tuyệt vời.

Nó / Cái Nó: Là **phương tiện** dùng để đạt một mục đích nào đó. Ví dụ, bạn đem chiếc xe gắn máy của bạn ra tiệm và nhờ người thợ sửa cho bạn. Sau khi công việc hoàn tất, bạn trả tiền công đầy đủ cho người thợ sửa xe. Xe của bạn đã tốt trở lại. Mục đích sửa xe của bạn đã được thực hiện. Người thợ sửa xe đối với bạn là một "Nó", là phương tiện giúp bạn đạt mục đích sửa xong chiếc xe. Nó / Cái Nó không nhất thiết phải là con người hay loài hữu tình mà còn có thể là bất kỳ cái gì xung quanh ta kể cả đồ vật hay loài vô tình (xem thêm ví dụ trong phần "Ngươi / Cái Ngươi" ở trên).

Kinh tế học Ta-Ngươi: Là kinh tế học cân nhắc, tính toán và ước lượng **giá trị** của các mối quan hệ **tinh thần**, tình cảm, tình yêu, tình bạn phát sinh giữa các chủ thể, góp phần làm tăng giá trị cuộc sống của mỗi cá nhân và thúc thẩy gia tăng giá trị kinh tế nói chung như thế nào.

Quan hệ Ta-Ngươi: Là ý nghĩa của cuộc sống, là quan hệ giữa mình với những giá trị tinh thần, tình cảm, đức tin, tình yêu có xung quanh ta như tình yêu đôi lứa giữa đôi trai gái, tình cảm bạn bè giữa những người bạn, tình đồng đội giữa những người lính, tình mẫu tử giữa mẹ và con, tình cảm giữa một người với thú cưng của họ, tình yêu tôn giáo giữa một người với tôn giáo mà họ tin và thực hành theo, v.v. Quan hệ Ta-Ngươi giúp cho chúng ta có một cuộc sống vui vẻ, hạnh phúc, và có ý nghĩa.

Quan hệ Ta-Nó: Là quan hệ trong đó thế giới quanh ta là những "Nó", là phương tiện để đạt những mục đích nào đó.

Ví dụ thêm về Ta, Nó, Ngươi, quan hệ Ta-Nó, và Ta-Ngươi: Giả sử bạn có nuôi một con chó. Nếu bạn chỉ xem nó như một phương tiện nhằm để giữ nhà cho bạn thì con chó ấy là một "Nó" và mối quan hệ giữa bạn và nó là quan hệ Ta-Nó. Nếu, bạn nuôi con chó ấy để làm bạn, để vuốt ve nó, chăm sóc nó, và mỗi khi bạn đi đâu về, nó nhảy cẫng lên mừng bạn và bạn thấy hạnh phúc vì điều đó, thì nó là một "Ngươi" và bạn có một quan hệ Ta-Ngươi với nó. Trong nhiều trường hợp, bạn nuôi một con chó để vừa yêu thương vừa làm con vật giữ nhà cho bạn. Trong trường hợp này đối với bạn, con chó vừa là một "Nó" vừa là một "Ngươi". Quan hệ giữa bạn và nó vừa là quan hệ Ta-Nó vừa là Ta-Ngươi.

"Cái Ngươi hiện hữu trong Cái Ta (hay đôi mắt) của người chiêm ngưỡng nó": Ở đây tác giả đã chơi chữ. "I" (cái ta) đồng âm với "eye" (con mắt). Nói cách khác, Cái Ngươi là một cảm nhận chủ quan của Cái Ta. Tùy vào "Ta" mà một chủ thể trong thế giới xung quanh được cảm nhận là một "Ngươi" hay một "Nó".

"Commemities": Là một từ mới do các tác giả của quyển sách này phát minh ra bằng cách ghép và biến thể hai từ "meme" (ý tưởng hoặc hành vi lan truyền khắp trong cộng đồng một nền văn hóa) và "community" (cộng đồng) lại với nhau. Ở đây, tác giả muốn đề cập đến việc meme tạo ra sự đồng cảm, tiếng nói chung cho một cộng đồng sử dụng nó. Ví dụ: Gangnam Style là một meme. Hàng triệu người xem video gốc về điệu nhảy Gangnam Style, bàn tán về nó, và hàng trăm ngàn biến thể khác của nó đã được người khác tạo ra một cách khôi hài, gây ra một làn sóng bàn tán sôi nổi hiện tượng Gangnam Style trong thời kỳ hoàng kim của nó. Tất cả những người tham gia vào làn sóng này tạo ra một cộng đồng của nó, một cộng đồng có một "ngôn ngữ" và kết nối chung (về Gangnam Style).

Những con chim hoàng yến trong mỏ than: Tác giả ví những người lao động khuyết tật, theo một phương diện nào đó, giống như những con chim hoàng yến. Công nhân trong mỏ than thường mang theo những con chim hoàng yến khi vào làm việc trong mỏ than. Chim hoàng yến là một loài chim rất nhạy cảm với khí độc methane hay CO. Trong mỏ than nếu có rò rỉ khí methane hay CO, chim hoàng yến sẽ chết trước. Điều này báo hiệu sớm cho các công nhân biết có sự rò rỉ của hai loại khí độc này nên họ sẽ kịp thời rời khỏi đó. Như vậy, khi có nguy hiểm xảy ra, chim hoàng yến sẽ chết trước. Tương tự như vậy, nếu phải cắt giảm nhân lực thì những lao động khuyết tật sẽ là đối tượng đầu tiên bị loại bỏ khỏi thị trường lao động.

Ván bài ba lá Monte (Three-card Monte): Là một trò chơi trong đó nhà cái giữ ba lá bài. Người cá cược sẽ chọn một trong ba lá bài đó làm lá bài mục tiêu. Sau đó nhà cái xào ba lá bài đó và úp chúng xuống mặt bàn. Nhiệm vụ của người cá cược là chỉ ra đúng lá bài mục tiêu để chiến thắng. Vì ba lá bài này đã được xáo trộn vị trí nên người cá cược rất khó đoán vị trí chính xác của lá bài mục tiêu. Thông tin về vị trí của lá bài mục tiêu bị hạn chế nên xác suất thành công không cao. Trong quyển sách này, tác giả đã ví sinh viên Mỹ như một người cá cược trong trò chơi này vì sinh viên đã chấp nhận món nợ do chính phủ cho vay để học đại học với rất ít thông tin về hiệu quả của món nợ. Vì vậy, xác suất thành công của sinh viên không cao. Nhiều sinh viên sau khi tốt nghiệp đại học đã phải lâm vào cảnh nợ nần triền miên vì không thể nào trả dứt món nợ đó.

Rainmaker: Người dùng phép thuật để gọi mưa. Trong bối cảnh quyển sách này, tác giả muốn ám chỉ những người chuyên tạo ra thu nhập cho một doanh nghiệp hoặc tổ chức bằng cách môi giới các giao dịch hoặc thu hút khách hàng hoặc quỹ tài trợ cho công ty. Vai trò của người này quan trọng vì họ là một trong những trụ cột của doanh nghiệp tạo ra nguồn tài chính đáng kể.

Chương 6

PHONG TRÀO LỢI THẾ CỦA BỆNH TỰ KỶ

Tác giả: Thorkil Sonne

 **Thorkil Sonne** thành lập doanh nghiệp xã hội Specialisterne ở Đan Mạch vào năm 2004 sau khi cậu con trai út của ông được chẩn đoán mắc chứng tự kỷ. Năm 2008, ông thành lập quỹ tài trợ Specialisterne Foundation phi lợi nhuận với mục tiêu tạo ra một triệu việc làm cho những người mắc chứng tự kỷ hoặc rối loạn thần kinh thông qua mạng lưới toàn cầu gồm các tổ chức, đối tác và nền tảng Specialisterne.

Trước Specialisterne, Thorkil là CTO của một công ty CNTT và là Chủ tịch chi nhánh địa phương của Autism Denmark. Thorkil đã khuyến khích "lợi thế của người tự kỷ" thông qua các bài phát biểu tại 24 quốc gia và đồng tổ chức với LHQ một buổi tiệc trưa về lợi thế tự kỷ hàng năm tại trụ sở LHQ.

Quỹ tài trợ Specialisterne Foundation liên kết với Bộ Thông tin công cộng của Liên Hiệp Quốc, và Thorkil là Chủ doanh nghiệp xã hội của quỹ Schwab Foundation được kết nối với Diễn đàn kinh tế thế giới, là một thành viên của Ashoka Fellow và là một phần của mạng lưới I4J.

---oOo---

Tự kỷ qua suốt chiều dài lịch sử

Người mắc chứng tự kỷ đã tồn tại trong số chúng ta từ nhiều năm trước - từ trước khi chẩn đoán được phát minh. Từ "Autism" có nguồn gốc từ tiếng Hy Lạp: "auto" có nghĩa là tự bản thân và "ism" nghĩa là định hướng. Tức là, nó liên quan đến những người "tự định hướng" như những người theo chủ nghĩa cá nhân, những người độc nhất và không hoàn thiện về mặt xã hội.

Trong suốt chiều dài lịch sử, các nghiên cứu và phát minh quan trọng được phát triển bởi những cá nhân độc đáo, ví dụ như Einstein, Darwin và Newton, những người có thể hoàn toàn đủ tiêu chuẩn để bị chẩn đoán là nằm trong phổ tự kỷ nếu được sinh ra vào thời đại hôm nay.

Vào thời của họ, những người kiểu như giáo sư thì được xã hội chấp nhận và đánh giá cao. Họ đã có những đóng góp có giá trị cho sự phát triển của xã hội, và những điều kỳ quặc của họ cũng được theo đó chấp nhận.

Điều gì sẽ xảy ra nếu Einstein được sinh ra vào ngày hôm nay? Liệu ông ta có bị đánh giá là mắc một chứng rối loạn khi vừa là một đứa trẻ mới chập chững biết đi không? Liệu ông ta có đến các cơ sở đặc biệt để trị liệu, học tập và làm việc không? Liệu chúng ta có cố gắng thay đổi hành vi của ông ta để phù hợp với chuẩn mực hành vi tại bất kỳ thời điểm nào không?

Chúng ta sẽ không bao giờ biết được, nhưng chúng ta phải tự hỏi bản thân xem chúng ta có làm đủ hay không để khuyến khích những người "tự định hướng" nhận ra tiềm năng của họ trong môi trường thực sự được chào đón.

Bệnh tự kỷ ngày nay

Ngày nay, người ta ước tính rằng chứng tự kỷ ảnh hưởng đến một trong số 59 người Mỹ và tỷ lệ thất nghiệp hoặc thiếu việc làm là gần 80%.

Với những con số này, chúng ta có thể ước tính rằng 5,4 triệu người Mỹ có khả năng bị ảnh hưởng bởi chứng tự kỷ, và 2,9 triệu người tự kỷ trong độ tuổi lao động (2/3 vòng đời) đang thất nghiệp hoặc thiếu việc làm.

Có phải chúng ta đang chứng kiến một cuộc khủng hoảng y tế quốc gia đang diễn ra không? Hay với tư cách là một xã hội, chúng ta đã phát triển một mô hình chi trả mà ở đó tất cả những ai cần sự quan tâm chăm sóc nhiều hơn mức tiêu chuẩn đều phải được chẩn đoán để được hiểu và hỗ trợ trong quá trình phát triển cá nhân của họ?

Căn cứ vào số liệu của Mỹ, trên toàn thế giới có 129 triệu người tự kỷ - nhiều hơn tổng dân số Nhật Bản. Có nghĩa là, chúng ta đang nói về một bộ phận rất lớn công dân không được trao cơ hội công bằng để nhận ra tiềm năng của họ và đóng góp cho cộng đồng và xã hội.

Hồi chuông cảnh tỉnh

Năm 1996, đứa con thứ ba của chúng tôi chào đời ở Đan Mạch.

Các anh trai của nó đã dạy chúng tôi biết rằng mỗi trẻ em đều phát triển theo tốc độ của riêng chúng. Là cha mẹ, bạn phải kiên nhẫn và sẵn sàng hỗ trợ trẻ khi chúng sẵn sàng tiến lên trên bậc thang phát triển của chúng.

Nhưng con trai chúng tôi đã không phát triển theo cách bình thường. Những người chăm sóc ở trường mẫu giáo đã phải làm rất nhiều để giúp nó, nhưng không có phương pháp nào của họ có hiệu quả. Nó có thể ngồi trên xích đu hàng giờ và cảm thấy vui vẻ nhưng khi những người chăm sóc tỏ ra muốn nó tham gia vào các hoạt động xã hội, nó trở nên thất vọng và buồn bã.

Không có lời giải thích dựa vào khoa học tự nhiên đơn giản nào cho vấn đề này. Sau đó, một nhà tâm lý học đã quan sát cậu bé và kết luận rằng không còn nghi ngờ gì nữa, con trai của chúng tôi được chẩn đoán là bị "chứng tự kỷ lúc sơ sinh" - một chứng rối loạn phát triển lan tỏa suốt đời không có cách nào chữa khỏi.

Chúng tôi được thông báo rằng con trai của chúng tôi sẽ không thể phát triển như các anh trai của nó và những thử thách thấy được ở trường mẫu giáo sẽ tiếp diễn mãi mãi.

Thật là sốc khi nhận được kết quả chẩn đoán. Chúng tôi nhận ra con trai mình bị khuyết tật ở trong bản mô tả của nhà tâm lý học, nhưng chúng tôi chưa bao giờ xem nó như vậy ngoài đời.

Cuộc sống của chúng tôi với tư cách là cha mẹ đã thay đổi vào ngày hôm đó, nhưng thế giới của con trai chúng tôi thì không hề thay đổi một chút nào. Nó vẫn là một đứa trẻ chu đáo và tỏ ra tin cậy như bình thường. Chỉ có thế giới của cha mẹ nó mới bị đảo lộn.

Chúng tôi đã suýt rơi vào cái hố chứa đầy lòng thương hại cho những người có người thân mắc chứng tự kỷ. Nhưng chúng tôi nhận ra rằng chúng tôi sẽ không muốn con trai mình trở thành bất cứ thứ gì khác, và các chuẩn mực trong gia đình của chúng tôi quan trọng hơn các chuẩn mực ngoài xã hội.

Chúng tôi ngừng đọc sách về những khiếm khuyết của chứng tự kỷ, và chúng tôi trở nên tò mò muốn hiểu thế giới của con trai chúng tôi. Tôi tham gia những tổ chức tự kỷ và trở thành chủ tịch của một chi nhánh địa phương của Tự kỷ Đan Mạch, nơi tôi đã gặp rất nhiều người tự kỷ trẻ tuổi. Không ai trong số họ có những công việc có ý nghĩa và hiệu quả phù hợp với kỹ năng và tính cách của họ.

Là giám đốc kỹ thuật của một công ty CNTT, tôi chịu trách nhiệm về một số dự án và hệ thống CNTT. Tôi có thể nhận thấy các doanh nghiệp cần nhiều kỹ năng mà tôi phát hiện được ở người tự kỷ, chẳng hạn như trí nhớ tốt, kỹ năng nhận dạng khuôn mẫu, chú ý đến chi tiết, kiên trì, độ chính xác cao trong các công việc lặp đi lặp lại, tư duy đổi mới, trung thực và đáng tin cậy. Tôi cũng biết khó khăn như thế nào để tìm kiếm những người có những kỹ năng này cho những vị trí chẳng hạn như nhà phân tích, người kiểm thử phần mềm và lập trình viên.

Với con trai của chúng tôi làm nguồn cảm hứng, sự hỗ trợ từ gia đình, sự tham gia vào cộng đồng tự kỷ và sự nghiệp trong lĩnh vực CNTT, rõ ràng là tôi nên cố gắng xóa bỏ vách ngăn giữa những người tự kỷ có tài năng và những công việc yêu cầu tài năng mà nhiều người tự kỷ có.

Ý tưởng tạo cơ hội việc làm cho người tự kỷ trong ngành công nghệ thông tin đã thành hình, và tôi đã thành lập Specialisterne. Văn phòng đầu tiên được thành lập vào tháng 2/2004 tại Đan Mạch.

Từ địa phương đến toàn cầu

Vài tháng sau khi Specialisterne được thành lập, BBC World News đã phát sóng một câu chuyện về Specialisterne trên toàn cầu. Phản ứng của quốc tế thật tuyệt vời. Tôi đã nhận được email từ hơn 100 quốc gia của những người tự kỷ, gia đình hoặc công ty đã yêu cầu tôi giúp đỡ để tạo cơ hội nghề nghiệp có ý nghĩa cho người tự kỷ ở đất nước của họ.

Tôi rất bận rộn với việc giúp Specialisterne Đan Mạch khởi động, nhưng tôi phải trả lời hết những lời kêu gọi hành động này từ những gia đình và cá nhân thuộc gia đình toàn cầu này của tôi, những người có chung hy vọng về một tương lai, nơi những người tự kỷ sẽ thực sự được chào đón trên thị trường lao động và được đánh giá cao như những công dân có giá trị.

Phản hồi của tôi là thành lập quỹ Specialisterne Foundation phi lợi nhuận vào năm 2008 với sự đóng góp bằng hiện vật của Specialisterne Đan Mạch làm nền tảng cho sự hợp tác, chia sẻ kiến thức và đổi mới.

Mục tiêu là tạo ra một triệu việc làm vào năm 2030 cho người tự kỷ và những người có tình trạng tương tự trên toàn thế giới bất kể sự khác biệt về hỗ trợ phúc lợi, văn hóa và tôn giáo.

Quỹ Specialisterne Foundation đã thành lập các tổ chức và quan hệ đối tác Specialisterne tại 20 quốc gia để có được kiến thức trong các điều kiện thị trường khác nhau. Chiến lược này nhằm thể hiện rằng chứng tự kỷ có thể là một lợi thế trong các công việc cạnh tranh và hỗ trợ các công ty đang khởi động các chương trình việc làm có thể điều chỉnh cho phù hợp với quy trình của công ty họ.

Cho đến nay, Specialisterne đã tạo ra khoảng 1.000 việc làm và khoảng 10.000 người tự kỷ có lẽ đã được tuyển dụng bởi các tổ chức khởi động các chương trình việc làm được truyền cảm hứng hoặc đào tạo bởi Specialisterne hoặc những tổ chức tiếp theo sau đó.

Lợi thế của chứng tự kỷ

Lợi thế của người tự kỷ bộc lộ khi bạn biến các kỹ năng và hành vi mà người khác coi là thử thách thành tài sản có thể giúp nhà tuyển dụng phát triển các sản phẩm và dịch vụ tuyệt vời, nơi mà việc chú ý đến từng chi tiết, độ chính xác cao, tư duy đổi mới và tính trung thực là chìa khóa của thành công.

Lợi thế của người tự kỷ bao gồm "tác động lan tỏa" tích cực, chẳng hạn như giúp tỷ lệ tương tác và giữ chân đồng nghiệp cao hơn, vai trò lãnh đạo của những người quản lý được thể hiện tốt hơn, và mối quan hệ cộng đồng được tăng cường.

Lợi thế tự kỷ sẽ cho phép các công ty có được một lực lượng lao động đa dạng hơn, chuẩn bị công ty sẵn sàng cho cuộc cách mạng công nghiệp lần thứ tư, nơi mà sự đổi mới và sức bật phục hồi sẽ là yếu tố cần thiết để tồn tại trong một thị trường thúc đẩy bởi công nghệ mới và các mô hình kinh doanh đột phá.

Tôi khẳng định rằng ít nhất 5% các công việc trong bất kỳ lĩnh vực kinh doanh nào sẽ rất phù hợp với người tự kỷ. Nếu tôi đúng thì tỷ lệ thất nghiệp hoặc thiếu việc làm của người tự kỷ sẽ không khác gì so với tỷ lệ thất nghiệp hoặc thiếu việc làm của những đối tượng khác.

Đã từng làm việc với một số công ty lớn, chúng tôi đã chứng minh lợi thế của người tự kỷ nhiều lần trong mọi ngành nghề từ thượng vàng đến hạ cám, từ an ninh mạng đến chăn nuôi lợn.

Nghề nghiệp không chỉ dành cho những người tự kỷ có trình độ học vấn tốt và chỉ số thông minh cao. Chúng tôi khẳng định rằng những người tự kỷ có thể khiến bạn trở thành một nhà quản lý tốt hơn và tạo ra những nơi làm việc hòa nhập và gắn kết hơn. Chúng tôi mời tất cả các bên liên quan trong cộng đồng cùng làm việc với chúng tôi để xác định các chương trình việc làm và đào tạo có ý nghĩa cho những người mắc chứng tự kỷ.

Quan điểm của LHQ

Công ước về quyền của người khuyết tật (CRPD) đã được Đại hội đồng Liên Hiệp Quốc điều chỉnh và có hiệu lực từ năm 2008.

Sau nhiều thập kỷ làm việc của LHQ, CRPD đã được ra đời nhằm thay đổi thái độ và cách tiếp cận đối với người khuyết tật. Nó đã chuyển cách nhìn lên một tầm cao mới, từ việc coi người khuyết tật là "vật thể" của hoạt động từ thiện, được khám chữa bệnh và bảo trợ xã hội chuyển sang coi người khuyết tật là "đối tượng" có quyền, những người có thể đòi hỏi các quyền đó và đưa ra quyết định cho cuộc sống của chính mình.

Phần mở đầu của CRPD nêu rõ: "Khuyết tật là một khái niệm đang phát triển và khuyết tật là kết quả của sự tương tác giữa những người khuyết tật với các rào cản về cơ sở và môi trường cản trở sự tham gia đầy đủ và hiệu quả vào xã hội trên cơ sở bình đẳng với những người khác."

Chương 27 của CRPD: "Các quốc gia thành viên công nhận quyền làm việc của người khuyết tật trên cơ sở bình đẳng với những người khác. Điều này bao gồm quyền có cơ hội kiếm sống bằng công việc được tự do lựa chọn hoặc chấp nhận trong thị trường lao động và môi trường làm việc cởi mở, hòa nhập và dễ tiếp cận đối với người khuyết tật."

Năm 2015, các quốc gia thành viên của Liên Hiệp Quốc đã nhất trí về 17 Mục tiêu phát triển bền vững (SDG) sẽ đạt được vào năm 2030 như một cam kết toàn cầu vì một thế giới bền vững hơn.

Khi liên kết với LHQ, Specialisterne Foundation sẽ làm việc với các đối tác trong SDG 17 "Quan hệ đối tác vì các mục tiêu" để đạt được các mục tiêu liên quan đến SDG 8 "Thúc đẩy tăng trưởng kinh tế bền vững và hội nhập, việc làm đầy đủ và hiệu quả, và công việc tử tế cho mọi người" và SDG 4 "Đảm bảo chất lượng giáo dục hòa nhập và bình đẳng, và thúc đẩy cơ hội học tập suốt đời cho mọi người."

Từ quan điểm đạo đức, tất cả các quốc gia lẽ ra phải thực hiện CRPD và đang trên đường nỗ lực để đáp ứng các mục tiêu phát triển bền vững. Nhưng tại sao con số thất nghiệp vẫn cao như vậy?

Tôi tin rằng các quốc gia thành viên LHQ có thể đặt ra một khuôn khổ, nhưng việc thực hiện các ý định trong CRPD và SDGs còn tùy thuộc vào suy nghĩ của người dân. Sẽ cần một phong trào toàn cầu lãnh đạo bởi các gia đình để thực hiện tinh thần của các quyết định đạo đức về quyền con người và tính bền vững do Đại hội đồng Liên Hiệp Quốc đề ra.

Phong trào lợi thế tự kỷ

Năm 2012, Tạp chí NYTimes đã phát hành một bài báo có tên *"Lợi thế của người tự kỷ"* về con trai tôi và Specialisterne.

Tổ chức Specialisterne và Phòng thông tin công cộng của LHQ đã xác định chủ đề "Lợi thế của người tự kỷ" và mời một số công ty tiến bộ chia sẻ các chương trình việc làm về người tự kỷ của họ tại Trụ sở LHQ vào Ngày nhận thức về chứng tự kỷ thế giới của LHQ vào ngày 2/4/2015.

Thông điệp giống nhau từ tất cả các nhà tuyển dụng là, tuyển dụng người tự kỷ là điều đúng đắn cần làm cho các cổ đông của bạn. Sự kiện này đã được phát sóng trên toàn cầu và tạo cơ sở cho cách tiếp cận tích cực đối với chứng tự kỷ.

Tôi đã được LHQ yêu cầu tổ chức buổi tiệc trưa Lợi thế của bệnh tự kỷ hàng năm tại trụ sở LHQ và mời các bên liên quan chính đến thảo luận về việc làm của người tự kỷ và dựa trên sự phát triển toàn cầu trong việc chấp nhận và đánh giá cao người tự kỷ tại nơi làm việc. Buổi tiệc trưa Lợi thế của bệnh tự kỷ lần thứ ba sẽ diễn ra vào ngày Nhận thức về tự kỷ của Liên Hiệp Quốc vào ngày 2/4/2019 và là một nền tảng để thông báo về quan hệ đối tác của SDG.

Chúng tôi nhận thấy sự quan tâm tương tự từ Diễn đàn kinh tế thế giới (WEF), cam kết cải thiện tình trạng của thế giới với tư cách là tổ chức quốc tế về hợp tác công tư.

Với tư cách là doanh nhân xã hội của quỹ Schwab Foundation, tôi đã tham dự hội nghị thượng đỉnh Diễn đàn kinh tế thế giới hàng năm ở Davos, Thụy Sĩ và Thiên Tân / Đại Liên, Trung Quốc để thảo luận về lợi thế của người tự kỷ và cách người tự kỷ có thể giúp các công ty cải thiện khả năng lãnh đạo và thực hành phát triển toàn diện trong cuộc cách mạng công nghiệp lần thứ tư. Mối quan tâm đến việc nắm bắt hiện tượng đa dạng thần kinh giữa các thành viên WEF là rất mạnh mẽ, vì môi trường làm việc thực sự hòa nhập khuyến khích sự khác biệt sẽ là điều cần thiết để cạnh tranh trong bối cảnh kinh doanh tương lai.

Nguyên tắc hoa bồ công anh

Trẻ em thường thích hoa bồ công anh. Chúng thổi hoa bồ công anh, ước những điều ước, kết dây chuyền và vẽ mặt. Nhưng khi bạn lớn lên, các chuẩn mực của chính bạn thường sẽ bị thay thế bằng các chuẩn mực của xã hội, và tình yêu bạn dành cho hoa bồ công anh có thể sẽ không còn là tình yêu nữa mà chuyển thành sự căm ghét. Chẳng hạn, nếu bạn mua một ngôi nhà có sân vườn và bạn nhìn thấy hoa bồ công anh một lần nữa, bạn sẽ thấy nó như một loài cỏ dại và muốn nó biến ra khỏi khu vườn của bạn vì bạn chỉ muốn những bông hoa mà bạn quyết định muốn có mà thôi.

Nếu bạn nhặt cây bồ công anh từ bãi cỏ, đặt nó trong vườn rau và đối xử tốt với nó, bạn sẽ thấy rằng nó là một trong những loài thực vật có giá trị nhất trong tự nhiên. Bạn thực sự có thể kiếm sống bằng cách đối xử tốt với nó và thu hoạch các giá trị của nó để làm thuốc tự nhiên, dinh dưỡng, cà phê, trà, và rượu bia.

Cây bồ công anh nhắc nhở tất cả chúng ta rằng mỗi hạt của mỗi cây bồ công anh đều có tiềm năng gia tăng giá trị như một loại thảo mộc trong một môi trường thân thiện và rằng mọi người trong chúng ta đều có quyền quyết định xem chúng ta xem cây bồ công anh là một loại cỏ dại hay một loại thảo mộc.

Với con người cũng vậy, nếu được chào đón, mọi người đều có thể gia tăng giá trị, nhưng nếu không được chào đón, chúng ta sẽ không bao giờ có thể hưởng lợi từ giá trị tiềm ẩn của mỗi cá nhân.

Chúng tôi gọi đó là nguyên tắc hoa bồ công anh, và sử dụng cây bồ công anh làm biểu tượng của Specialisterne. Nguyên tắc hoa bồ công anh đã được ghi lại trong MIT Sloan Management Review và trong một nghiên cứu điển hình của Specialisterne tại Trường Kinh doanh Harvard.

Nguyên tắc bồ công anh không giới hạn ở những người tự kỷ. Đó là một nguyên tắc chung và đặc biệt sẽ có lợi cho những người mắc chứng đa thần kinh (mắc chứng tự kỷ, ADHD, OCD, chứng khó đọc, v.v., những người phải đối mặt với những thách thức tương tự như người tự kỷ) và ở những nơi khác mà tài năng của con người chưa được khai thác.

Mở rộng quy mô

Cho đến nay, chúng tôi đã chứng minh rằng lợi thế tự kỷ là có thật và mọi người đều có thể bắt đầu khai thác nó bằng cách làm việc với các đối tác có kinh nghiệm trong việc đánh giá và tuyển dụng người tự kỷ.

CHƯƠNG 6

Giờ đây, chúng tôi muốn chứng minh cho thế giới thấy rằng đã đến lúc phải tận dụng lợi thế của người tự kỷ và thực hiện nguyên tắc hoa bồ công anh nếu bạn muốn tăng thêm giá trị cho các cổ đông của mình thông qua chất lượng cao hơn, sự tham gia mạnh mẽ hơn và khả năng lãnh đạo tốt hơn.

Mạng lưới i4j là một nền tảng tuyệt vời để đưa ra các sáng kiến lấy cảm hứng từ lợi thế tự kỷ và nguyên tắc bồ công anh. Coolabilities và việc tạo ra giá trị lấy con người làm trung tâm đang được chú ý và có thể dẫn đến hàng ngàn, nếu không muốn nói là hàng triệu việc làm có ý nghĩa và hiệu quả tạo ra giá trị cho cá nhân, gia đình, người sử dụng lao động và xã hội.

Tham vọng của chúng tôi là tạo ra một phong trào triệt để lớn nhất trên thế giới của những người ở các quốc gia khác nhau, những người đang tìm cách thay đổi cơ hội cho những người tự kỷ hay mắc chứng đa thần kinh được tham gia vào thị trường lao động với những nghề nghiệp có ý nghĩa và hiệu quả.

Hãy tưởng tượng chúng ta có thể trao quyền cho tất cả các gia đình có thành viên tự kỷ và các bên liên quan trong cộng đồng trên toàn cầu thông qua công nghệ, các khóa học trực tuyến rộng rãi, phương tiện truyền thông xã hội, các mô hình mới để xác định và sử dụng tài năng cũng như các mô hình kinh tế mới cho giáo dục và việc làm.

Điều tôi học được trong cuộc sống là không gì là không thể đối với những người tận tâm giải quyết các thách thức xã hội thông qua các mô hình kinh doanh sáng tạo và có khả năng mở rộng.

Mục tiêu cuối cùng của chúng tôi là làm việc trong quan hệ đối tác SDG LHQ và truyền cảm hứng để các chính sách được điều chỉnh nhằm đưa những người bị chứng đa dạng thần kinh vào thị trường lao động và hệ thống giáo dục tốt hơn. Khi SDG LHQ sẽ được đem ra đánh giá vào năm 2030, chúng tôi hy vọng rằng lúc đó chúng ta sẽ không cần đến Specialisterne nữa.

Hãy cho chúng tôi cơ hội sử dụng lợi thế của người tự kỷ để tạo ra một phong trào triệt để lớn nhất từ trước đến nay và tạo ra nhiều nơi làm việc đa dạng và hòa nhập hơn cho tất cả mọi người trong cộng đồng trên toàn cầu.

Chương 7

TÌM VIỆC - NHỮNG THÁCH THỨC VỀ QUYỀN RIÊNG TƯ & BẢO MẬT

Tác giả: Vint Cerf

Vinton G. Cerf là đồng chủ tịch và đồng sáng lập của i4j. Ông là phó chủ tịch kiêm giám đốc truyền bá Internet của Google và đóng góp vào việc phát triển chính sách đang được tiếp tục về phổ biến Internet toàn cầu. Được biết đến rộng rãi như một trong những "cha đẻ của Internet", Cerf là người đồng thiết kế các giao thức TCP / IP và kiến trúc của Internet. Ông đã từng đảm nhiệm các vị trí điều hành tại MCI, tổng công ty Sáng kiến nghiên cứu quốc gia và Cơ quan dự án nghiên cứu quốc phòng tiên tiến và là giảng viên của Đại học Stanford.

Các hệ thống hỗ trợ người tìm việc sẽ cần quyền truy cập vào một lượng thông tin cá nhân đáng kể. Chúng sẽ cần phải mô tả đặc điểm khả năng của người lao động và cho phép một nhà tuyển dụng tiềm năng liên hệ với chúng. Một hệ thống tổng hợp có thể chứa một lượng thông tin rất lớn của một lượng lớn cá nhân, và do đó là mục tiêu hấp dẫn cho hacker. Hơn nữa, khách hàng của hệ thống (ví dụ như người sử dụng lao động) có thể sơ suất hoặc ít nhất là thiếu sót trong việc bảo vệ dữ liệu này. Bài tiểu luận ngắn gọn này phác thảo một số đặc tính mong muốn của một hệ thống so khớp việc làm góp phần bảo vệ quyền riêng tư cá nhân và bảo mật chung của hệ thống và nội dung của nó.

Vào năm 2014, chúng tôi đã đặt ra cái tên "Jobly" cho một hệ thống lý tưởng được tưởng tượng sử dụng trí tuệ nhân tạo để so khớp con người với những cơ hội việc làm. Jobly cũng được thiết kế để hỗ trợ khi ứng viên không biết rõ khả năng của mình là gì, và nhà tuyển dụng không nhận thức được giá trị mà những khả năng đó mang lại ra sao. Kể từ đó, Jobly đã trở thành một phần của kho tàng từ vựng i4j để mô tả một ứng dụng tạo kết quả so khớp lý tưởng. Người ta có thể gọi nó là "thử nghiệm Turing" i4j để so khớp con người với những cơ hội việc làm. Một meme khác gần đây đã thu hút được sự chú ý trong các cuộc thảo luận i4j là "coolabilities", các khả năng bù trừ khi bị khuyết tật. Một Jobly cho những người khuyết tật với khả năng bù trừ khi bị khuyết tật đã trở thành tầm nhìn của một số thành viên i4j, những người đã bắt đầu một dự án hướng tới một hệ sinh thái phát triển thế hệ ứng dụng thị trường lao động mới.

Về lý thuyết, nhà tuyển dụng tiềm năng càng biết nhiều về khả năng và tình hình của ứng viên thì càng có thể thiết lập một sự so khớp tiềm năng có hiệu quả hơn. Dòng suy luận đó cho thấy rằng một hệ thống so khớp công việc như Jobly giả định sẽ hoạt động tốt nhất khi nó có thông tin tối đa về công việc và ứng viên. Nhưng mặt khác, việc tổng hợp một lượng thông tin cá nhân đáng kể sẽ dẫn đến rủi ro lớn. Điều gì sẽ xảy ra nếu cơ sở dữ liệu bị tấn công và nội dung của nó bị đánh cắp và sử dụng sai mục đích? Chúng ta có thể hình dung vô số tình huống có hại trong đầu như trộm danh tính, sử dụng thông tin cá nhân cho mục đích thương mại, sử dụng thông tin cá nhân để chống lại người sử dụng (thực thi pháp luật, lạm dụng phương tiện truyền thông xã hội), rủi ro an ninh quốc gia (ví dụ như thâm nhập cơ sở dữ liệu OMB), khả năng bêu xấu người khuyết tật và bị từ chối tiếp cận các lợi ích hợp pháp chẳng hạn như bảo hiểm. Tôi chắc rằng bạn đọc có thể hình dung ra nhiều ví dụ khác nữa.

Những rủi ro này có thể được giảm thiểu như thế nào? Chúng nên được cân bằng như thế nào so với lợi ích tiềm năng của độ chính xác cao và chi tiết của thông tin? Có một số câu trả lời rõ ràng cho những câu hỏi này bao gồm việc cố ý giữ lại một số thông tin mặc dù điều đó có thể làm giảm bớt mức độ trung thực của việc so khớp công việc. Trong trường hợp người khuyết tật, việc tiết lộ một số thông tin muộn - chẳng hạn như sau khi đã được nhận làm việc - có thể dẫn đến những hậu quả tiêu cực.

Chúng ta hãy bắt đầu với những điều cơ bản. Bất kỳ hệ thống nào chứa thông tin cá nhân quan trọng cũng cần được thiết kế với tính bảo mật tối đa. Mã hóa cục bộ dữ liệu, xác thực hai yếu tố để truy cập và mã hóa từ đầu đến cuối trong bất kỳ quá trình truyền dữ liệu nào đều rõ ràng là cần thiết. Hơn nữa, bất kỳ bên nào được cung cấp quyền truy cập thông tin, hoặc thông tin được chuyển giao cho ai thì người đó phải thực hiện sự cẩn trọng như nhau trong việc bảo vệ thông tin được giao. Ngoài quan điểm này, một đạo luật châu Âu gần đây có tiêu đề *Quy định chung về bảo vệ dữ liệu* (GDPR) đề cập mạnh đến nhu cầu bảo vệ thông tin cá nhân dưới vô số hình thức. GDPR đang được áp dụng rộng rãi, không chỉ ở Liên minh châu Âu mà còn ở những nơi khác.

Tuy nhiên, đặt ra quy định không đồng nghĩa với việc phòng ngừa; chúng ta cần phải có các phương tiện kỹ thuật mạnh để đạt được kết quả mong muốn này. Nếu sự tiết lộ thông tin gây thiệt hại được thực hiện do sơ suất, công nghệ kém, hoặc quyết định phi đạo đức hoặc thiếu hiểu biết thì hình phạt như phạt tài chính sẽ không đủ mạnh để "nhốt thần đèn trở lại vào cái bình".

Người tìm việc sẽ phải đối mặt với những thách thức của riêng họ. Câu hỏi là, họ nên tin tưởng ai với những thông tin có thể dẫn đến cơ hội làm việc tốt hơn nhưng cũng có thể dẫn đến những tiết lộ ngoài ý muốn có khả năng gây hại hoặc tổn thương? Rõ ràng là kiểm soát quyền truy cập thông tin là chìa khóa để bảo vệ lợi ích của các bên có thông tin bị đe dọa. Luật phức tạp đã được ban hành để bảo vệ thông tin y tế và người ta có thể kết luận rằng các biện pháp bảo vệ theo kiểu HIPAA[1] có thể phù hợp và thậm chí đã có thể áp dụng cho một số thông tin cá nhân nhất định. Đã có những hậu quả do các quy tắc HIPAA gây ra ở Mỹ, không ít trong số đó có thể là thông tin thống kê về tỷ lệ mắc một số tình trạng bệnh tật nhất định được giấu kín bởi các biện pháp kiểm soát truy cập HIPAA. Điều này hạn chế khả năng hiểu và do đó có thể giúp giảm thiểu các tình trạng di truyền nhất định hoặc nhận ra tính nhạy cảm của một người đối với một căn bệnh cụ thể. Tuy nhiên, cần hiểu rằng việc tiết lộ thông tin y tế cho các bên không được phép có thể gây ra những hậu quả tiêu cực nghiêm trọng.

Nguyên tắc kiến trúc cho hệ thống Jobly

Dòng suy luận này dẫn đến việc xem xét các thuộc tính mong muốn cụ thể của hệ thống Jobly, bao gồm:

1. Kiểm soát truy cập chung vào tất cả dữ liệu cá nhân.

2. Kiểm soát truy cập chi tiết đến từng dữ liệu cụ thể.

3. Xác thực mạnh mẽ các bên truy cập.

4. Kiểm soát mạnh mẽ tính toàn vẹn của thông tin.

Làm thế nào chúng ta có thể đạt được một kiến trúc như vậy? Những phương tiện kỹ thuật nào có thể được thông qua? Việc sử dụng hệ thống so khớp việc làm kết quả sẽ khó hay dễ như thế nào? Có thể quá cồng kềnh để có hiệu quả chăng? Chúng ta có thể bắt đầu trả lời những câu hỏi như vậy bằng

---

[1] *HIPAA (Đạo luật về trách nhiệm giải trình và cung cấp bảo hiểm y tế năm 1996)*

cách xem xét các chức năng chính của kiến trúc bảo mật, bao gồm mã hóa dữ liệu, kiểm soát truy cập, so khớp, và giao tiếp được mã hóa.

Phác thảo kiến trúc bảo mật

Mã hóa dữ liệu: Kiến trúc hệ thống Jobly ở phía ứng viên phải bao gồm mã hóa tất cả nội dung ở trạng thái nghỉ để bảo vệ chống lại các vi phạm mà trong đó hệ thống lưu trữ có thể sẽ truyền tất cả nội dung ra ở chế độ không được mã hóa. Khóa mã hóa cho dữ liệu này có thể được hệ thống nắm giữ thực hiện, và người dùng nội dung không cần biết đến. Việc chuyển dữ liệu cho bên thứ ba cũng phải được mã hóa bằng cách sử dụng khóa đối xứng mới được tạo để chuyển đến bên thứ ba và được mã hóa trong khóa công khai của bên đó. Việc xác thực chính xác người dùng được ủy quyền của hệ thống phải là một yêu cầu bắt buộc, có thể với việc sử dụng xác thực hai yếu tố, để hạn chế các lỗ hổng của tên người dùng và mật khẩu. Sử dụng một thiết bị mật mã vật lý để tạo mật khẩu động thứ cấp cho mỗi lần truy cập là thiết kế mạnh nhất. Các thuật toán về mật mã được nhúng trong phần mềm trên điện thoại di động thì kém hấp dẫn do tiềm năng hack điện thoại di động cao.

Kiểm soát truy cập: Tất cả quyền truy cập vào nội dung của dữ liệu khách hàng (tức là người tìm việc) phải được ghi lại và kiểm tra. Người ta có thể sử dụng các phương pháp máy học và các công cụ phân tích khác để phát hiện khả năng lạm dụng (ví dụ như nỗ lực truy cập liên tục hoặc cố gắng truy cập vào một lượng lớn thông tin khách hàng). Người điều hành hệ thống Jobly rất có thể cũng sẽ cần thẩm định một số bên muốn truy cập dữ liệu khách hàng của Jobly. Thỏa thuận để có quyền truy cập kèm với các hình phạt cho hành vi lạm dụng sẽ phù hợp trong trường hợp này.

Quy trình so khớp: Quá trình so khớp việc làm sẽ lý tưởng nhất nếu chỉ được tiến hành trong giới hạn của hệ thống Jobly. Nói cách khác, một khách hàng của hệ thống Jobly đang tìm kiếm một công việc sẽ cung cấp bản mô tả công việc cho Jobly. Jobly có thể chỉ cung cấp một bản tóm tắt các đặc điểm mà nó tìm kiếm, hoặc nó có thể nêu chi tiết công việc thực tế cần thực hiện hoặc các tài năng hoặc bằng cấp cụ thể cần tìm kiếm. Một ngôn ngữ tinh tế và phong phú về mặt ngữ nghĩa cho các thông số kỹ thuật này sẽ rất hấp dẫn.

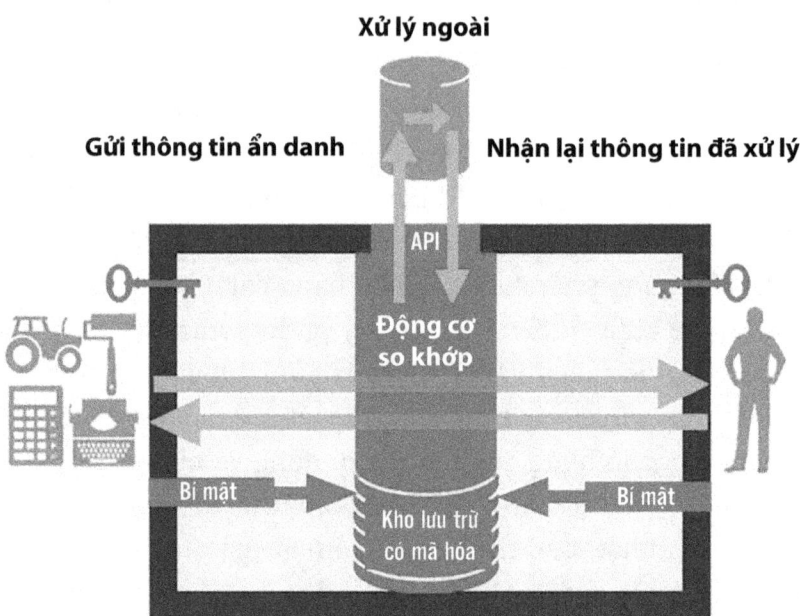

Trong nỗ lực thu hẹp khoảng cách giữa người tìm việc và nhà tuyển dụng, Google đã sử dụng Knowledge Graph (Sơ đồ tri thức) của mình để hỗ trợ so khớp việc làm[2] nhằm mở rộng sự phù hợp ngữ nghĩa giữa mô tả công việc với năng lực và kinh nghiệm của ứng viên. Các khái niệm này và API của Google được kết hợp có thể hoạt động tốt để triển khai Jobly. Xác định các ứng viên tiềm năng sẽ là kết quả của việc kích hoạt Jobly dựa trên bảng mô tả công việc.

Sau đó, chúng ta có thể tưởng tượng rằng nhà tuyển dụng sẽ được cung cấp một danh sách các ứng viên tiềm năng được xác định bởi những mã định

---

[2] https://cloud.google.com/blog/big-data/2016/11/cloud-jobs-api-machine-learning-goes-to-work-on-job-search-and-discovery

danh ẩn danh được gán cho khi ứng viên đăng ký. Nếu một người lo ngại về việc nhà tuyển dụng liên tục nhận dạng và ràng buộc thông tin của ứng viên với họ, người ta có thể tạo các số nhận dạng ngẫu nhiên cho mỗi trường hợp phản hồi khác nhau mặc dù điều này có thể làm phức tạp việc lưu giữ thông tin về trạng thái trong quá trình trao đổi qua lại giữa nhà tuyển dụng và Jobly. Trong mọi trường hợp, nhà tuyển dụng nhiều nhất cũng chỉ nhận được những thông tin có gắn nhãn *công khai* bởi người khách hàng tìm việc. Lưu ý rằng người tìm việc có thể quyết định xem liệu coolabilities có nên được coi là *công khai* hay không. Một tìm kiếm có chú ý về coolabilities hoặc các khuyết tật có thể cho ra một bản tóm tắt những kết quả phù hợp ẩn danh tiềm năng.

Thông tin liên lạc được mã hóa: Khi phát hiện ra một sự trùng khớp có thể nào đó, có vẻ như thích hợp cần phải thông báo cho người tìm việc về sự kiện này, cung cấp cho người tìm việc một bản tóm tắt về công việc theo mô tả của nhà tuyển dụng, và hỏi xem những thông tin *không công khai* nào người tìm việc mong muốn được phát hành cho nhà tuyển dụng (nếu có). Mục đích của tính năng này là cho phép ứng viên ứng tuyển quyết định thông tin nào sẽ được phát hành tùy thuộc vào mô tả công việc và nhà tuyển dụng. Điều quan trọng là nhà tuyển dụng và khách hàng đang tìm việc phải tin tưởng rằng thông tin được cung cấp cho nhà tuyển dụng được bảo đảm toàn vẹn và bảo mật cao. Vì vậy, hệ thống Jobly nên cung cấp một cách nào đó để người tìm việc ký điện tử vào tất cả nội dung của họ do Jobly nắm giữ. Việc đăng ký với Jobly sẽ đi kèm với việc người đăng ký cung cấp cho Jobly khóa công cộng của họ.

Ứng viên phải cho phép các tập hợp con dữ liệu có chọn lọc được cung cấp cho nhà tuyển dụng nhưng đồng thời vẫn kiểm soát quyền truy cập. Để đạt được điều đó, ứng viên có thể ký điện tử vào khối dữ liệu tổng hợp của ứng viên nhưng mã hóa riêng các tập hợp con dữ liệu ứng viên, sau đó cung cấp khóa giải mã để có thể phát hành dữ liệu cá nhân cho nhà tuyển dụng tùy ý ứng viên. Các khóa riêng tư hoặc khóa đối xứng riêng lẻ có thể được sử dụng để bảo vệ dữ liệu ứng viên riêng lẻ; tức là, các khóa khác nhau sẽ được cung cấp cho mỗi mức dữ liệu khác nhau. Điều này ngăn nhà tuyển dụng sử dụng một khóa chung để giải mã mọi dữ liệu trong hồ sơ tiểu sử của ứng viên.

Để bảo vệ các khóa trong quá trình truyền đi, truy vấn từ nhà tuyển dụng có thể bao gồm hai điều: khóa công khai của nhà tuyển dụng và sự chấp thuận của ứng viên để truy cập vào dữ liệu cụ thể. Điều này sẽ khiến Jobly gửi dữ liệu được mã hóa cùng với khóa giải mã; khóa này sẽ được mã hóa trong khóa công khai của chủ nhân. Bằng cách này, ứng viên có thể kiểm soát dữ liệu nào được phát hành cho nhà tuyển dụng tiềm năng, và dữ liệu được bảo vệ bằng mật mã khỏi cả chế độ xem lẫn hiệu chỉnh mà không bị phát hiện.

Soạn ra những chính sách có hiệu quả

Đôi khi người ta khẳng định rằng những người làm luật cũng giống như người cầm búa tưởng mọi việc chắc như đinh đóng cột. Thật hấp dẫn khi tưởng tượng rằng việc thông qua luật chống lạm dụng bằng cách nào đó có thể giải quyết được vấn đề. Tất cả những gì nó làm là tạo ra động lực để mọi người tuân thủ luật pháp (nói chung là một điều tốt) hoặc tìm cách giải quyết vấn đề đó (nói chung là một điều xấu). Điều cần thiết là sự đánh giá sâu sắc hơn của nhà lập pháp về giới hạn của công nghệ cũng như những cách thức hữu hiệu và không hữu hiệu của công nghệ. Quan trọng nhất là nhu cầu hỗ trợ các nhà lập pháp về kiến thức và các phép ẩn dụ hữu ích giúp họ và các trợ lý của họ đánh giá tiện ích của các phương pháp tiếp cận kỹ thuật khác nhau đối với các vấn đề trong lĩnh vực quyền riêng tư và bảo mật. Tất nhiên, đó là chuyên môn mà các chuyên gia có ý định áp dụng để thực hiện công việc đó, nhưng trong quá trình viết luật và quy định, ý kiến chuyên môn trong thực tế mới là quyết định sống còn. Đã từng tồn tại một văn phòng Đánh giá công nghệ trực thuộc Quốc hội Mỹ. Nhưng nó đã bị bỏ rơi vào năm 1995[3] vì gây nhiều bất lợi cho các nhà lập pháp, những người cần thông tin OTA. Có vẻ như vẫn còn kịp thời để chúng ta xem xét lại giá trị của chức năng này do tính chất kỹ thuật ngày càng cao của xã hội chúng ta

---

[3]   https://en.wikipedia.org/wiki/Office_of_Technology_Assessment

và sự phụ thuộc sâu sắc của chúng ta vào công nghệ thông tin và cơ sở hạ tầng trong cuộc sống hàng ngày. Người dân cũng cần nhận thức sâu sắc hơn về những rủi ro và sức mạnh của công nghệ. Việc phát triển nhận thức này cần có các công cụ và đào tạo để bảo vệ lợi ích của chính họ. Tất cả chúng ta đều có vai trò bảo vệ sự an toàn, bảo mật và quyền riêng tư của cá nhân và doanh nghiệp trong khi duy trì các quy trình quản trị minh bạch trong khu vực tư nhân và nhà nước.

Tôi sẽ kết thúc chương của mình với hai nhận xét có liên quan trong bối cảnh của Jobly dành cho coolabilities.

Nhận xét (1): Blockchain có phải là chìa khóa thành công cho Jobly không?

Khi quyển sách này được phát hành, chúng ta đang gặp phải sự cường điệu lớn trong những cuộc thảo luận về blockchain và tiền điện tử. Tôi cũng không phải là một người hâm mộ lớn, nhưng thật công bằng khi tôi được hỏi liệu các thuộc tính của blockchain và các biến thể như "hợp đồng thông minh" bằng cách nào đó có thể đóng một vai trò nào đó trong việc xây dựng một hệ thống giống như Jobly hay không. Về nguyên tắc, lợi thế chính của blockchain là các mục nhập liệu của nó về cơ bản là không thể (hoặc ít nhất là quá khó) để thay đổi. Nói cách khác, tính toàn vẹn của thông tin trong blockchain được bảo vệ khá tốt. Một blockchain có thể không cung cấp tính bảo mật mặc dù điều đó có thể được thêm vào bằng cách mã hóa các mục nhập liệu trong mỗi khối. Vấn đề về quản lý khóa nảy sinh ở điểm này. Khi một số lượng đáng kể các bên được cấp quyền truy cập vào nội dung, khóa mã hóa phải được bảo vệ. Blockchain cũng có đặc tính là một chuỗi có thể được sao chép theo cách phân tán để nhiều bên có quyền truy cập vào nội dung của nó. Nhu cầu kiểm soát truy cập, như đã được khẳng định trong bài tiểu luận này, làm cho việc nhân rộng các khóa truy cập vào nội dung được mã hóa nảy sinh vấn đề. Vấn đề sao chép và bảo vệ khóa vốn dĩ không được giải quyết ở blockchain, nhưng nếu các thuộc tính bảo mật khác của các mục blockchain có thể được triển khai thì việc truy cập rộng rãi vào cơ sở dữ liệu phân tán của thông tin cá nhân có thể tỏ ra hấp dẫn. Tất nhiên, cũng có những cách khác để tạo cơ sở dữ liệu phân tán có nội dung được đồng bộ hóa, vì vậy tôi không coi blockchain là một giải pháp quan trọng hoặc duy nhất.

Nhận xét (2): Coolabilities, khuyết tật và công việc, một lưu ý cá nhân

Tôi phải đeo hai chiếc máy trợ thính đến nay đã được 62 năm kể từ khi tôi mới 13 tuổi. Chất lượng thính giác của tôi nói chung đã giảm khoảng một decibel mỗi năm, nhưng máy trợ thính đã cho phép tôi thực hiện chức năng tốt trong một thế giới cần có thính giác. Tôi chưa bao giờ học cách dùng ngôn ngữ ký hiệu, và tôi không phải là một người đọc môi tài năng mặc dù tôi có những người bạn thành thạo một trong hai hoặc cả hai tài năng đó. Ngoài ra, vợ tôi bị khiếm thính nặng trong 50 năm qua và luôn là một người đọc môi giỏi nhưng bà ta đã được cấy ghép ốc tai điện tử vào năm 1996 và 2006.

Tôi đề cập đến những tình trạng này để cung cấp một số cơ sở cho những suy nghĩ dưới đây. Quyển sách này nêu bật những quan sát về các kỹ năng thường có liên quan đến khuyết tật, chẳng hạn như rối loạn phổ tự kỷ. Tôi đồng tình rằng những khả năng đặc biệt như vậy ("coolabilities") nên được làm cho thế giới biết đến bởi những người sử dụng lao động mà doanh nghiệp của họ có thể tận dụng những kỹ năng đặc biệt này mặc dù điều quan trọng là việc tiết lộ chỉ đến với những người sử dụng lao động hiểu được công dụng của những kỹ năng này và sẵn sàng đáp ứng các điều kiện cần thiết để sử dụng chúng. Tuy nhiên, tôi lo lắng rằng việc tập trung quá nhiều vào khả năng coolabilities có thể dẫn đến việc từ chối những người khuyết tật chỉ đơn giản là vì họ không có khả năng đặc biệt hơn những người còn lại.

Tôi không có bất kỳ khả năng đáng chú ý nào. Tình trạng mất thính lực của tôi không mang lại lợi ích gì ngoại trừ việc tháo máy trợ thính ra và trải qua đêm ngon lành mặc cho đứa trẻ hai tuổi đang la hét phía sau. Mặt khác, tôi cần một số tiện nghi để làm việc hiệu quả. Âm lượng điện thoại cần được khuếch đại cho dù tôi đã có máy trợ thính. Tôi cần sắp xếp đặc biệt cho phần Vấn & Đáp khi nói chuyện với nhiều khán giả hơn. Tôi sử dụng tai nghe cho hội nghị truyền hình để cải thiện chất lượng âm thanh. Tôi là một người rất thích phụ đề thời gian thực cho các buổi hội nghị thông thường và hội nghị truyền hình khi có thể. Tôi không nghĩ đến việc mình bị mất thính lực, mặc dù trong các cuộc phỏng vấn, tôi không ngần ngại nói như vậy nếu tôi gặp khó khăn khi nghe người phỏng vấn. Tôi cũng rất công khai về điều này khi nói trước đám đông và khi thu hút khán giả.

Việc quá chú trọng vào coolabilities có thể có tác động tiêu cực làm giảm sự quan tâm thích thú đến những người chỉ vô tình bị khuyết tật nhưng vẫn có thể hoàn thành công việc một cách mỹ mãn. Tôi nghĩ điều quan trọng là đầu tiên phải xem xét khả năng của tất cả những người lao động tiềm năng, đánh giá kỹ giá trị của họ, và sau đó là điều chỉnh thích ứng các điều kiện cần thiết để cho phép họ làm việc một cách có hiệu quả. Khả năng thực hiện công việc mới là điều quan trọng.

Chương 8

XÂY DỰNG NỀN KINH TẾ LẤY CON NGƯỜI LÀM TRUNG TÂM CÁC KHỞI NGHIỆP ĐỊNH NGHĨA LẠI VIỆC HỌC VÀ KIẾM TIỀN

Tác giả: Jason Palmer

Jason Palmer là đối tác điều hành tại New Markets Venture Partners, một trong những công ty đầu tư mạo hiểm tập trung vào giáo dục hàng đầu của quốc gia. Là một nhà đầu tư quan tâm đến kết quả tài chính và xã hội, New Markets tập trung vào các công ty edtech (công nghệ phục vụ cho giáo dục) sáng tạo, có tác động cao, ở giai đoạn đầu và giai đoạn tăng trưởng nhằm cải thiện kết quả của sinh viên trong khi giúp xây dựng các tổ chức hoạt động có lợi nhuận.

Jason đã liên kết với New Markets từ năm 2011 và trở thành đối tác điều hành vào năm 2016 sau ba năm làm việc tại quỹ Gates Foundation. Jason có 20 năm kinh nghiệm với tư cách là một doanh nhân, nhà điều hành và nhà đầu tư công nghệ giáo dục, đồng thời tập trung vào chiến lược quỹ, hỗ trợ các công ty quản lý danh mục đầu tư và tận dụng mối quan hệ sâu sắc với các lãnh đạo trong ngành. Ông là giám đốc hội đồng quản trị của Motimatic và là quan sát viên hội đồng quản trị của Credly, Signal Vine, Learn Platform và American Honors College. Jason trước đây từng là giám đốc hội đồng quản trị tại Moodleroom, DecisionDesk và StraighterLine.

Trước khi đảm nhiệm vai trò hiện tại, Jason từng là phó giám đốc của Quỹ Bill & Melinda Gates Foundation, dẫn đầu các nỗ lực đổi mới giáo dục sau trung học nhằm cải thiện kết quả của sinh viên đại học có thu nhập thấp, sinh viên thuộc nhóm thiểu số và thế hệ thứ nhất bằng cách đầu tư vào các trường cao đẳng, đại học và những doanh nghiệp ủng hộ giáo dục thích ứng và kỹ thuật số, huấn luyện và tư vấn cho sinh viên, cấu trúc hỗ trợ tài chính, chuyển đổi tín chỉ toàn diện và con đường sử dụng lao động. Trước khi gia nhập quỹ này, Jason đã thành lập và phát triển ba công ty công nghệ và dịch vụ được các nhà đầu tư hậu thuẫn trước khi nắm giữ một loạt vị trí điều hành tại Microsoft, SchoolNet, Kaplan và StraighterLine. Tại Kaplan, ngoài việc sáng lập và dẫn đầu nỗ lực đầu tư mạo hiểm của công ty, Jason đã lãnh đạo ba doanh nghiệp giáo dục với tư cách là tổng giám đốc hoặc chủ tịch.

Jason có bằng cử nhân trong các ngành học liên ngành của Đại học Virginia và bằng thạc sĩ Quản trị kinh doanh của Trường Kinh doanh Harvard, đồng thời phục vụ trong ban Tổ chức giáo dục Curry của Đại học Virginia.

---oOo---

Vào đầu năm nay, người thợ hấp tẩy quần áo của tôi, một cô người Mỹ gốc Phi 55 tuổi, kiếm được $10/giờ, đã làm tôi ngạc nhiên khi kể về các khóa học khoa học máy tính mà cô đang theo học trên edX. Cô ấy biết tôi làm việc trong lĩnh vực công nghệ nên thắc mắc liệu một chương trình MicroMaster của edX có đủ để giúp cô ấy có một công việc lập trình được trả lương hay không, hay liệu cô ấy có thực sự cần lấy bằng thạc sĩ chính quy về khoa học máy tính hay không.

Người thợ hấp tẩy quần áo của tôi không phải là một trường hợp đơn độc - hơn 14 triệu sinh viên đang tham gia hàng ngàn khóa học miễn phí trên edX để giúp ích cho sự nghiệp của họ và hơn 4 triệu sinh viên ở độ tuổi 25-64 đang theo học các chứng chỉ và bằng cấp dài hạn hơn tại các trường cao đẳng và đại học của Mỹ.

"Nền kinh tế lấy con người làm trung tâm" không chỉ là một tầm nhìn táo bạo được đưa ra bởi các tác giả của quyển sách này mà nó đã được xây dựng một cách thầm lặng bởi các nhà đổi mới phục vụ người học sau trung học và người đang lao động. Chúng tôi "chỉ" cần khám phá nó, vạch ra và khuyến khích những người khác tham gia. Các doanh nhân đang tận dụng các mô hình kinh doanh và công nghệ tiên phong mới cho những cách thức mới để mọi người ở mọi lứa tuổi và mọi hoàn cảnh có thể khai thác đam mê, củng cố kỹ năng của họ và triển khai chúng theo những cách ảo, linh hoạt, kỹ thuật số để tăng lợi ích lớn hơn cho bản thân họ nói riêng, xã hội và nền kinh tế của chúng ta nói chung.

"Nền kinh tế lấy con người làm trung tâm" không những chỉ là một tầm nhìn táo bạo mà các tác giả của quyển sách này đưa ra mà nó còn đang được xây dựng. Chúng tôi "chỉ" cần khám phá nó, và bắt đầu khuyến khích những người khác tham gia.

Là một nhà đầu tư mạo hiểm tập trung vào công nghệ giáo dục, đào tạo và lực lượng lao động, tôi đủ may mắn được nhìn thấy "đằng sau bức màn" của hàng trăm công ty công nghệ giáo dục tương lai nhất, sáng tạo nhất ở Mỹ. Một số công ty trong số này đang cố vượt qua ranh giới hiện tại thông qua việc áp dụng trí tuệ nhân tạo, blockchain, thực tế ảo tăng cường, trong khi những công ty khác đang tạo ra cơ sở hạ tầng kỹ thuật số cho giáo dục điện tử, đánh giá và cấp bằng.

Vị trí thuận lợi này cho phép tôi nhìn cận cảnh câu nói của William Gibson trong cuốn tiểu thuyết khoa học viễn tưởng *Neuromancer* năm 1984 của ông: "Tương lai đang ở đây - chỉ là nó không được phân bổ đồng đều cho lắm."

Các phương tiện truyền thông chính thống đang truyền tải đầy rẫy những dự đoán thảm khốc như tự động hóa làm thay đổi hàng triệu việc làm, làm mất dần tầng lớp trung lưu, và cuộc sống có khả năng trở nên kỹ thuật số nhiều hơn và cá nhân hóa trở nên ít hơn. Tôi hoàn toàn tin tưởng những dự đoán này sẽ trở thành sự thật đối với những công việc nhàm chán, thường ngày, và dễ dàng tự động hóa. Nhưng phần lớn, đây không phải là tương lai mà tôi nhìn thấy. Thay vào đó, tôi thấy các công ty khởi nghiệp đầy hứa hẹn không tập trung vào việc tự động hóa đẩy con người ra khỏi sự tồn tại, mà ngược lại họ tối ưu hóa tiềm năng của con người, mang đến cho con người những công cụ mạnh mẽ để tăng cường khả năng tự nhiên và mở rộng tác động tích cực của họ. Những công ty tốt nhất trong số này đã trao quyền cho người học và người kiếm tiền và đang bắt đầu xác định lại cấu trúc giáo dục và việc làm.

Những công ty khởi nghiệp hứa hẹn nhất không tập trung vào việc tự động hóa đẩy con người ra khỏi sự tồn tại, mà họ tối ưu hóa tiềm năng của con người thông qua những công cụ mạnh mẽ để tăng cường khả năng tự nhiên và mở rộng tác động tích cực của họ. ... bắt đầu xác định lại cấu trúc giáo dục và việc làm.

Trên thực tế, khái niệm giáo dục và việc làm đang bắt đầu mờ nhạt dần theo những cách sâu sắc và thay vào đó là ý nghĩa cụ thể của cụm từ cổ xưa "học tập suốt đời". Khi cụm từ này lần đầu tiên được đặt ra vào năm 1971 ở Đan Mạch, học tập suốt đời có nghĩa đơn giản là theo đuổi kiến thức "liên tục, tự nguyện và tự động viên", nhấn mạnh sự hoàn thiện cá nhân sau khi tốt nghiệp trung học hoặc đại học.

Tuy nhiên, trong hơn 50 năm qua, các nhà khoa học đã xác định rằng giáo dục không chỉ là một hoạt động thụ động mà người ta phải trải qua trong hai thập kỷ đầu tiên của cuộc đời, mà thay vào đó là một quá trình phát triển liên tục, tích cực, liên tục trong suốt cuộc đời của mỗi người, bao gồm chức năng điều hành, tiếp thu ngôn ngữ, đọc, viết, toán học, siêu nhận thức và học tập theo chủ đề cụ thể cũng như học tập qua kinh nghiệm (ví dụ như công việc dựa trên dự án và học tập trên công việc), tất cả đều có thể được ánh xạ đến các mốc quan trọng, năng lực, kỹ năng và thành tích đạt được.

Bên cạnh cơ sở hạ tầng khoa học dùng để mô tả cách thức con người phát triển, học hỏi và trưởng thành, một liên minh giáo dục và lực lượng lao động đang trải qua một quá trình phát triển nhanh chóng được hỗ trợ bởi bốn xu hướng:

1. Phần mềm đang ngốn dần cả thế giới;

2. Hàng triệu công việc analog đang chuyển mình thành các công việc dành cho chuyên gia công nghệ "được đào tạo không chính quy" được trao quyền cao, kết nối chặt chẽ với nền kinh tế việc làm độc lập theo yêu cầu;

3. Giáo dục đang trở nên số hóa, quy mô hạt và chứng chỉ vi mô; và

4. Người sử dụng lao động, các tổ chức giáo dục và mọi người đang nắm bắt sự hiểu biết linh hoạt hơn, toàn diện hơn về công việc và cuộc sống liên quan đến việc học tập suốt đời, các công việc hybrid mới - một quan niệm mới xuất hiện về hạnh phúc và mưu sinh dựa trên niềm đam mê, sự tò mò và khả năng của mỗi cá nhân - thay vì lắp ghép mọi người vào những khuôn mẫu lỗi thời của các công ty.

Những xu hướng chính này đang định hình lại sự liên tục của lực lượng kết hợp giữa lao động, giáo dục và những công ty khởi nghiệp mạnh nhất đang khai thác những xu hướng này.

Phần mềm đang ngốn dần cả thế giới

Trở lại năm 2011, Marc Andreessen đã nổi tiếng với câu nói, "Phần mềm đang ngốn dần cả thế giới." Ý của ông là hầu hết mọi ngành đều đang được chuyển đổi từ kỹ thuật analog sang kỹ thuật số, từ sách truyền thống sang sách điện tử, thương mại truyền thống đến thương mại điện tử, xe hơi thường đến Ubers và Lyfts tự lái. Gần như mọi ngành bao gồm ngân hàng, chăm sóc sức khỏe, bất động sản, sản xuất, năng lượng, giáo dục đều trải qua sự chuyển đổi này và hầu hết mọi công ty đều cần trở thành một công ty công nghệ, vì phần mềm đang cải tiến hoặc thiết kế lại hầu như mọi quy trình kinh doanh cơ bản.

Xu hướng mạnh mẽ này cũng đang đặc biệt định hình lại giáo dục và lực lượng lao động. Trong thị trường lao động, cơn sóng thần công nghệ đã dẫn đến việc tạo ra hàng triệu công việc "được đào tạo không chính quy" - một thuật ngữ được đặt ra vào năm 2016 bởi Giám đốc điều hành IBM Ginni Rometty bao gồm "những vai trò hoàn toàn mới trong các lĩnh vực như an ninh mạng, khoa học dữ liệu, trí tuệ nhân tạo và trí tuệ doanh nghiệp." Rometty lưu ý rằng 1/3 lực lượng lao động của IBM không có bằng đại học bốn năm, nhưng các công việc mới của họ đòi hỏi các kỹ năng kỹ thuật phức tạp mà người lao động có được thông qua đào tạo nghề nghiệp và công nghệ.

Công việc analog đang trở thành những công việc được đào tạo không chính quy

Khi nhu cầu về nhân viên liên quan đến công nghệ tăng cao, tỷ lệ thất nghiệp đã giảm xuống còn 3,8% nhưng nền kinh tế Mỹ vẫn thiếu 6,6 triệu việc làm; gần 3 triệu trong số đó đủ tiêu chuẩn là công việc được đào tạo không chính quy. Hầu hết những công việc này đều dễ tiếp cận và bình đẳng hơn bao giờ hết. Nhiều việc có thể được thực hiện ở bất kỳ đâu và bất kỳ lúc nào miễn là người lao động học cách sáng tạo, giao tiếp, cộng tác, suy nghĩ chín chắn và làm việc ảo thông qua công nghệ cũng như mặt đối mặt. Và nhiều người không yêu cầu phải có bằng đại học.

Ngày càng nhiều người lao động cần có kỹ năng về công nghệ và hiểu biết về kỹ thuật số cho dù vai trò của họ có liên quan trực tiếp đến lập trình hay không. Công ty phân tích lao động Burning Glass Technologies phát hiện ra rằng một nửa số công việc được trả lương cao nhất là những công việc thường yêu cầu kỹ năng viết mã hoặc kỹ năng công nghệ khác mà người xin việc phải có. Trong thế kỷ 21, mọi người đều cần học đọc, học viết và học viết mã lập trình.

Trong lịch sử, các trường cao đẳng và đại học của Mỹ đã cung cấp một lực lượng lao động có trình độ mà các ngành cần, nhưng giáo dục đại học thì chậm thích ứng với cuộc cách mạng khoa học máy tính, và những nhu cầu mới này không được đáp ứng đủ nhanh. Theo Code.org, vào năm 2017, các tổ chức giáo dục sau trung học của Mỹ đã trao chưa đến 100.000 bằng khoa học máy tính - thiếu hụt đến 500.000 cơ hội việc làm khoa học máy tính cho những cá nhân có những kỹ năng kỹ thuật này.

Bảng phân tích của Burning Glass Technologies trên 27 triệu mẫu tin tuyển dụng trực tuyến vào năm 2016 cho thấy rằng một nửa số việc làm đó dành cho các công việc "được đào tạo không chính quy", những công việc trả mức lương đủ sống nhưng yêu cầu dưới bằng cử nhân. Hơn 80% trong số những công việc này là "chuyên sâu về kỹ thuật số", được trả nhiều tiền hơn và mang lại cơ hội thăng tiến lớn hơn so với các cơ hội tương đương trong cùng lĩnh vực. Những công việc này bao gồm từ các vị trí văn thư, dịch vụ khách hàng, tài chính và vận hành cơ bản, sử dụng phần mềm năng suất cơ bản và phương tiện truyền thông xã hội, đến các vai trò dựa vào các công cụ kỹ thuật số chuyên dụng, chẳng hạn như quản trị viên internet, hệ thống và giám sát bảo trì, dịch vụ. Bảng phân tích này cũng lưu ý rằng, "Trong khi các kỹ năng kỹ thuật số nâng cao, đặc biệt là viết mã và lập trình, đang có nhu cầu cao trong các nghề đòi hỏi kỹ năng cao, vẫn có một số lượng lớn các kỹ năng kỹ thuật số mở ra cơ hội cho những người lao động được đào tạo không chính quy. Các kỹ năng CRM cơ bản, chẳng hạn như sử dụng Salesforce và các kỹ năng truyền thông xã hội là những cơ hội mở ra cánh cửa cho một số lĩnh vực nghề nghiệp được trả lương cao."

Để giải quyết nhu cầu "đói ngấu nghiến" này đối với các kỹ năng kỹ thuật, các học viện công nghệ như General Assembly và Galvanize đã phát triển nhanh chóng, làm việc với các nhà tuyển dụng để hiểu chính xác kỹ năng họ đang tìm kiếm, tổ chức đào tạo viết mã theo kiểu bootcamp (đào tạo chuyên sâu kết hợp kinh nghiệm thực tế và đảm bảo việc làm sau khi tốt nghiệp) và các khóa học kỹ thuật ứng dụng khác để dạy những kỹ năng đó và kết nối sinh viên với công ty thông qua các sự kiện và các cơ chế khác. Cách tiếp cận này có vẻ như đang có hiệu quả. Galvanize báo cáo 87% sinh viên tốt nghiệp của họ được tuyển dụng vào các công việc công nghệ thông tin trong vòng sáu tháng, trong khi các nhà tuyển dụng đã tuyển dụng gần 3/4 sinh viên của General Assembly, những người sử dụng dịch vụ tư vấn nghề nghiệp của công ty trong vòng sáu tháng kể từ khi bắt đầu tìm kiếm.

Hầu hết mọi người không biết rằng từ 2016-2017 phần lớn các tin tuyển dụng trên ZipRecruiter thực sự đã giảm yêu cầu về trình độ học vấn, đặc biệt là trong các vai trò quản lý tài khoản khách hàng, bán hàng và đảm bảo chất lượng. Bất chấp yêu cầu thay đổi của họ, số lượng công việc này đang tăng lên và họ có khả năng được trả lương cao mà không phải gánh nặng nợ đại học. Anthony P. Carnevale, Giám đốc Trung tâm giáo dục và nhân lực của Đại học Georgetown cho biết, "Đến năm 2024, nền kinh tế sẽ tạo ra hơn 16 triệu cơ hội việc làm được đào tạo không chính quy, bao gồm 3 triệu việc làm mới được tạo ra và 13 triệu từ thế hệ "Baby boomer" (sau Đại thế chiến lần thứ hai đến giữa thập kỷ 60') về hưu. Nhiều công việc "được đào tạo không chính quy" được trả lương cao; 40% được trả hơn $55.000/năm và 14% được trả hơn $80.000/năm. Để so sánh, người có bằng cử nhân trung bình kiếm được $61.000/năm."

Công ty tư vấn khổng lồ McKinsey & Company, nơi tôi làm cố vấn cho Hiệp hội phát triển và học tập dành cho người lớn (CAALD), ước tính rằng 39 triệu công việc đòi hỏi kỹ năng thông thường của người Mỹ có thể bị thay thế bởi tự động hóa trong 15 năm tới, nhưng cũng lưu ý rằng 30 triệu người trong số những người lao động đó có thể tìm thấy con đường rộng mở vào những ngành nghề mới và những loại công việc mới được tạo ra nếu họ có được những kỹ năng mới phù hợp. Mức độ mà các công nghệ hiện tại và đang phát triển có thể giúp tự động hóa thì không đồng đều. Chúng sẽ khác nhau đáng kể tùy lĩnh vực và vai trò. Hơn nữa, nếu các xu hướng lịch sử từ các thời kỳ trước vẫn được giữ nguyên thì 15 triệu việc làm bổ sung có thể sẽ được tạo ra mà ngày nay chúng ta không thể nhìn thấy.

Ví dụ, những công việc chân tay trong những môi trường có thể đoán trước được (chẳng hạn như vận hành nhà máy và chuẩn bị thức ăn nhanh) hoặc những công việc trong xử lý dữ liệu (nhân viên kế toán hoặc khởi tạo giao dịch vay thế chấp mua nhà) có thể dễ dàng bị máy móc thay thế. Nhưng theo McKinsey, "tự động hóa sẽ ít ảnh hưởng hơn đến các công việc liên quan đến quản lý con người, áp dụng kiến thức chuyên môn và tương tác xã hội, nơi máy móc hiện không thể có hiệu suất bằng với con người." Tương tự như vậy, những công việc khó dự đoán hơn hoặc lấy con người làm trung tâm như chăm sóc trẻ em và người già "về mặt kỹ thuật khó tự động hóa và thường yêu cầu mức lương tương đối thấp hơn, và điều này làm cho tự động hóa trở thành một đề xuất kinh doanh kém hấp dẫn."

Tuy nhiên, khi công nghệ giúp các công việc thường ngày trở nên tự động hóa thì các kỹ năng mềm của con người cũng ngày càng trở nên quan trọng hơn. Ví dụ, trang web tìm kiếm việc làm ZipRecruiter phân chia các vị trí mới vào những hạng mục như chăm sóc sức khỏe, kỹ thuật, công nghệ và phần mềm; các kỹ năng xuất hiện thường xuyên nhất trong năm 2016 bao gồm JavaScript, HTML và phần cứng, nhưng vào năm 2017 những từ đó đã biến mất khỏi danh sách Top 10 để nghiên về "dịch vụ khách hàng", "kỹ năng soạn tài liệu" và "cộng tác".

Các công ty khởi nghiệp đổi mới như Mursion đang sử dụng công nghệ thực tế ảo để phát triển môi trường học tập, mô phỏng nhập vai thực tế giống như các mô hình giả lập được sử dụng bởi phi công để thực hành bay và bác sĩ phẫu thuật dùng để hoàn thiện các kỹ thuật phức tạp - nhưng dành cho các kỹ năng mềm. Mursion cho phép mọi người làm việc trong những ngành nghề có mức độ tương tác cao với con người thực hành và nắm vững các kỹ năng giao tiếp mà họ cần để làm việc, đồng cảm với khách hàng và đồng nghiệp. Giám đốc điều hành Mursion, Mark Atkinson, người có công ty đang trên đà cung cấp 60.000 mô phỏng vào năm 2018 cho một loạt các chuyên gia, cho biết, "Thông qua những lần thực hành mô phỏng ngắn, Mursion huấn luyện người học cách quản lý các rung động cảm xúc của họ, thể hiện sự đồng cảm, giảm xung đột và thúc đẩy sự cảm thông được chia sẻ." Các trường hợp ứng dụng bao gồm từ đại diện dịch vụ khách hàng giảm xung đột đến y tá hoặc nhân viên cảnh sát có những cuộc trò chuyện đầy thách thức với bệnh nhân và gia đình của họ.

Trong khi đó, một công ty khởi nghiệp khác là PAIRIN không chỉ sử dụng công nghệ mà còn sử dụng nghiên cứu về hiệu suất công việc để đo lường và phát triển các kỹ năng mềm như một phần của nền tảng phát triển nghề nghiệp và cá nhân hóa của mình. Với trọng tâm làm cho việc tuyển dụng trở nên công bằng hơn đối với những người "kém khả năng được tuyển dụng", PAIRIN đo lường các kỹ năng mềm của một cá nhân (chẳng hạn như sự đồng cảm, hợp tác, sáng tạo, tò mò và tư duy phản biện) và cung cấp cho họ hướng dẫn về nghề nghiệp phù hợp và các công cụ phát triển để giúp họ cải thiện những kỹ năng đó.

Với trọng tâm làm cho việc tuyển dụng trở nên công bằng hơn đối với những người "kém khả năng được tuyển dụng", PAIRIN đo lường các kỹ năng mềm của một cá nhân (chẳng hạn như sự đồng cảm, hợp tác, sáng tạo, tò mò và suy nghĩ phản biện) và cung cấp cho họ hướng dẫn về nghề nghiệp phù hợp và các công cụ phát triển để giúp đỡ họ cải thiện những kỹ năng đó.

Hầu hết mọi nghề nghiệp đều cần những kỹ năng mềm này, nhưng rất ít nhân viên có được chúng, kể cả những sinh viên lớn lên trong những gia đình giàu có và theo học tại các trường lớn. "PAIRIN được thành lập dựa trên niềm tin rằng tất cả mọi người đều có giá trị đáng kinh ngạc, nhưng hầu hết chúng ta không bao giờ nhận ra tiềm năng của bản thân," đồng sáng lập kiêm Giám đốc điều hành Michael Simpson cho biết. "Hầu hết các nghề nghiệp có mức lương khởi điểm và tốc độ tăng trưởng tốt đều yêu cầu trình độ giáo dục chuyên ngành cụ thể cho từng công việc, nhưng trước tiên sinh viên phải phát triển các kỹ năng mềm để hoàn thành khóa đào tạo. Những kỹ năng tương tự đó cũng là 75-83% lý do mọi người thành công hay thất bại trong công việc."

PAIRIN đã thực hiện hơn 100.000 khảo sát kỹ năng mềm cho đến nay và cung cấp các khuyến nghị và huấn luyện được cá nhân hóa cho những nhân viên tiềm năng đó, đôi khi thông qua quan hệ đối tác với các chương trình thực tập trung học, các nhà cung cấp học việc và các chương trình đào tạo việc làm. Nó sử dụng các thuật toán dự đoán để giúp các doanh nghiệp phỏng vấn và tuyển dụng nhân viên dựa trên các kỹ năng mềm đã được chứng minh và năng lực thực sự tương quan với hiệu suất cao thay vì dựa trên quyết định của họ về những giấy tờ đại diện không chặt chẽ như bằng đại học hoặc đánh giá thiên vị như "phù hợp với văn hóa". Ngoài ra, nó cũng dựa trên máy học để thu thập dữ liệu từ những người có hiệu suất cao nhất và tinh chỉnh các thuật toán đó theo thời gian.

Simpson cho biết 40% khách hàng doanh nghiệp của PAIRIN đã thuê những nhân viên có năng suất hàng đầu trong năm ngoái mà về mặt kỹ thuật là "không đủ tiêu chuẩn" theo các tiêu chí nhân sự tiêu chuẩn như có nhiều năm kinh nghiệm, v.v. Ví dụ, công ty công nghệ chăm sóc sức khỏe Swisslog đã loại bỏ các yêu cầu về giáo dục và kinh nghiệm, đồng thời tăng gấp đôi sự đa dạng của lực lượng lao động và tăng tỷ lệ giữ chân nhân viên, tiết kiệm hàng triệu đô-la chi phí luân chuyển nhân viên.

Những doanh nghiệp này lưu ý rằng việc tìm cách phát triển những kỹ năng mềm là điều cần thiết không chỉ để giúp mọi người đạt được tiềm năng tối đa của họ với tư cách là người lao động mà còn với tư cách là một con người.

"Cách đây vài thập kỷ công việc không đa dạng lắm. Bạn đã làm việc với những người sống gần nơi bạn ở, những người trông giống bạn, đi đến cùng cửa hàng mua sắm với bạn, và chơi trong cùng một đội thể thao. Giờ đây, công việc giống như một cuộc họp của Liên Hiệp Quốc, chỉ khác là nó diễn ra hàng ngày."

Simpson của PAIRIN nói, "Cách đây vài thập kỷ công việc không đa dạng lắm. Bạn đã làm việc với những người sống gần nơi bạn ở, những người trông giống bạn, đi đến cùng cửa hàng mua sắm với bạn, và chơi trong cùng một đội thể thao. Giờ đây, công việc giống như một cuộc họp của Liên Hiệp Quốc, chỉ khác là nó diễn ra hàng ngày. Trong một xã hội kết nối, nhu cầu giao tiếp và cộng tác hiệu quả đã tăng lên đáng kể."

Giáo dục đang được số hóa và cấp chứng chỉ vi mô

Khi người sử dụng lao động và việc làm đòi hỏi kỹ năng kỹ thuật cao hơn và kỹ năng con người mạnh hơn, sắc thái hơn, và tốc độ thay đổi diễn ra ngày càng nhanh hơn thì rõ ràng hơn bao giờ hết, người lao động cần có nhiều hình thức học tập và chứng chỉ khác nhau. Đối với hầu hết mọi người, việc học chính quy hiếm khi phù hợp với nhu cầu của công việc, với các môn học trung học và đại học thường không liên quan đến kiến thức và kỹ năng mà một người lao động sẽ cần để có được việc làm hoặc thăng tiến trong sự nghiệp của họ.

Trước khi tham gia New Markets Venture Partners với tư cách là một nhà đầu tư mạo hiểm, tôi đã làm việc ba năm tại quỹ Bill & Melinda Gates Foundation, nghiên cứu và đầu tư vào đổi mới giáo dục đại học. Nhóm của chúng tôi đã hợp tác với các nhà tài trợ có tư duy tương lai khác, bao gồm quỹ Lumina Foundation và University Ventures, những người chia sẻ tầm nhìn chung về hệ sinh thái lấy con người làm trung tâm cho các công việc nơi các tổ chức giáo dục sau trung học, nhà tuyển dụng và các hiệp hội làm việc cùng nhau để tạo ra một hệ thống hiệu quả và minh bạch hơn nhằm đáp ứng nhu cầu của công chúng Mỹ.

Trong 20 năm qua, số lượng người Mỹ theo đuổi giáo dục sau trung học đã tăng lên cùng với số lượng công việc đòi hỏi bằng cấp cao, nhưng thị trường đó cũng đang thay hình đổi dạng. Vào năm 2015, hệ thống giáo dục đại học của Mỹ đã trao 1,9 triệu bằng cử nhân, con số cao nhất được ghi nhận từ trước đến thời điểm đó. Hơn 1,1 triệu sinh viên quốc tế theo học tại các trường cao đẳng và đại học của Mỹ mỗi năm, với 25 trong số 50 trường đại học hàng đầu thế giới có trụ sở tại đây. Tầm quan trọng của chứng chỉ sau trung học đã tăng lên quá lớn đối với triển vọng nghề nghiệp của một cá nhân đến mức Đại học Georgetown tính toán rằng một tấm bằng cử nhân có thể đem lại cho chủ sở hữu của nó giá trị thu nhập suốt đời nhiều hơn so với chỉ có bằng tốt nghiệp trung học đơn thuần là 1 triệu đô-la.

Như vậy, đại học đã trở nên vô cùng đắt đỏ và là một canh bạc khó khăn trong dài hạn đối với nhiều sinh viên, những người là người đầu tiên trong gia đình đi học đại học, những người đến từ các gia đình có thu nhập thấp, những người cần kiếm tiền đủ sống ngay trước mắt, hoặc những ai có thể cần vay các khoản vay cắt cổ để tài trợ cho việc học của họ. Không có gì ngạc nhiên khi chỉ có 53% sinh viên đại học tốt nghiệp và có bằng cấp. Trong khi đó, có sự khác biệt đáng kinh ngạc giữa tỷ lệ tốt nghiệp của các cơ sở giáo dục và tiềm năng thu nhập theo chương trình học (đặc biệt đối với sinh viên là người đầu tiên trong gia đình đi học đại học, những người đến từ các gia đình có thu nhập thấp, sinh viên là người Mỹ da đen / gốc châu Phi, hoặc người lớn đang đi làm). Beth Akers, một cựu thành viên của Viện Brookings phi đảng phái, cho biết, "Các bằng cấp vẫn đem lại lợi nhuận cao cho một sinh viên điển hình, nhưng có nhiều người sẽ bỏ đô-la vào một bằng cấp mà chỉ thu lại được rất ít hoặc không thu lại được gì."

Do đó, các công ty khởi nghiệp như Vemo Education đã bắt tay hợp tác với các trường học muốn gắn các ưu đãi với sự thành công của sinh viên đồng thời giảm bớt gánh nặng tài chính cho những sinh viên tốt nghiệp. Vemo hợp tác với các trường học để xây dựng và duy trì các chương trình "Thỏa thuận chia sẻ thu nhập" (ISA), qua đó toàn bộ hoặc một phần học phí của sinh viên được tài trợ để đổi lấy một phần nhỏ thu nhập của họ sau khi tốt nghiệp trong một khoảng thời gian nhất định. Vemo phục vụ gần 30 cơ sở giáo dục sau trung học, từ các trường công lập lớn như Đại học Purdue ở Indiana đến các trường phi lợi nhuận tư nhân nhỏ hơn như trường Cao đẳng Lackawanna ở Scranton, Pennsylvania đến các trường dạy nghề và chương trình viết mã như Học viện Kenzie. Ví dụ, chương trình ISA của New York Code + Học viện Thiết kế tài trợ học phí trả trước để đổi lấy 8% thu nhập hàng tháng trong vòng 48 tháng. Chương trình cũng đưa ra ngưỡng thu nhập tối thiểu là $40.000 để sinh viên tốt nghiệp không phải trả nợ nếu họ không kiếm được mức lương đủ sống.

Vemo làm việc với các trường học để xây dựng và duy trì các chương trình "Thỏa thuận chia sẻ thu nhập" (ISA), qua đó toàn bộ hoặc một phần học phí của sinh viên được tài trợ trả trước để đổi lấy một phần nhỏ thu nhập của họ sau khi tốt nghiệp trong một khoảng thời gian nhất định.

"Chúng ta hiện đang sống trong một hệ thống mà chi phí cho trường học không phải lúc nào cũng phù hợp với giá trị mà trường đó mang lại cho học sinh. Điều tồi tệ hơn là các trường tuyển sinh dựa trên các yếu tố đầu vào như chiến thuật tiếp thị ào ạt và chi tiêu cho cơ sở hạ tầng xa hoa, chứ không phải dựa vào kết quả đầu ra như con đường sự nghiệp và thu nhập ban đầu," Tonio DeSorrento, Giám đốc điều hành của Vemo giải thích. "Các trường đang chọn tham gia mô hình tài trợ mới dựa trên kết quả này để dân chủ hóa khả năng tiếp cận giáo dục đại học, loại bỏ các rào cản tài chính khi theo học đại học, điều chỉnh giá cả với giá trị, thông báo và cung cấp kết quả thực tế cho sinh viên của họ biết."

Người sáng lập trường Holberton, Julien Barbier, thậm chí còn đưa ra một quan điểm tốt hơn khi mô tả mô hình học phí hoãn lại trong chương trình của mình, tính phí 17% thu nhập của sinh viên trong ba năm rưỡi, "Nếu sinh viên của chúng tôi thất bại, chúng tôi sẽ không được trả tiền và chúng tôi sẽ chết. Và chúng tôi nên như thế."

Ngành giáo dục đại học đang nhanh chóng đa dạng hóa để giải quyết thị trường phức tạp hơn sau trung học cho học sinh tốt nghiệp trung học và những người trưởng thành khác. Trong bối cảnh suy thoái năm 2008, các khóa học trực tuyến (MOOC) được mở ồ ạt như Coursera, Udacity và edX đã nổi lên để cung cấp các môn học đại học trực tuyến miễn phí, sau đó bắt đầu tính phí truy cập hoặc phí cấp chứng chỉ và họ thường hợp tác với các công ty và tổ chức giáo dục đại học để cung cấp nội dung dạy kỹ thuật số của họ cho những nhóm đối tượng khách hàng lớn hơn.

Giáo sư Leonard J. Waks, tác giả của một quyển sách gần đây về sự phát triển của MOOC cho biết, "Lợi ích lớn nhất sẽ không đến từ các khóa MOOC về những môn học đại học, mà là từ các chương trình tương tự như MOOC đào tạo cho sinh viên học nghề tập trung và tìm việc làm mà không cần trúng tuyển đại học. Các chương trình này sẽ cung cấp các kỹ năng đầu vào và cơ hội việc làm thực tế trong nhiều lĩnh vực cho sinh viên từ các gia đình thuộc tầng lớp lao động phi công nghiệp - những sinh viên phải đi học đại học chỉ vì lý do kinh tế khi nền kinh tế công nghiệp sụp đổ. Những người trẻ tuổi muốn thăng tiến vào các vị trí lãnh đạo có thể đăng ký vào học trường đại học, và trong nhiều trường hợp, người sử dụng lao động sẽ trợ cấp học phí cho họ."

Ngoài ra, các chứng chỉ tú tài phụ đang tăng nhanh hơn nhiều so với bằng cử nhân và các bằng cấp cao khác. Từ năm 2004-2014, chứng chỉ và bằng cao đẳng đã tăng 56% từ 1,35 triệu lên 2,1 triệu được trao mỗi năm, và dự án *Công cụ xác thực bằng cấp* được hỗ trợ bởi Lumina Foundation đã đếm được 334.114 chứng chỉ sau trung học khác nhau được trao hàng năm bao gồm 66.997 chương trình chứng chỉ, 13.656 học việc được đăng ký, 8.864 giấy phép hành nghề do tiểu bang cấp, 5.465 chứng chỉ, 1.718 chứng chỉ bootcamp và 47 MicroMaster hoặc NanoDegree (chứng chỉ online ngành Khoa học máy tính). Đây là những bằng cấp đang được sử dụng làm dữ liệu để thúc đẩy việc tuyển dụng và thăng chức trong nền kinh tế "lao động chân tay mới" (nghề liên quan khoa học dữ liệu, điện toán đám mây, và AI).

Nhỏ về quy mô nhưng lớn về tác động chính là những "huy hiệu" kỹ thuật số và "chứng chỉ vi mô" rộng mở đại diện cho sự thành thạo các các kỹ năng liên quan được phát triển trong vòng năm năm qua, cung cấp bởi các hiệp hội ngành, trường cao đẳng, doanh nghiệp và tổ chức phi lợi nhuận. Các viên chức của Mozilla viết trong bài báo năm 2012 về tiềm năng của những tấm huy hiệu đó, "Nếu không có một phương cách để nắm bắt, thúc đẩy và chuyển giao tất cả việc học có thể có trong một hệ sinh thái học tập được kết nối rộng rãi hơn thì chúng ta đang hạn chế hệ sinh thái đó bằng cách không khuyến khích việc học có tính chất tham gia, làm cho các kỹ năng quan trọng trở nên không hấp dẫn hoặc không thể tiếp cận được ... và cuối cùng, giữ chân người học lại không cho phát huy được tiềm năng của họ." Với sự tài trợ từ quỹ MacArthur Foundation, quỹ Mozilla Foundation đã cải tiến những tiêu chuẩn kỹ thuật (hiện được giám sát bởi Hiệp hội học tập toàn cầu IMS, nơi tôi là thành viên hội đồng quản trị) của các huy hiệu mở mà các cá nhân có thể thu thập và phô bày ra làm bằng chứng học tập.

Bởi vì chúng là kỹ thuật số, di động, có thể xác minh được, dựa trên năng lực, "có thể xếp chồng lên nhau" thành các công nhận lớn hơn như bằng cấp và thường trong đó có chứa những chứng cứ thực tế về thành tích của họ nên nhiều người coi huy hiệu kỹ thuật số là làn sóng chứng nhận học tập tiếp theo. Hãy tưởng tượng kiến thức độc đáo của người học như một chùm huy hiệu. Chúng đáng tin cậy hơn một bản sơ yếu lý lịch tự thuật, phù hợp hơn bằng đại học, đầy đủ hơn một bảng điểm.

Bởi vì chúng là kỹ thuật số, di động, có thể xác minh được, dựa trên năng lực, "có thể xếp chồng lên nhau" thành các công nhận lớn hơn như bằng cấp và thường trong đó có chứa những chứng cứ thực tế về thành tích của họ nên nhiều người coi huy hiệu kỹ thuật số là làn sóng chứng nhận học tập tiếp theo.

Công ty tư vấn kinh doanh McKinsey & Company lưu ý, "Các chứng chỉ và huy hiệu vi mô cho phép người học tập thiết kế các lộ trình học tập theo mô-đun của riêng họ thay vì yêu cầu họ dựa vào các chứng chỉ, bằng tốt nghiệp hoặc bằng cấp thiết kế trọn gói do các tổ chức giáo dục thiết kế sẵn.Tương tự như vậy, việc tách nhỏ các nội dung học tập thông qua các tài nguyên giáo dục mở, kêu gọi nguồn cung cấp nội dung từ đám đông, và phân phối ảo của việc dạy học sẽ xóa bỏ nhà trung gian cung cấp và do đó giảm chi phí học tập."

Để tổ chức thị trường non trẻ này và cung cấp cơ sở hạ tầng kỹ thuật để theo dõi vô số chứng chỉ và huy hiệu, các công ty như Credly cung cấp cho các trường đại học và các công ty một nền tảng để họ có thể xác minh các kỹ năng và năng lực, phát hành chứng chỉ nhỏ gọn và đảm bảo, đồng thời tìm hiểu thành quả do các chứng chỉ này mang lại để có thông tin chi tiết về cách chúng đã được sử dụng như thế nào. Credly đã cấp hàng chục triệu chứng chỉ cho hàng triệu cá nhân thông qua hàng ngàn tổ chức khách hàng, từ Hiệp hội Kế toán Chuyên nghiệp Quốc tế (AICPA) và Chương trình Danh dự của Đại học bang Arizona đến Microsoft và IBM.

Jonathan Finkelstein, người sáng lập và giám đốc điều hành của Credly chỉ ra, "Sơ yếu lý lịch vì ứng viên tự viết nên có thể được phóng đại; bằng cấp là sự đại diện vụng về cho khả năng và kiến thức thực tế; và kết quả của việc học tập từ thực hành là không rõ ràng và không được ghi lại một cách gọn nhẹ cho nhân viên. Trong một thị trường lao động dựa trên kiến thức và kỹ năng, chứng chỉ kỹ thuật số hiện là một sự lưu hành chiếm ưu thế. Năng lực đã được xác minh đang trở thành một thành phần trong nền kinh tế, cung cấp năng lực cho thế hệ tiếp theo của đào tạo, tuyển dụng và nhân sự, với thông tin được xác minh phong phú và minh bạch hơn về những gì một người biết và có thể làm."

Thật vậy, không phải chỉ có chứng chỉ được tách nhỏ ra mà bản thân quá trình học cũng vậy. Xu hướng này đã được thúc đẩy nhanh chóng nhờ sự sẵn có của kết nối internet và các công nghệ khác, và gần đây là sự phát triển của các chương trình học đáp ứng theo nhu cầu của sinh viên. Nội dung kỹ thuật số, đánh giá trực tuyến và giáo trình thích ứng - đôi khi được nhóm lại với nhau dưới cụm từ chung là "học tập được cá nhân hóa" - đã cho phép các nhà cung cấp edtech, trường học và giáo viên cùng đưa ra những hướng dẫn dựa trên chẩn đoán về hiệu quả và sự tiến bộ của học sinh. Trong thời gian làm việc tại Gates Foundation, chúng tôi đã đầu tư 22 triệu đô-la vào tám nhà đổi mới như vậy - Smart Sparrow, Acrobatiq, EdReady, Lumen Learning, Cogbooks, Cerego, Rice University OpenStax và Stanford Open edX.

Công việc này đi đôi với xu hướng học tập "dựa trên năng lực", trong đó sự tiến bộ của học sinh không dựa trên thời gian ngồi trên ghế nhà trường mà dựa trên kiến thức đã đạt được và các kỹ năng thành thạo. Điều này phải được chứng minh trước khi học sinh chuyển sang đơn vị học tiếp theo, lớp tiếp theo, v.v. Nguồn gốc của phong trào này được đặt ra từ nhiều thập kỷ trước, khi giáo dục chuyển từ "chuẩn mực" - so sánh học sinh với nhau - sang "tiêu chuẩn" - xác định những gì học sinh phải biết và làm.

Các giáo viên và trường học ngày nay đánh giá bản thân họ và học sinh của họ dựa trên các tiêu chuẩn nội dung và ngày càng đi ngược lại các năng lực rộng lớn hơn - giống như lực lượng lao động ít coi bằng đại học như là nơi cung cấp kiến thức và cân nhắc nhiều hơn về việc thực tế thể hiện các kỹ năng liên quan.

Kính vạn hoa của những công việc linh hoạt

Số hóa học tập và việc làm cho phép cả hai được chia nhỏ thành nhiều phần và kết hợp lại theo những cách tùy chỉnh phù hợp hơn với nhu cầu và kỹ năng của mọi người tại một thời điểm, và theo những cách có thể mở rộng theo nhu cầu phát triển của nền kinh tế và của bản thân những người học theo thời gian.

Nhiều doanh nhân đã tiến lên nắm bắt cơ hội này. "Một số lượng nhỏ những sản phẩm mới - những sản phẩm phục vụ cho cả nhà tuyển dụng lẫn người tìm việc, những người đang cố gắng bước đi và thành công trên thị trường việc làm - trong những năm gần đây đã tăng lên theo cấp số nhân," theo Rockefeller Foundation. "Các giải pháp công nghệ có thể được thiết kế và triển khai theo hướng tạo ra giá trị cho cả "phía cầu" (người sử dụng lao động) lẫn "phía cung"(người tìm việc, nhân viên) của thị trường việc làm."

Công ty tư vấn kinh doanh McKinsey & Company đã phát hiện chính xác một hạng mục mang đầy hứa hẹn. Đó là các nền tảng kỹ thuật số về tài năng dùng so khớp người lao động với công việc mà cho thấy rằng chúng thường giúp tăng số giờ làm việc lên, mang lại lợi ích nhiều hơn cho các công ty cũng như người lao động. McKinsey lưu ý, "Ngay cả khi nếu chỉ một phần nhỏ thanh niên và người lớn rảnh rỗi sử dụng các nền tảng này để bắt đầu làm việc vài giờ mỗi tuần thì tác động kinh tế cũng sẽ rất đáng kể. Các nền tảng tài năng trực tuyến giúp khớp đúng người vào đúng công việc, do đó tăng năng suất của họ cùng với sự hài lòng trong công việc."

Wade Burgess của Shiftgig, một nền tảng kết nối lao động theo giờ với các công ty như dịch vụ ăn uống, sự kiện, khách sạn và quản lý nhà hàng khách sạn và các doanh nghiệp bán lẻ đồng tình nói rằng, "Các công ty đang ngày càng tìm cách để lấp đầy khoảng trống thiếu hụt lao động trong khi vẫn duy trì tốt sự linh hoạt về tài chính để thu nhỏ hay mở rộng lực lượng lao động của họ bất kỳ lúc nào khi cần thiết. Mặc khác, người lao động với những lối sống mong muốn hoặc cần có sự linh hoạt đang được trao quyền lựa chọn về địa điểm, thời gian, tần suất và đối tượng mà họ muốn làm việc."

Shiftgig sử dụng các thuật toán so khớp dự đoán, đánh dấu các ứng viên đã có kinh nghiệm và kỹ năng trước đây, cũng như sử dụng công nghệ tự động hóa quy trình hoạt động để sàng lọc nhân viên cho các "công việc độc lập theo yêu cầu" tiềm năng và cung cấp cho các công ty nguồn lao động có trình độ theo yêu cầu.

Shiftgig sử dụng các thuật toán so khớp dự đoán, đánh dấu các ứng viên đã có kinh nghiệm và kỹ năng trước đây, cũng như sử dụng công nghệ tự động hóa quy trình hoạt động để sàng lọc nhân viên cho các "công việc độc lập theo yêu cầu" tiềm năng và cung cấp cho các công ty nguồn lao động có trình độ theo yêu cầu. Tính đến nay, Shiftgig có gần 50.000 lao động trong cơ sở dữ liệu của mình và đã kết nối họ với gần 3.000 công ty khách hàng cho hàng trăm ngàn ca làm việc. Nhiều người trong số những lao động này sử dụng Shiftgig cho một "công việc phụ" bên cạnh công việc toàn thời gian của họ.

Số lượng những việc làm theo yêu cầu này tăng lên nhanh hơn so với những thay đổi trong chính sách của chúng ta. Do đó, nhiều bang và tòa án hiện đang quyết định xem những người lao động đó có phải là những người làm việc độc lập hay thuộc nhân viên của công ty, và điều đó có thể có ý nghĩa đối với các quyền lợi như mức lương tối thiểu, quyền lợi bảo hiểm (một số công ty ngày càng tìm cách tách chúng ra khỏi việc làm), khả năng thành lập công đoàn và không bị phân biệt đối xử trong việc làm.

Nhưng Burgess mô tả những người lao động "độc lập" của mình là những người được trao quyền, tự định hướng con đường của họ. Ông nói, "Nhiều người trong số các lao động độc lập theo yêu cầu xem công việc như một phần của cuộc sống để hài hòa với các chức năng khác trong cuộc sống. Họ coi trọng sự tự do và linh hoạt như một sự lựa chọn về lối sống. Hầu hết các lao động độc lập theo yêu cầu này cũng giống như các doanh nhân, dựa vào các sáng kiến và tham vọng của chính họ để vạch ra lộ trình cho mình thay vì dựa vào một công ty hoặc ông chủ để làm việc cho họ." Ông nói thêm rằng đặc điểm phẩm chất của nhiều người trong số những người lao động này là các kỹ năng mềm của họ, chẳng hạn như giao tiếp và dịch vụ khách hàng, giúp chúng chuyển hóa thành nhiều cơ hội việc làm theo yêu cầu.

Sự linh hoạt này có phải là tương lai của công việc không? Công ty phần mềm khổng lồ Intuit dự đoán rằng 40% lực lượng lao động sẽ được tạo thành từ những người lao động "theo yêu cầu" như vậy vào năm 2020, so với 30% vào năm 2010. Những người lao động này "tăng hiệu quả kinh doanh, sự nhanh nhẹn và linh hoạt" (và chi phí sử dụng lao động thấp hơn) và cũng có "một tiếng nói lớn hơn về thời gian và cường độ làm việc của họ, mang lại cho họ sự cân bằng giữa công việc và cuộc sống."

Trên thực tế, một trong những công ty phát triển nhanh nhất trong nước hiện nay là WeWork, một công ty cung cấp không gian làm việc chia sẻ đang tận dụng lợi thế cả về sự gia tăng của lao động độc lập theo yêu cầu cũng như nhu cầu bất động sản đang thay đổi của các công ty. Kể từ khi ra mắt tại thành phố New York vào năm 2010, WeWork đã mở rộng đến 253 địa điểm tại 22 quốc gia, quản lý hơn 1,3 triệu m2 diện tích văn phòng và được định giá 40 tỷ USD. Giám đốc điều hành Adam Neumann của công ty này nói, "WeWork đã và vẫn đang là một công ty nỗ lực hết mình để tạo ra một thế giới nơi mọi người có một cuộc sống chứ không phải chỉ kiếm tiền." Công ty cũng cung cấp các chương trình bootcamp về viết mã (được hỗ trợ bởi Flatiron School, được mua lại gần đây), không gian sống chung, phòng tập thể dục và sắp tới là cả các trường tiểu học trong khuôn viên. Với 5.500 nhân viên và đang phát triển thêm nữa, WeWork có tiềm năng phục vụ hàng trăm ngàn người học đang hành nghề tự do và sẽ có thu nhập trong tương lai.

Như vậy, điều quan trọng là phải nhận ra rằng nhiều lao động độc lập theo yêu cầu thích các công việc có thời gian dài hơn để mang lại sự an toàn và lợi ích cho công việc. Ngoài ra, luật người lao động độc lập cần cân bằng tốt hơn nhu cầu của người sử dụng lao động và nhân viên hợp đồng của họ - đạo luật hiện đang ưu ái hơn cho những người điều hành nền tảng và người yêu cầu dịch vụ. Khi chúng ta cập nhật các chính sách và luật này, chúng ta phải cân bằng giữa rủi ro và những điều có thể đạt được, đồng thời duy trì tính linh hoạt cho cả người sử dụng lao động và người lao động.

Kết luận

Khi các công ty sáng tạo mới này trưởng thành và mở rộng phạm vi tiếp cận và tác động của mình, chúng sẽ có tiềm năng không những chỉ đạt được hiệu suất công việc và lợi nhuận của cổ đông cao hơn, mà còn nhiều hơn thế nữa, ví dụ như kết quả thu được sẽ công bằng hơn cho mọi người, bao gồm thu nhập cũng như sự hài lòng với công việc và hạnh phúc trong cuộc sống.

Chúng ta hãy xem xét phát hiện của McKinsey rằng chỉ riêng ở Mỹ và Liên minh châu Âu đã có gần 100 triệu người thất nghiệp, chưa có đủ việc làm hoặc hoàn toàn nằm ngoài lực lượng lao động. Nhiều người trong số này là phụ nữ hoặc những người không nằm trong độ tuổi lao động chính yếu - hoặc rất trẻ hoặc rất già. Việc áp dụng rộng rãi các công nghệ mới này có thể giúp những người lao động đó có được cơ hội học tập suốt đời mà họ cần và những công việc tốt hơn mà họ mong muốn, đồng thời tăng giá trị tài sản và thúc đẩy GDP tăng trưởng.

Những lợi ích này không những chỉ tích lũy cho quốc gia trên phạm vi rộng, mà còn cho các cá nhân, các gia đình mà họ hỗ trợ, những đứa trẻ họ nuôi dạy và các cộng đồng mà họ tham gia. Thật vậy, những công việc "lao động chân tay mới" này không chỉ được trả lương nhiều hơn, mà còn có tiềm năng thăng tiến lớn hơn, thường sáng tạo hơn và có thể mang lại sự linh hoạt cao hơn và cân bằng giữa công việc và cuộc sống tốt hơn so với những công việc mà chúng đang thay thế.

Tôi tin rằng những công ty khởi nghiệp này - và hàng trăm công ty khác vẫn chưa được xác định và viết về chúng - đang mở đường hướng tới một thế giới vượt ra ngoài đường chân trời, trong đó con người, được tăng cường bởi công nghệ, có thể làm được nhiều việc hơn trong thời gian ngắn hơn. Ngoài việc tăng năng suất như vậy, chúng ta đang tiến đến một thời điểm mà trường học, công việc và cuộc sống được hòa nhập lại tốt hơn thay vì công việc và trường học luôn mâu thuẫn với cuộc sống và gia đình trong một cuộc chơi trong đó chúng ta học để làm việc và sau đó làm việc để sống, mà cuối cùng tổng cộng lại bằng không.

Những phát triển về công nghệ, học tập và kinh tế này có tiềm năng nâng cao sự hài lòng của chúng ta đối với công việc và cuộc sống. Với mọi hoạt động mà chúng ta tham gia được liên kết tốt hơn theo sở thích và kỹ năng của mình, được sắp xếp linh hoạt xung quanh nhau, chúng ta thực sự có thể củng cố và khẳng định mục đích chung của chúng ta với mỗi bước tiến về phía trước.

Hệ sinh thái mới cho việc làm đặt con người lên hàng đầu

Bảng sau liệt kê các công ty khởi nghiệp và nhà đầu tư đã biến đổi cách thức chúng ta học và kiếm tiền:

	Giáo dục sau Trung học	Lực lượng lao động	Hạ tầng & mô hình mới
Cung cấp kiến thức và chứng chỉ (nền tảng và khóa học)	Acrobatiq Cogbooks Coursera EdReady edX EverFi Fishtree/Follett Khan Academy Lumen Learning Minerva Rice OpenStax StraighterLine Smart Sparrow	Cornerstone Degreed EdCast Grovo Lynda.com Mindflash NovoEd Pluralsight Simplilearn Udacity Udemy	2U Burning Glass Credly/Acclaim D2L Instructure/Canvas LinkedIn Pearson Embanet Trilogy Education Vemo

Những lộ trình thay thế hệ thống truyền thống	AppAcademy Code School General Assembly Flatiron School Galvanize Holberton School Lambda School Kenzie Academy Revature	Care.com Elance Flexjobs Freelancer Guru People Productions Presence Learning Shiftgig Uber/Lyft Upwork	Greenhouse Hired Humu Knotel Regus WeWork
Những công nghệ học tập cho người lớn đang nổi lên		Grammarly Mursion PAIRIN	
Hệ sinh thái phi lợi nhuận		Code.org Digital Promise EDUCAUSE Education Superhighway i4j Innovation for Jobs Jobs For The Future Mozilla Foundation	
Các nhà đầu tư mạo hiểm theo tác động		Exceed Capital Partners Learn Capital New Markets Venture Partners Owl Ventures Reach Capital SJF Ventures University Ventures	
Các quỹ		Bill & Melinda Gates Foundation Chan Zuckerberg Initiative Emerson Collective Ewing Marion Kauffman Foundation Ford Foundation Hewlett Foundation Lumina Foundation MacArthur Foundation Omidyar Network Rockefeller Foundation Walton Family Foundation W.K. Kellogg Foundation	

Chương 9

MẠNG LƯỚI & HỆ SINH THÁI CHO TƯƠNG LAI CỦA VIỆC LÀM

Tác giả: Allen Blue

Allen Blue là phó chủ tịch quản lý sản phẩm và đồng sáng lập của LinkedIn, mạng chuyên nghiệp trực tuyến. Tại LinkedIn, ông ấy chịu trách nhiệm về chiến lược sản phẩm tổng thể của công ty. Ông cũng tài trợ cho các sản phẩm giáo dục và việc làm của LinkedIn trong nhóm Economic Graph (Biểu đồ kinh tế), bao gồm các sản phẩm và nền tảng hỗ trợ Skillful Initiative (Sáng kiến kỹ năng) (một nỗ lực chung bao gồm LinkedIn, Microsoft, bang Colorado và quỹ Markle Foundation để thu hẹp khoảng cách kỹ năng tầng trung ở Mỹ, những kỹ năng đòi hỏi hết trung học nhưng không cần đại học). Ông tư vấn cho một số công ty khởi nghiệp ở thung lũng Silicon, hầu hết đều tập trung vào việc cải thiện y tế và giáo dục. Ông ấy đã tham gia trong Hội đồng Cố vấn Dữ liệu của Bộ Thương mại Mỹ, giúp hướng dẫn các nỗ lực của bộ để cung cấp dữ liệu của mình một cách rộng rãi cho các doanh nghiệp Mỹ. Ông phục vụ trong hội đồng quản trị của Hope Street Group, một tổ chức phi lợi nhuận tập trung vào việc mang lại cơ hội kinh tế cho người Mỹ thông qua sự kết hợp giữa chính sách và thực tiễn, và Change.org, một điểm đến trực tuyến để thực hiện những thay đổi căn bản dễ dàng hơn. Trước LinkedIn, Blue đồng sáng lập SocialNet.com, một dịch vụ hẹn hò trực tuyến. Ông tốt nghiệp Đại học Stanford.

---oOo---

Vào năm 2004, khi LinkedIn chưa tròn một năm tuổi, chúng tôi bắt đầu đưa mạng lưới non trẻ này ra vận hành. Tôi nhớ rất rõ đã gặp một nhóm chuyên gia tò mò trong một căn phòng mượn tạm tại một văn phòng luật ở trung tâm thành phố Mountain View, sau đó trở thành văn phòng nhỏ bé của LinkedIn.

Đứng trước đám đông trong phòng với trang web được chiếu trực tiếp lên tường ngang qua vai tôi, tôi giải thích rằng LinkedIn là một công cụ tìm kiếm những người chuyên nghiệp, và rằng một thành viên LinkedIn có thể giải quyết bất kỳ vấn đề kinh doanh nào thông qua việc sử dụng nó. Tôi đã yêu cầu khán giả gợi ý một vấn đề, và một người nào đó đã đánh liều đề nghị rằng cô ấy cần giúp đỡ trong việc thiết kế chính sách bồi thường.

Một cú tìm kiếm trên giao diện V1 khá khó hiểu đã tìm thấy có 15 chuyên gia có đề cập đến chính sách bồi thường trong hồ sơ của họ. Mạng LinkedIn vào thời điểm đó chỉ có vài trăm ngàn thành viên, nhưng các tìm kiếm của chúng tôi hiếm khi cho ra kết quả trống. Hai trong số các hồ sơ kết quả thuộc về những người ở cách tôi hai độ địa lý: Mỗi người trong số họ đều biết một người mà tôi cũng biết. Tôi giải thích với những khán giả mà đang bắt đầu hiểu ý tưởng này, rằng bây giờ tôi chỉ cần nhờ ai trong số đó giới thiệu một chuyên gia về chính sách bồi thường. Chẳng bao lâu nữa tôi sẽ có thể mua bữa ăn sáng thết đãi chuyên gia về chính sách bồi thường đó, người sẽ giúp giải quyết vấn đề của tôi.

Tôi đã thử thêm hai hoặc ba vấn đề được gợi ý, và một số thành viên trong khán giả có vẻ rất tò mò về các khả năng đó.

Thông thường, khi tôi kể câu chuyện này, tôi tiếp theo sau đó bằng cách nói rằng không ai trong số những người ở những buổi trình chiếu lúc sơ khai đó đã bắt đầu sử dụng LinkedIn trong ngày mai, tuần tới hoặc thậm chí năm sau bất chấp sự quan tâm đến mấy của họ. Nó chỉ ra rằng việc sử dụng tìm kiếm người chuyên nghiệp đòi hỏi mọi người phải suy nghĩ khác về cách họ làm việc, và loại thay đổi đó luôn luôn khó khăn.

Nhưng những gì họ thấy tại cuộc họp đó là ý tưởng cốt lõi đã khiến chúng tôi tạo ra LinkedIn:

Mạng rất mạnh mẽ và một chuyên gia với kiến thức tổng hợp và khả năng tiếp cận với hàng trăm người khác có thể đạt được nhiều hơn bất kỳ ai cố gắng thực hiện nó một mình.

Ý tưởng đó lẽ ra đã phải hiển nhiên đối với tôi, nhưng tôi phải thừa nhận là không. Tôi đã bắt đầu cuộc sống làm việc của mình trong một doanh nghiệp rất truyền thống - cho thuê hội trường. Là một nhà thiết kế hội trường, tôi gần như bị ngắt kết nối với thế giới công nghệ tối đa, chỉ đến gần nó khi vận hành đèn và âm thanh cho cuộc họp cổ đông không thường xuyên hoặc những cuộc họp toàn bộ nhân viên công ty.

Nhưng vào năm 1997, David, bạn của tôi, người tôi từng cùng làm việc ở hội trường, đã gọi điện và hỏi tôi có dự định gì không, tôi có muốn tham gia nhóm của anh ấy tại một công ty mới, một trang web hẹn hò trực tuyến không.

Tôi đang ở một thời điểm mà tôi cảm thấy có hứng thú với việc cân nhắc thử những điều mới, vì vậy David đã giới thiệu tôi với người lãnh đạo của công ty khởi nghiệp mới này, một người tên là Reid. Chúng tôi đã ăn tối và có một cuộc trò chuyện tuyệt vời, và anh ấy đã đề nghị tôi đến vào ngày hôm sau để nói chuyện với nhóm về việc tham gia với tư cách là giám đốc sáng tạo.

Việc gia nhập được vào thế giới công nghệ của tôi, cũng như gần hết tất cả các cơ hội việc làm khác của tôi, tất cả đều đã đến từ mạng lưới quan hệ của tôi. Tôi đã thiết kế sản phẩm nào, nhận được hợp đồng làm việc độc lập nào, và công việc nào tôi có thể đảm nhận hầu như hoàn toàn chịu sự chi phối của những người tôi biết và đã từng làm việc cùng với họ trước đây.

Vậy tại sao khi bắt đầu LinkedIn với chính anh chàng Reid Hoffman đó vào năm 2003, tôi lại bỏ qua sức mạnh của một mạng lưới?

Vào thời điểm đó, tôi đã phản kháng lại ý tưởng "thiết lập mạng lưới", xem nó là một thứ gì đó giả tạo và khó chịu. Tôi không tin tưởng những ai ấp ủ ý tưởng đó. Nhưng tôi cũng thấy rằng việc tạo ra mạng lưới thì khác với mạng lưới chính nó. Tại sao tôi không tích cực biến mạng trở thành một phần trong cuộc sống nghề nghiệp của mình?

Mãi đến sau này tôi mới có thể trình bày sự phản kháng của tôi. Tôi đã nói chuyện với Gustavo Rabin, một huấn luyện viên điều hành huyền thoại, khi anh ấy hỏi tôi một câu: Điều gì làm nên thành công của một chuyên gia chuyên nghiệp?

Tôi đã cho anh ấy điều mà tôi nghĩ là câu trả lời hiển nhiên: Các chuyên gia thành công có những ý tưởng tuyệt vời, và tuyệt vời trong công việc của họ.

Anh cười và rút ra một tờ giấy. Anh ấy viết "những ý tưởng tuyệt vời" và khoanh tròn nó, sau đó anh ấy viết "tuyệt vời trong công việc của bạn" bên cạnh nó.

Sau đó, anh ấy nói với tôi rằng có một yếu tố thứ ba cần thiết để thành công và hầu hết người Mỹ đều bỏ qua nó. Cùng với hai mục đầu tiên, anh ấy viết,

"nhận sự giúp đỡ từ người khác."

Tôi đã cố gắng áp dụng nguyên tắc thứ ba này trong công việc của mình và chuyển tiếp nó cho những người khác. Nhưng quan điểm của Gustavo về văn hóa nghề nghiệp của Mỹ (điều tương tự cũng áp dụng cho nhiều nền văn hóa kinh doanh khác) thực sự gắn bó với tôi. Đó là, hầu hết các chuyên gia đều bỏ qua tầm quan trọng của các mối quan hệ và sự giúp đỡ từ người khác.

Hồ sơ việc làm và mạng lưới quan hệ

Trong cuộc sống đời thường, chúng ta thường quản lý mạng lưới quan hệ của mình ở trong đầu. Khi đối mặt với một vấn đề, chúng ta sẽ lục lạo các mối quan hệ có trong đầu của chúng ta, tìm kiếm một người mà chúng ta biết có thể giúp đỡ.

Nó không phải là một hệ thống hoàn hảo nên chúng ta thường xuyên bỏ lỡ những người có thể giúp đỡ. Chúng ta dành rất nhiều nỗ lực cho việc phân loại các mối quan hệ. Và, quan trọng là, chúng ta chỉ có thể xem xét một cách nghiêm túc những người mà chúng ta đã biết trong khi số người này chỉ chiếm một phần nhỏ trong số những người có thể giúp đỡ chúng ta.

LinkedIn cho phép các thành viên tạo hồ sơ nghề nghiệp của họ, đăng lên kinh nghiệm, học vấn, kỹ năng và sở thích cũng như các loại cơ hội mà họ muốn tìm kiếm. Ví dụ, tôi có thể cho biết nơi tôi đã đi học, công việc trước đây tôi đã làm và công việc hiện tại tôi đang làm tại LinkedIn, tất cả những nội dung lý lịch điển hình. Nhưng hồ sơ của tôi cũng bao gồm những gì tôi đã viết và những bài báo đó, được xuất bản trên LinkedIn và các nơi khác, cho thấy rõ kiến thức và sở thích của tôi. Khi tôi trả lời các câu hỏi một cách công khai hoặc theo dõi các chủ đề mà tôi quan tâm, tôi không phải chỉ đơn giản là tham gia vào một cuộc trò chuyện công khai về chuyên môn, mà tôi đang xác lập thông tin Allen Blue là ai theo cách người khác có thể hiểu tôi là ai và tôi biết những gì.

Hơn nữa, hệ thống LinkedIn có thể trích xuất thông tin thêm từ các hồ sơ. Ví dụ, tôi có thể không đề cập đến ngôn ngữ lập trình cụ thể mà tôi đã sử dụng, nhưng LinkedIn thường có thể suy ra kiến thức chuyên môn của tôi về ngôn ngữ đó từ các thông tin khác trong hồ sơ của tôi. LinkedIn sau đó trình bày những suy luận như vậy cho tôi để tôi có thể thêm chúng vào nếu tôi muốn.

Quan trọng nhất là LinkedIn cho phép tôi hình thành các mối quan hệ, được gọi là kết nối, với những người dùng khác trong hệ thống. Với sự cho phép của tôi, những kết nối đó có thể thêm nội dung vào hồ sơ của tôi. Họ có thể viết một bài nhận xét dài về các kỹ năng và đóng góp của tôi và nêu chi tiết về chuyện họ cảm thấy như thế nào khi làm việc chung với tôi. Và mỗi người có thể xác nhận từng kỹ năng trên hồ sơ của tôi, đôi khi là củng cố sự thành thạo về một kỹ năng nào đó của tôi (ví dụ, họ có thể là người thứ ba đưa ra lời ủng hộ tôi về quản lý sản phẩm) và đôi khi khen ngợi tôi về điều gì đó mới (là người đầu tiên đề xuất rằng tôi xuất sắc về chiến lược, ví dụ vậy).

Mặc dù không phải ai cũng giữ được hồ sơ đầy đủ và cập nhật, nhưng giờ đây một chuyên gia có thể tìm kiếm chi tiết về những người xung quanh mình một cách có hiệu quả. Cô ấy có nhiều khả năng tìm được một người có thể giúp giải quyết vấn đề cụ thể của mình hơn là nếu cô ấy cố gắng giải quyết nó bằng cách lục lọi trí nhớ của mình.

Công cụ tìm kiếm giúp làm giảm chi phí của việc rà soát mạng lưới quan hệ trong đầu, biến nó thành một công cụ mà các chuyên gia có thể sử dụng thường xuyên hơn và cho nhiều vấn đề khác hơn là những vấn đề khẩn cấp hoặc khó giải quyết nhất. Như tôi đã đề cập trước đó, các chuyên gia thường không nghĩ đến việc tìm kiếm con người như bước bắt đầu. LinkedIn đã có nỗ lực lớn xây dựng và đặt ý tưởng về chi tiết cá nhân và chuyên môn vào các sản phẩm của mình, bao gồm công cụ tìm kiếm.

Những kết nối đó cũng cung cấp cho các thành viên của chúng tôi khả năng tìm kiếm những chi tiết về các kết nối của các kết nối của tôi. Tìm kiếm của tôi mở rộng cho tất cả các thành viên LinkedIn, những người được sắp xếp theo mức độ khoảng cách địa lý giữa họ với tôi. Kết nối của tôi là cấp độ đầu tiên, kết nối của họ là cấp độ thứ hai, v.v.

Lần đầu tiên, việc rà soát mạng lưới quan hệ có thể bao gồm nhiều hơn các kết nối trực tiếp của một chuyên gia. Các mối quan hệ của cô ấy kết nối cô ấy với nhiều chuyên gia hơn theo cấp số nhân. Nếu cô ấy có 100 kết nối và mỗi kết nối có số lượng kết nối tương tự, cô ấy có thể khai thác chi tiết của tối đa 10.000 chuyên gia trong một lần tìm kiếm.

Hãy để tôi quay trở lại năm 2004, khi chúng tôi đang cố gắng thể hiện sức mạnh này. Với LinkedIn, tôi có thể tìm kiếm chuyên gia về chính sách bồi thường đó bằng cách nhanh chóng tìm một người tôi biết, hoặc một người tôi biết có thể giúp bằng cách giới thiệu một người khác mà họ biết.

Khả năng này không thay thế mạng lưới quan hệ của chúng ta, nhưng nó giúp chúng dễ dàng được sử dụng hiệu quả hơn. Chúng ta vẫn giữ trong đầu mình một phần cốt lõi của mạng lưới quan hệ của chúng ta - kiến thức của chúng ta về từng mối quan hệ trực tiếp của chúng ta.

Tôi không thể nhớ danh sách đầy đủ các mối quan hệ mà tôi có. Nhưng nếu ai đó hỏi tôi về mối quan hệ của tôi với một người cụ thể, tôi có thể nhanh chóng và dễ dàng mô tả đặc điểm của nó. Làm thế nào để tôi biết người đó, và biết rõ như thế nào? Làm thế nào để họ biết tôi? Họ có thể giúp gì với nhu cầu cụ thể này không? Và bây giờ có phải là thời điểm tốt để tiếp cận không?

Vì vậy, nếu trong quá trình tìm kiếm chuyên gia về chính sách bồi thường, tôi tìm thấy chính xác người phù hợp ở cấp độ thứ hai, tôi vẫn cần quyết định xem liệu mối quan hệ chung này của chúng ta có phải là người phù hợp để giới thiệu hay không. Bởi vì tôi có ý niệm về sức mạnh và chất lượng của mỗi mối quan hệ của riêng mình nên tôi có thể xác định xem có nên yêu cầu lời giới thiệu đó hay không và nếu có thì làm như thế nào.

Mặc dù một ngày nào đó công nghệ mạng sẽ có thể thể hiện chất lượng sắc thái của bất kỳ mối quan hệ giữa người với người nào, nhưng bây giờ nó vẫn chưa thể làm như vậy. Máy móc có thể đưa ra một số kết luận thô thiển về một mối quan hệ nhất định và thậm chí về mối quan hệ của một người nào đó nói chung, nhưng tại một thời điểm nhất định liệu một mối quan hệ cụ thể có thể hữu ích cho một nhu cầu cụ thể hay không vẫn cần đến sự can thiệp của một con người.

> *Sự hợp tác giữa con người và máy móc cho phép bất kỳ chuyên gia nào cũng nhận được sự trợ giúp dễ dàng hơn, sự trợ giúp đó có thể giúp họ thành công hơn. Một chuyên gia có mạng lưới mạnh có thể đơn giản làm nhiều và tốt hơn.*

Tất nhiên, một mạng lưới là không đủ. "Vấn đề không phải là bạn biết những gì, mà là bạn biết ai" không có nghĩa là bạn không cần biết bất cứ điều gì. Khả năng thực hiện công việc của một ai đó bao gồm một nửa là kỹ năng và nửa còn lại là thái độ.

Tôi đang sử dụng từ "kỹ năng" để bao gồm khái niệm về năng lực: khả năng được chứng minh để làm điều gì đó ở một cấp độ cụ thể. Nếu kỹ năng là thứ bạn biết làm thì năng lực là thứ bạn làm tốt. Nói chung, các chuyên gia xây dựng năng lực thông qua thực hành và kinh nghiệm.

Người sử dụng lao động, nhà giáo dục, người đánh giá, người chứng nhận và công đoàn từ lâu đã lập danh mục, hệ thống hóa và đánh giá các kỹ năng bằng cách sử dụng các công cụ như hệ thống học việc, kỳ thi công chức, bài kiểm tra đánh giá và chứng chỉ nghề nghiệp. Các hệ thống này phát triển bởi vì các nhà tuyển dụng cần chắc chắn rằng một người được giao phó sẽ thực sự có thể làm một loại công việc cụ thể nào đó. Một hội đoàn sẽ chứng nhận chất lượng công việc của các thành viên bằng cách đặt ra và duy trì các tiêu chuẩn cao cho những người học việc để tiến lên làm người thợ và sau đó là làm nhà quản lý. Giấy chứng nhận kỹ năng cho phép người sử dụng lao động biết rằng một nhà cung cấp dịch vụ nhất định (ví dụ như bác sĩ hoặc thợ điện) sẽ thực hiện công việc của họ theo một mức tiêu chuẩn cao.

Trong những năm qua, một số chứng nhận đã trở thành bắt buộc. Luật sư phải vượt qua kỳ thi Luật sư đoàn; bác sĩ phải nhận được bằng Bác sĩ y khoa MDs và chứng chỉ hội đồng y khoa; phi công phải trải qua đánh giá bay. Các chứng chỉ khác, mặc dù không bắt buộc về mặt pháp lý, nhưng cung cấp cho các chuyên gia quyền truy cập vào các cơ hội mà những người không có chứng chỉ này không có được. Toàn bộ các ngành công nghiệp chứng nhận đã xuất hiện, tạo ra rất nhiều chứng chỉ. Tuy nhiên, một số chứng chỉ có rất ít hoặc không có giá trị nào cả.

Một chứng chỉ phổ biến là bằng đại học. Tất nhiên, bằng cử nhân không thể hiện sự phù hợp với bất kỳ ngành nghề cụ thể nào. Tuy nhiên, các nhà tuyển dụng coi bằng cử nhân là yêu cầu cần thiết cho nhiều công việc, tin rằng bằng cấp đảm bảo một trình độ học vấn và kỹ năng cơ bản nhất định.

Các nhà tuyển dụng và các nhà giáo dục thường chia các kỹ năng thành hai nhóm, kỹ năng cứng và kỹ năng mềm. Một người có thể thực hiện một cái gì đó cụ thể và chi tiết - ví dụ, Microsoft Excel - và vì vậy có kỹ năng cứng đó. Kỹ năng mềm áp dụng rộng rãi hơn cho hầu hết các tình huống công việc và bao gồm khả năng hợp tác, giao tiếp và giải quyết vấn đề tốt. Các nhà tuyển dụng thường coi bằng cử nhân là một chỉ số về năng lực trong các kỹ năng mềm này.

Kiến thức về công nghệ thường không đi kèm với chứng nhận, nhưng lại cung cấp mức độ xác thực tương tự trong việc giúp các chuyên gia nhận được sự trợ giúp từ những người khác.

Công nghệ cũng có thể giúp các chuyên gia có thêm đòn bẩy từ các kỹ năng và năng lực. Giờ đây chúng ta đã có khả năng hiểu đầy đủ được giá trị của nhiều loại chứng chỉ.

Các chứng chỉ được phát triển để người sử dụng lao động biết rằng họ đang làm việc với những người lao động có trình độ. Nhưng khi nền kinh tế phát triển phức tạp hơn và người sử dụng lao động bắt đầu xem xét tuyển dụng người lao động đến từ các nơi khác, họ phải quyết định có nên xem những chứng chỉ không quen thuộc đó là nghiêm túc hay không. Tôi cần thuê thợ thổi thủy tinh, nhưng tôi có nên tin tưởng vào khả năng của một người thợ thổi thủy tinh đến từ thị trấn bên cạnh không?

Tôi có thể nhờ một trong những công nhân của mình đánh giá chất lượng đồ thủy tinh của người lạ mặt này làm. Điều đó dễ thực hiện khi bạn chỉ thuê một người thợ thổi thủy tinh, nhưng khó hơn khi bạn cần thuê hàng trăm hoặc hàng ngàn người, mỗi người trong số họ có chứng chỉ từ một nguồn khác nhau hoặc khi người phụ trách tuyển dụng chưa từng làm công việc tương tự như công việc của người công nhân được thuê.

Một số người và doanh nghiệp đã lợi dụng sự phức tạp và mơ hồ của những tình huống như vậy để cấp giấy chứng nhận bao gồm bằng cấp, chứng chỉ, tư cách hội viên, v.v. mà thực tế không có giá trị. Tuy nhiên, bằng cách sử dụng LinkedIn, chúng ta có thể quan sát các nhà tuyển dụng thực sự để tâm vào một bằng cấp cụ thể ở mức nào vì chúng ta có thể thấy chi tiết việc tuyển dụng diễn ra ra sao.

Vài năm trước, LinkedIn đã thử nghiệm với một sản phẩm có tên là Xếp hạng đại học dựa trên kết quả đầu ra. Chúng tôi đã xem xét các việc làm cạnh tranh nhất trong một lĩnh vực nhất định (ví dụ kế toán) và tham khảo chéo chúng với hồ sơ chi tiết của các kế toán viên đã thực sự được tuyển dụng. Chúng tôi có thể tự tin nói rằng các nhà tuyển dụng coi bằng cấp từ một số cơ sở đào tạo nhất định là chỉ số giá trị mạnh mẽ trong một vai trò nhất định bởi vì họ có xu hướng tuyển dụng cựu sinh viên của những cơ sở đào tạo đó.

Nếu một hệ thống ghi lại thông tin về mọi người và chứng chỉ của họ, về công việc và về việc tuyển dụng của họ thì hệ thống đó có thể xếp hạng các chứng chỉ, từ đáng tin cậy nhất đến kém tin cậy nhất. Sinh viên và các chuyên gia có thể hiểu ngay lập tức chứng chỉ nào quan trọng hay không trong những trường hợp nhất định.

Một hệ thống như vậy cũng có thể phá vỡ tính ưu tiên của các chứng chỉ, cụ thể là bằng cấp đại học mà các nhà tuyển dụng sử dụng như một yêu cầu tuyển dụng tối thiểu cho một số công việc nhất định. Các nhà tuyển dụng có thể cân nhắc nhiều ứng viên hơn cho công việc nếu họ loại bỏ yêu cầu về trình độ học vấn đại học, nhưng điều đó sẽ cần một cách nào đó thay thế, đáng tin cậy để cung cấp đánh giá các kỹ năng một cách trực tiếp.

Một hệ thống có tầm nhìn vượt ra khỏi giáo dục đại học sẽ có thể cho phép một chuyên gia tập hợp các đánh giá về tất cả các kỹ năng và năng lực của mình. Ví dụ, tôi có thể liệt kê mình đã hoàn tất các lớp học về các kỹ năng cụ thể này; các mẫu ví dụ trực tuyến về công việc tôi đã làm để chứng minh cho những kỹ năng kia; kết quả của các bài kiểm tra đánh giá mà tôi đã thực hiện, có lẽ bao gồm cả các đánh giá từ nhà tuyển dụng tiềm năng; một kỹ năng thành thạo trong thời gian thực hiện nghĩa vụ quân sự có tên gọi khác với kỹ năng được người sử dụng lao động dân sự công nhận; và chứng nhận xã hội về kỹ năng của tôi từ những người có uy tín. Bảng liệt kê này sẽ cho nhà tuyển dụng biết về tôi rõ hơn là một cái bằng đại học đơn lẻ.

Người sử dụng lao động có thể xem tất cả thông tin đó và xác định giá trị của từng chứng chỉ vi mô bằng cách phân tích kết quả đầu ra. Điều này có thể mở ra nhiều cách để xây dựng các kênh tuyển dụng rộng rãi và bao trùm hơn nhiều, bao gồm các ứng viên chưa tốt nghiệp đại học nhưng có thể đạt được các kỹ năng của họ trong quân đội hoặc thành thạo một kỹ năng mà không cần có chứng chỉ hoặc bằng cấp phổ biến có thể đại diện cho khả năng được tuyển dụng của họ.

Trước đó, tôi đã đề cập đến tầm quan trọng của thái độ của một người đối với công việc. Một thái độ thành công có thể được phản ánh qua động cơ, sự nhanh chóng, sức chịu đựng bền bỉ và niềm đam mê trong công việc của một người. Quan trọng hơn, thái độ chuyên nghiệp cũng sẽ được định hình bởi các giá trị của ứng viên, mà lý tưởng nhất là chúng phù hợp với văn hóa của công ty tuyển dụng. Người sử dụng lao động thường có thể kiểm tra thái độ của người lao động thông qua các cuộc phỏng vấn và tham khảo. Một hệ thống dựa trên mạng cho phép tham khảo mạnh mẽ hơn, mặc dù không có gì có khả năng thay thế được đánh giá của con người về việc liệu một nhân viên có thái độ giúp họ thành công trong một tình huống công việc cụ thể hay không.

Thay đổi kỹ năng

Công nghệ thay đổi mọi thứ một cách đáng kể. Nó mang lại cho chúng ta những khả năng mới. Nó cho phép tạo ra mạng xã hội cung cấp sức mạnh cho LinkedIn và tạo ra dữ liệu lớn để vẽ nên bức chân dung của toàn bộ nền kinh tế.

Và nó biến đổi công việc. Nhiều sự đổi mới công nghệ nhắm đến việc cải thiện phương cách chúng ta làm việc, giúp chúng ta nhanh hơn, mạnh hơn, chính xác hơn, dễ đoán hơn và mang lại nhiều lợi nhuận hơn khi chúng ta thực hiện công việc của mình.

Nhưng có hai điều khác nhau về cách thức công nghệ làm thay đổi việc làm. Trước hết phải kể đến là tốc độ. Công nghệ chưa bao giờ thay đổi công việc nhanh chóng như vậy. Thứ hai là phạm vi. Công nghệ chưa bao giờ có tiềm năng biến đổi nhiều loại công việc đến như vậy.

Mỗi năm LinkedIn đều xem xét các kỹ năng mới nổi hàng đầu. Hệ thống có thể xác định các những kỹ năng mới khi chúng xuất hiện trên thị trường bởi vì hầu hết người dùng LinkedIn luôn luôn cập nhật hồ sơ của họ. Trong vài năm qua, các kỹ năng như Node.js, Kafka, quảng cáo mục tiêu trên facebook và máy học đã xuất hiện. Chúng tôi nhận thấy rằng các kỹ năng công nghệ chiếm ưu thế trong danh sách các kỹ năng mới của mỗi năm.

Vì sao vậy? Các công ty và cá nhân liên tục tạo ra các công nghệ mới, mà một số được áp dụng rộng rãi đến mức được coi như là các kỹ năng quan trọng. Các kỹ sư và nhà thiết kế có thể dễ dàng tạo ra công nghệ nhờ các công cụ họ sử dụng như trình soạn thảo mã lập trình, trình biên dịch, điện toán đám mây, v.v. rất rẻ so với hầu hết các dạng công nghệ khác. Ngoài ra, những công nghệ này đặc biệt tốt trong việc đưa đến sự thành công của các công nghệ khác dựa trên thông tin. Một ngôn ngữ lập trình mới cho phép phát triển các công nghệ dựa trên internet dễ dàng hơn; một trình xử lý văn bản kết hợp mới cho phép một công ty tiếp thị công nghệ cao tiếp thị trực tuyến dễ dàng hơn. Chúng ta thử nghĩ đến công nghệ sinh học, y học, kiến trúc, xây dựng, giải trí và báo chí. Công nghệ thông tin có thể cải thiện bất kỳ công việc nào có dính dáng đến thông tin.

Khi công việc càng trở nên dễ điều chỉnh bởi công nghệ thì nó càng dễ dàng thích ứng với những loại biến đổi này. Có thể dễ dàng nhận thấy công nghệ tác động như thế nào đến một công việc như báo chí. Không dễ dàng thấy nó sẽ biến đổi việc lái xe tải như thế nào, nhưng bản đồ là thông tin, hậu cần là thông tin. Và khi các bộ phận dò cảm ứng trở nên sẵn sàng hơn thì các tài xế xe tải sẽ chuyển sang sử dụng công nghệ cao để đảm bảo họ đi đúng đường vào đúng thời điểm và chở đúng hàng đến đúng điểm đến.

Khi nhiều công ty trở thành công ty công nghệ thông tin, các kỹ năng công nghệ thông tin trở nên có giá trị hơn. Và kỹ năng công nghệ thông tin nổi lên và chìm đi nhanh hơn bất kỳ kỹ năng nào khác.

Khả năng lưu trữ và xử lý thông tin cũng làm thay đổi công việc. Các kỹ thuật ban đầu về lưu trữ thông tin bị giới hạn dung lượng lưu trữ trong vòng chỉ vài kilobyte trên mỗi máy - đủ để lưu trữ văn bản và một vài hình ảnh, ngoài ra rất ít những thứ khác. Và sức mạnh xử lý cũng bị hạn chế như vậy.

Theo định luật nổi tiếng của nhà đồng sáng lập Intel Gordon Moore, công nghệ thông tin hiện đang tăng gấp đôi sức mạnh của nó sau mỗi hai năm. Sự tiến bộ theo cấp số nhân này làm cho sức mạnh xử lý và bộ nhớ trở nên phong phú và mở ra cho chúng ta một loạt các khả năng hoàn toàn mới.

Nơi mà trước đây máy móc chỉ có thể đưa ra những quyết định hạn chế vốn khống chế bởi các quy tắc nghiêm ngặt và các tình huống cụ thể, thì giờ đây chúng có thể làm một số lượng lớn nhiệm vụ tốt hơn trí óc con người.

Giờ đây một cỗ máy có thể đưa ra quyết định làm những điều mà năm năm trước đây chỉ con người mới có thể làm được. Như Erik Brynjolfsson và Andrew McAfee đã viết trong quyển sách *Thời Đại Máy Móc Thứ Hai* của họ, công nghệ từng giúp tăng cường sức mạnh cơ bắp, nhưng bây giờ nó tăng cường sức mạnh trí óc.

Và sức mạnh đằng sau công nghệ này tăng lên theo cấp số nhân, thúc đẩy nhiều ứng dụng hơn và hoạt động ngày càng nhanh hơn.

Chúng ta hãy bỏ qua khả năng máy móc sẽ thay thế hoàn toàn con người trong một số công việc. Điều này xảy ra thường xuyên vì xét cho cùng, "máy tính" từng là cái tên đặt cho một người thực hiện các phép tính. Nhưng trước khi một vai trò được thay thế, trước tiên nó sẽ được thay đổi bằng công nghệ. Vai trò thường sẽ phát triển từ việc để một con người thực hiện công việc thành một con người vận hành một cỗ máy thực hiện công việc đó.

Các bác sĩ phẫu thuật hiện nay dựa vào tự động hóa trong khi họ thực hiện phẫu thuật; người lái xe dựa vào hệ thống định vị địa lý và điều hướng để tìm đường; các tác giả dựa vào trình xử lý văn bản để tìm lỗi chính tả.

Về lý thuyết, mọi công việc mà trong đó một số công việc ra quyết định có thể được chuyển sang máy móc, có thể trở nên nhanh hơn, an toàn hơn, năng suất hơn và có lợi hơn. Cuối cùng, một doanh nghiệp sẽ nắm bắt cơ hội và biến sự thay đổi đó thành hiện thực.

Tốc độ thay đổi ngày càng tăng gây nhiều áp lực lên các hệ thống cũ, chẳng hạn như hệ thống chứng chỉ mà tôi đã phác thảo trước đó. Nếu tôi có thời gian dài bằng một thế hệ để nắm bắt một kỹ năng mới thì hội đoàn thương mại của tôi sẽ nỗ lực hết mình. Hệ thống học việc sẽ cho tốt nghiệp những người thợ và thợ cả có kỹ năng đó và những người này đến lượt họ trở thành những người thầy dạy lại lớp sau. Nếu tôi chỉ có một thập kỷ, tôi vẫn có thể tin tưởng vào O*NET, Mạng Thông tin Nghề nghiệp từ chính phủ Mỹ để xác định các kỹ năng mà trường đại học của tôi nên bắt đầu đào tạo. Nếu tôi chỉ có năm năm thì những hệ thống đã được thử nghiệm này không thể theo kịp tốc độ thay đổi. Trường học có thể kết thúc việc dạy những kỹ năng đã trở nên lỗi thời, và có thể họ không còn dạy những gì cá nhân và công ty cần để thành công. Tài liệu đào tạo của công ty có thể không phát triển nhanh như mức người lao động cần.

Tại LinkedIn, chúng tôi có dành một hàng ghế ưu tiên cho những thay đổi này. Giám đốc điều hành Jeff Weiner đã đặt ra thuật ngữ "Biểu đồ kinh tế" để mô tả những gì LinkedIn có thể thấy: khi các cá nhân, công ty và trường học sử dụng LinkedIn để tìm việc, tuyển dụng, tìm kiếm khách hàng tiềm năng, hình thành doanh nghiệp, trao đổi thông tin, quyết định mua hàng, v.v. mạng trở thành một bức chân dung sống động của nền kinh tế thế giới một cách có hiệu quả.

Khi chúng ta xem mạng LinkedIn dưới dạng Biểu đồ kinh tế, nó cung cấp cho chúng ta một hệ thống bổ sung và cập nhật hơn để phản ứng với những thay đổi xảy ra trong thế giới công việc. Khi một kỹ năng mới xuất hiện trong hồ sơ chuyên môn hoặc trong danh sách công việc, biểu đồ có thể đánh dấu kỹ năng đó một cách nhanh chóng. Khi chúng ta có thể xác định khoảng cách về kỹ năng - khoảng cách giữa cung và cầu đối với một kỹ năng cụ thể trong một thị trường lao động cụ thể tại một thời điểm nhất định - các cá nhân, người sử dụng lao động và nhà giáo dục có thể hành động dựa trên thông tin đó để đạt được thành công.

Chúng ta hãy lấy một ví dụ. Một nghiên cứu gần đây của LinkedIn về khu vực Denver cho thấy khoảng cách về kỹ năng đối với các kỹ thuật viên mã hóa y tế. Các chuyên gia thực hiện việc đặt tên mã tiêu chuẩn cho từng phương pháp điều trị và chẩn đoán nhằm phục vụ mục đích lưu trữ hồ sơ và thanh toán bảo hiểm thuận tiện hơn. Nền kinh tế của Denver đang mở rộng và mọi người đang di chuyển đến ở khu vực trung tâm, làm tăng nhu cầu chăm sóc sức khỏe. Đến lượt mình, các bệnh viện cần những người có kỹ năng viết mã. Có ba trường học ở địa phương đã dạy cho mọi người những kỹ năng này, tạo cơ hội cho chính các trường này trao đổi chặt chẽ với các bệnh viện cần tuyển dụng người để nắm bắt nhu cầu và do đó có thể cải thiện chương trình giảng dạy cho phù hợp và thu hút nhiều sinh viên hơn.

Chính phủ cũng có thể triển khai những cái nhìn thấu đáo tương tự như vậy. Ví dụ, LinkedIn đã làm việc với văn phòng thị trưởng ở thành phố New York để xác định những lỗ hổng kỹ năng xung quanh các việc làm công nghệ. Thành phố đã phản hồi lại dữ dữ liệu đó bằng cách làm việc với các trường học địa phương - một số là công lập, một số là tư thục - để tăng cường đào tạo các kỹ năng chính.

Nhu cầu về mã hóa y tế ở Denver sẽ tăng lên và rồi lại giảm đi. Và trong khi nhu cầu về công nhân công nghệ ở NYC sẽ tiếp tục tăng, các kỹ năng cụ thể và lỗ hổng kỹ năng sẽ thay đổi, đặc biệt là khi các kỹ năng mới xuất hiện. Nhiều yếu tố sẽ xác định thời điểm và cách thức những thay đổi này sẽ xảy ra và chúng ta không thể tuyên bố một cách tự tin và có trách nhiệm rằng chúng ta biết trước điều gì sẽ xảy ra.

Mục tiêu của chúng ta không phải là dự đoán tương lai mà là hỗ trợ một hệ sinh thái gồm mọi người, tổ chức và dữ liệu để nó có thể phản ứng với sự thay đổi một cách nhanh chóng, mang tính xây dựng và đầy nhân ái.

Xây dựng hệ sinh thái

Chúng ta rất quan tâm đến những nỗ lực có quy mô lớn như phát triển chính sách thuế liên bang mới hay các chương trình mạng lưới an toàn xã hội. Mục đích của chúng ta là thay đổi nền kinh tế của chúng ta theo hướng tốt hơn. Nhưng nhiều nhân tố ảnh hưởng đến chúng ta lại có tính chất địa phương như chủ lao động của chúng ta, nhà cung cấp và đối thủ cạnh tranh của chủ lao động của chúng ta, trường học của con cái chúng ta, lưu lượng giao thông trên đường đi làm, công trình xây dựng trong khu phố của chúng ta, khoảng cách đến văn phòng bác sĩ, niềm tin và định kiến của những người chúng ta cùng tương tác, v.v.

Mặc dù các lực lượng địa phương này cuối cùng rồi cũng kết nối với các tổ chức quy mô lớn có tác động đến chính sách thuế và luật pháp quốc tế, nhưng tất cả chúng ta đều cảm nhận được những tác động từ địa phương là mạnh mẽ nhất.

Trong vài năm gần đây, tôi đã gặp hàng ngàn người đang cố gắng thay đổi triển vọng kinh tế của cộng đồng địa phương họ. Một số người điều hành các chương trình cố vấn, quản lý các trường cao đẳng cộng đồng, điều hành doanh nghiệp, hoặc cố gắng đào tạo về việc làm chủ doanh nghiệp cho những tù nhân của địa phương.

Mỗi người phải đối mặt với một vấn đề như làm thế nào để tôi có được khách hàng, thu hút sinh viên hoặc tuyển dụng những cố vấn dày dạn kinh nghiệm? Làm cách nào để phát triển chương trình giảng dạy phù hợp, tăng doanh thu hoặc thu hút sự chú ý của từng người lao động?

Các tổ chức giải quyết nhiều vấn đề này thông qua mạng lưới quan hệ, tiếp cận với khách hàng, đối tác và nhân viên. Mỗi bộ phận hoạt động với những mục tiêu riêng hay một hệ sinh thái kinh tế cổ điển. Nhưng chúng ta biết hệ sinh thái này bỏ lại phía sau nó quá nhiều người, và khi công nghệ thay đổi, nền kinh tế của chúng ta có nguy cơ bỏ lại phía sau càng nhiều người hơn nữa, đặc biệt là khi việc làm thay đổi và thậm chí biến mất hoàn toàn.

Chúng ta biết một số trường hợp rủi ro về kinh tế có thể được giải quyết thành công. Ví dụ, chúng ta biết rằng đào tạo kỹ năng có thể mở ra những cơ hội hoàn toàn mới cho họ. Chúng ta cũng biết rằng các cá nhân đôi khi cần lời khuyên của chuyên gia để tìm ra được đúng chương trình đào tạo đó và khám phá giá trị của nó. Chúng ta cũng biết rằng nhiều người trong số những người cần đào tạo nhất này không có khả năng trả cho chi phí đào tạo, không thể nghỉ việc họ đang làm, hoặc không thể rời xa khỏi con cái của họ.

Một số vấn đề có nguồn gốc sâu xa hơn. Ví dụ, các kỹ năng mềm cần thiết hiếm khi thay đổi trong khi các kỹ năng cứng cần thiết thì thay đổi thường xuyên và nhanh chóng. Kỹ năng cứng sẽ dễ học hơn nếu các kỹ năng mềm của bạn mạnh mẽ, đặc biệt là sự tò mò, bền bỉ, và khả năng thích ứng. Nhưng các kỹ năng mềm bắt đầu phát triển từ thời thơ ấu. Do đó một lực lượng lao động linh hoạt đòi hỏi phải được giáo dục từ cấp mầm non tốt để chuẩn bị cho việc học tập và tái bồi dưỡng liên tục.

Mục tiêu của chúng ta là một hệ sinh thái đạt được ba điều sau:

1. Nó phải hoạt động ở cấp địa phương với những bên tham gia tại địa phương.

2. Nó phải giúp loại bỏ các rào cản ngăn cản những người tham gia hệ sinh thái có giá trị.

3. Nó phải khuyến khích sự đổi mới đối với những vấn đề chưa được giải quyết.

Những bên tham gia có giá trị trong hệ sinh thái này ít nhất phải bao gồm:

- Người sử dụng lao động thuộc mọi quy mô và loại hình, bao gồm cả công việc độc lập theo yêu cầu, công việc theo hợp đồng và doanh nhân cá thể.

- Giảng viên và nhà giáo dục ở tất cả các cấp.

- Cá nhân người lao động.

- Các nhà cung cấp đánh giá và chứng nhận bằng cấp

- Nhà tư vấn định hướng (người tư vấn cũng như hướng dẫn nghề nghiệp và lợi ích xã hội).

- Chính quyền các cấp và đa chức năng.

- Phòng thương mại và các tổ chức sử dụng lao động khác.

- Các đoàn thể, phường hội.

Tất cả những bên tham gia này đều đã có mặt trên thị trường. Nhưng để làm cho họ thành công, hệ sinh thái cần ít nhất hai yếu tố bổ sung, cả hai yếu tố này tôi đã thảo luận trước đây.

Đầu tiên là danh tiếng. Để bất kỳ người tham gia nào có thể chọn đối tác hoặc nhà cung cấp phù hợp cho mình, họ phải biết những giải pháp nào thực sự hiệu quả. Các cá nhân nên cảm thấy hoàn toàn tin tưởng khi lựa chọn một nhà cung cấp đào tạo. Người tư vấn nên cảm thấy họ có thể hướng những người được tư vấn đến những giải pháp thực sự sẽ có hiệu quả.

Danh tiếng cũng có thể thúc đẩy sự đổi mới. Có thể một doanh nghiệp nào đó không có khả năng cạnh tranh lại một doanh nghiệp khác nổi tiếng và lâu đời. Nhưng nếu một doanh nghiệp mới có thể tìm ra cách nhanh chóng để chứng minh hiệu quả của mình thì doanh nghiệp đó có thể phá vỡ trật tự đã được thiết lập và thậm chí có thể nhìn thấy con đường rộng mở để vươn lên dẫn đầu.

Thứ hai là dữ liệu. Một nhà giáo dục biết nắm bắt tình hình, người có quan điểm cập nhật về lỗ hổng kỹ năng địa phương có thể tìm đối tác kinh doanh và phát triển chương trình giảng dạy thu hút được sinh viên. Một công đoàn biết nắm bắt tình hình có thể đảm bảo chuẩn bị cho các thành viên của mình trước những nhu cầu thay đổi từ phía người sử dụng lao động của họ. Một chính phủ biết nắm bắt tình hình có thể hiểu những khóa học phát triển kỹ năng nào sẽ cần thêm kinh phí, hoặc những khóa học nào cần có các điều khoản hỗ trợ trẻ nhỏ là con em của những người đi học vì những khó khăn do các lớp học kéo dài gây ra.

Và giống như danh tiếng, dữ liệu giúp các nhà đổi mới phát hiện ra cơ hội. Ở một khu vực mà việc đào tạo kỹ năng bị thiếu hụt, một doanh nghiệp giáo dục có thể nhìn thấy ngay cơ hội để thâm nhập vào một thị trường đang khan hiếm như vậy.

Tầm nhìn của LinkedIn là tạo cơ hội kinh tế cho mọi thành viên trong lực lượng lao động toàn cầu. Mặc dù LinkedIn bắt đầu như một mạng lưới các nhà chuyên môn là công chức, nhưng nó đã trở thành một mạng lưới dành cho mọi người trong mọi loại công việc. Cuối cùng, chúng tôi hy vọng nó sẽ bao gồm tất cả 3,3 tỷ người trong lực lượng lao động toàn cầu.

Cơ hội kinh tế có nghĩa là có đầy đủ nguồn lực cần thiết để kiểm soát tốt cuộc sống của chính mình. Và điều đó có nghĩa là có đủ thu nhập để sống, để hỗ trợ những người khác, để xoay sở lúc khó khăn, và để đầu tư và tận hưởng một cuộc sống vững vàng. Bên cạnh đó, nó cũng có nghĩa là có đủ thu nhập và sức mạnh kinh tế để trở thành một công dân tốt, có ảnh hưởng và có thể thay đổi thế giới theo cách này hay cách khác.

Chúng tôi cung cấp một mạng lưới để giúp hệ sinh thái hoạt động. Chúng tôi đã chia sẻ dữ liệu của mình với các chính phủ và chúng tôi đã phát triển các sản phẩm để giúp các công ty đưa ra quyết định tốt hơn. Chúng tôi sẽ còn chia sẻ nhiều hơn nữa. Chúng tôi hy vọng sẽ xây dựng khái niệm danh tiếng đó vào cách thức mà mạng lưới hoạt động.

Chúng tôi không phải và cũng sẽ không phải là nhà cung cấp duy nhất vì có nhiều tổ chức đang xây dựng danh tiếng và nguồn dữ liệu mạnh mẽ. Vì vậy, một hệ sinh thái lành mạnh sẽ có thể phản ứng nhanh hơn với sự thay đổi và sẽ cho phép nền kinh tế bỏ lại phía sau nó ít người hơn cho dù là nó nhận được hỗ trợ từ nguồn nào.

Thay đổi văn hóa

Một số vấn đề cần phải được giải quyết để làm cho hệ sinh thái của chúng ta thành công, trong đó phải kể đến là sự thay đổi về văn hóa.

Như tôi đã đề cập trước đó, người Mỹ thường không coi nhận sự giúp đỡ là một phần quan trọng của sự thành công. Sự mù quáng này đã thuộc về văn hóa. Các vị anh hùng của chúng ta từ xưa đến nay hầu như luôn tự mình đạt được mục tiêu. Họ tự vươn lên bằng chiến lợi phẩm của chính mình. Quan niệm đó ở cấp độ cá nhân cũng giống với sự tôn sùng chủ nghĩa cá nhân và thành tựu ở cấp độ quốc gia tại Mỹ, và hầu hết công nhân Mỹ mang theo thần thoại này với họ từ nền văn hóa chung dân tộc vào nền văn hóa riêng của công ty.

Như các nhà điều hành doanh nghiệp thường thừa nhận, những thay đổi về văn hóa thể chế là khó thực hiện nhất. Nếu văn hóa là cách chúng ta hành động cùng nhau thì văn hóa công ty là cách chúng ta làm việc cùng nhau. Một khi một công ty đã đi vào nề nếp theo cách làm việc theo thói quen nào đó, các giám đốc điều hành phải nỗ lực lãnh đạo nhiều hơn để thay đổi nó. Nếu không có sự lãnh đạo như vậy, sự thay đổi văn hóa hiếm có cơ hội diễn ra nhanh chóng.

Văn hóa ảnh hưởng đến việc tuyển dụng. Một công ty nào đó có thể chỉ tuyển dụng những người từ một trường đại học nhất định nào đó hoặc những người có vẻ bề ngoài hoặc hành động theo một cách cụ thể nào đó.

Đề bạt thăng tiến và những cơ hội nội bộ có thể diễn ra cũng theo cách tương tự như vậy.

Văn hóa thường xuyên thể hiện chính nó trong các quá trình. Ví dụ, một quy trình tuyển dụng có thể bao gồm một bước trong đó nhóm tuyển dụng sẽ thảo luận về những gì họ biết về trường học mà một người nào đó đã tốt nghiệp. Điều đó trở thành một phần của mọi cuộc phỏng vấn tuyển dụng và từ đó trở đi, văn hóa công ty được chọn lọc theo những cách riêng cụ thể.

Các công ty nhận thấy việc xây dựng lực lượng lao động đa dạng là khó khăn đối với họ vì nó liên quan đến cả ba lực lượng sau: văn hóa bên ngoài, văn hóa nội bộ bất thành văn, và những quy trình. Tuyển dụng đa dạng đòi hỏi sự lãnh đạo đặc biệt tập trung và nhất quán từ cấp cao nhất của tổ chức.

Những quy ước thông lệ cũng có thể cản trở việc cho phép các tổ chức tuyển dụng những nhân viên không có bằng đại học. Làm thế nào một công ty muốn mở rộng quy mô của mình có thể nắm bắt được ý tưởng về các ứng viên phi truyền thống? Làm thế nào một người lao động cá nhân có thể thoải mái lựa chọn một lối gia nhập vào lực lượng lao động một cách phi truyền thống thay vì tìm kiếm bằng cấp truyền thống dài đến những bốn năm học? Làm thế nào một nhà tư vấn nghề nghiệp có thể đề xuất một con đường độc đáo với sự tự tin?

Các tổ chức sẽ cần quan tâm nhiều hơn đến các ứng viên chất lượng cao, phi truyền thống, những người đang thành công tại công ty của họ. Khi sự tự tin vào khả năng của những người lao động không có bằng đại học ngày càng tăng cao thì sự hiện diện của họ trong việc tuyển dụng cũng sẽ tăng lên. Nhưng một sự thay đổi như vậy có thể mang tính chất thế hệ. Sự thay đổi văn hóa diễn ra trong vòng chưa đầy một thế hệ đòi hỏi nỗ lực tập trung to lớn từ các nhà lãnh đạo. Nếu nỗ lực đó đến từ chính phủ hoặc những người sử dụng lao động cực kỳ có ảnh hưởng, và nó được củng cố bởi một hệ thống, thì những thay đổi lớn về văn hóa có thể diễn ra nhanh chóng hơn.

Đây có thể là một vấn đề mà những người tham gia có ảnh hưởng trong hệ sinh thái phải hành động hài hòa với nhau.

Một hệ sinh thái ổn định và công bằng

Việc cho rằng sức mạnh kinh tế cho phép một số người có ảnh hưởng lớn đến xã hội của chúng ta trong khi nó loại trừ những người khác chắc chắn không phải là một nhận định mới. Cơ hội kinh tế là bước đầu tiên trên con đường dẫn đến tiếng nói mạnh mẽ trong cách thế giới hoạt động như thế nào. Và mọi người sẽ trở nên tức giận và sẽ thể hiện như vậy nếu họ cảm thấy bị tước mất đi cơ hội đó.

Ví dụ, một vài năm trước, người dân đã ném đá vào thung lũng Silicon.

Mục tiêu tấn công chính xác là những chiếc xe buýt do Google thuê để đưa nhân viên từ San Francisco đến các văn phòng chính của công ty ở Mountain View, 30 dặm về phía nam. Xe buýt của các công ty công nghệ khác cũng bị tấn công.

Những người ném đá hóa ra là các nhà hoạt động phản đối việc những chiếc xe buýt này chạy trên các đường phố của San Francisco và những gì họ nhìn thấy là sự bất bình đẳng kinh tế ngày càng gia tăng trong thành phố. San Francisco đã và đang thay đổi sâu sắc khi các công ty công nghệ cao biến đổi mọi thứ từ dáng dấp của đô thị đến giá cả nhà đất và cách thức hoạt động của chính quyền thành phố.

Thung lũng Silicon chắc chắn đã làm thay đổi thành phố, mang lại các vấn đề thường gây ra bởi quá trình phồn hoa hóa nhanh chóng. Theo một cách nào đó thì các cuộc biểu tình đó có ý nghĩa, đặc biệt là ở một thành phố như San Francisco có lịch sử lao động và chính trị lâu đời.

Vào thời điểm đó, một người bạn đã chỉ ra rằng những cuộc biểu tình này cũng là một phần của một cái gì đó lớn hơn. Những người trẻ háo hức làm việc tại các công ty công nghệ là một tầng lớp "được hưởng lợi" mới, và các nhà hoạt động này đang chiến đấu thay mặt cho một tầng lớp "không được hưởng lợi" mới. Những người được hưởng lợi trực tiếp từ sự bùng nổ công nghệ đã phẫn nộ bởi những người bên ngoài, những người chỉ đơn giản là hy vọng sẽ được hưởng sái.

Trong nhiều trường hợp, tất nhiên, họ có được hưởng sái. Cụ thể là, các ứng dụng công nghệ đã giúp hàng tỷ người thoát khỏi đói nghèo, cải thiện sức khỏe và làm giàu cuộc sống của chúng ta. Nhưng các xã hội của chúng ta đang trở nên bất bình đẳng hơn vì quyền lực có ý nghĩa thì nằm trong tay của một số ít người hơn, và họ có những công cụ mạnh hơn để duy trì lợi thế của họ. Chúng ta vẫn chưa hình dung được hiệu quả của sự nổi lên của phương tiện truyền thông xã hội và những cách giao tiếp được hỗ trợ bởi công nghệ ở khắp nơi. Nhưng một số người, tổ chức và chính phủ đã và đang sử dụng các công cụ truyền thông mới này để thúc đẩy các chương trình nghị sự của riêng họ theo những cách mà chúng ta không lường trước được. Những công cụ này, được khuếch đại bởi máy học và trí tuệ nhân tạo, sẽ trở nên mạnh mẽ hơn cùng với thời gian.

Trước tình trạng bất bình đẳng ngày càng gia tăng này, chúng ta phải khó khăn vật vã mới có thể hiểu được nền kinh tế mới và cách thức làm việc mới. Chúng ta biết rằng sự lệch lạc về văn hóa và kinh tế của cuộc cách mạng công nghiệp vừa qua đã nhanh chóng kéo theo chiến tranh, nạn đói, suy thoái và các hệ tư tưởng đã giết chết hàng triệu người. Sự thay đổi thậm chí có thể sẽ đến nhanh hơn vào thời điểm này.

Hệ sinh thái mà chúng ta hỗ trợ phải tạo ra những cách thức để các cá nhân có thể thích ứng với những khó khăn cản trở, và cũng phải tạo ra cơ hội kinh tế và sức mạnh cho nhiều người trong chúng ta hơn. Để ổn định và công bằng, hệ sinh thái mới của chúng ta sẽ là sản phẩm của hàng triệu tổ chức và hàng tỷ người, sẽ đòi hỏi sự tham gia và sáng tạo của người lao động ở mọi cấp độ và khắp nơi trên toàn cầu.

Trước đây tôi có viết về vai trò lãnh đạo: nó thực sự đến từ đâu? Trong một thế giới thực sự có kết nối cùng với một hệ sinh thái phát triển rực rỡ, vai trò lãnh đạo đến từ khắp mọi nơi, nảy sinh khi các nhà lãnh đạo tiềm năng có sức mạnh kinh tế để khẳng định ảnh hưởng của mình. Bên cạnh đó, quyền lực chỉ được áp dụng một cách công bằng khi những người bị lãnh đạo cũng có sức mạnh kinh tế để phản kháng lại người lãnh đạo.

Chương 10

THÀNH CÔNG CỦA LÒNG YÊU MẾN ĐỐI VỚI KHÁCH HÀNG TỪ HAI PHÍA TRONG NGÀNH VIỆC LÀM TẠM THỜI HIỆN ĐẠI

Tác giả: Patricia Olby Kimondo

Patricia Olby Kimondo là giám đốc điều hành và người sáng lập của People Productions, một công ty có trụ sở tại Thụy Điển, đam mê tìm kiếm tài năng thực sự. Sau khi tuyển dụng hơn 20.000 người trẻ tuổi, Patricia nhận ra rằng tài năng có rất nhiều hình dạng và quy mô, và tiềm năng đó còn mạnh mẽ hơn trong quá khứ. Và tài năng hầu như luôn luôn là một yếu tố dự đoán tốt hơn cho những thành công trong tương lai hơn là các kỹ *năng cứng.* Vì vậy, People Productions sử dụng kinh nghiệm, dữ liệu và AI của họ để phát triển các thương hiệu và giải pháp giúp mọi người và tổ chức tiến tới công việc trong tương lai. Danh mục hiện tại của các thương hiệu bao gồm Lärarförmedlarna & Vikarie Direkt, các đại lý tuyển dụng và cung cấp việc làm tạm thời hàng đầu của Thụy Điển cho các trường học, công ty phát triển phần mềm Pamoja Solutions, và nền tảng truyền thông và phát tin Naked Work.

---oOo---

Trong 20 năm qua, thế giới đã chứng kiến sự thay đổi công nghệ đáng kinh ngạc với tốc độ nhanh hơn bất kỳ thời điểm nào trước đây trong lịch sử. Cho dù chúng ta muốn hay không, con người hiện đang bước vào một thế giới toàn cầu, minh bạch, hướng dữ liệu mà logic của nó sẽ được kết nối kỹ thuật số 24/7. Công nghệ đang thay đổi mọi thứ, mọi nơi. Chúng ta đã thấy tự động hóa công việc thay thế con người tại nơi làm việc và có rất ít bằng chứng cho thấy chúng ta có thể thay đổi xu hướng này. Chúng ta có thể làm gì? Tôi tin rằng câu trả lời đó là sử dụng công nghệ để biến con người trở nên con người hơn. Sử dụng nó để cho phép chúng ta quan tâm hơn, tò mò, sáng tạo, và trên hết là đồng cảm và tử tế với nhau hơn. Trong lúc chúng tôi tại People Productions tham gia vào việc phát triển các giải pháp cho tương lai của công việc, cho những ứng viên đang tìm kiếm công việc tốt và cho những người đang tìm kiếm những ứng viên tuyệt vời thì đây là mục tiêu chúng tôi hướng tới: để trở thành con người hơn.

Nơi bắt đầu

Tôi lớn lên ở Thụy Điển vào những năm 70 và 80. Cha mẹ tôi đã nhập cư vào cuối những năm 60, khi cha tôi rời quê hương Kenya do hậu quả của phong trào đòi độc lập. Ông tôi đã quyết định tốt nhất là bố tôi nên đi học ở châu Âu, vì vậy ông ấy đã đến Thụy Điển để gặp mẹ tôi. Cha mẹ tôi thường kể cho tôi nghe những câu chuyện về việc khi còn nhỏ họ đã sống một cuộc sống thú vị như thế nào trong giới trí thức và quốc tế. Đây là thời điểm

Thụy Điển chào đón những người nhập cư đến làm việc trong các ngành công nghiệp lao động chân tay. Cha tôi là một sinh viên ngành kinh doanh, một người luôn luôn tìm kiếm cơ hội trong ngành kinh doanh. Tuy nhiên, làm một người nhập cư gốc Phi ở Thụy Điển vào thời điểm đó là một điều rất bất thường, và các nhà tuyển dụng miễn cưỡng không muốn thuê ông. Cuộc đấu tranh để tìm một công việc trở nên khó khăn hơn sau khi tôi và các anh chị em của tôi ra đời. Vì vậy, ông ấy bất đắc dĩ đã phải làm việc với tư cách là một kỹ thuật viên công nghiệp. Cuối cùng, ông ấy cũng đã trở nên rất thành thạo trong công việc của mình mặc dù tôi chắc chắn rằng ông ấy còn xuất sắc hơn trong các lĩnh vực khác nữa. Tôi chưa bao giờ nghe ông ấy phàn nàn. Ngược lại, ông luôn luôn tự hào về thành tích của mình; ông ấy chỉ điều chỉnh lại một tí, thích nghi với hoàn cảnh và tận dụng nó triệt để. Cuối cùng, ông ấy đã trở thành một người có tuổi trong giới Kenya Thụy Điển và sử dụng kinh nghiệm của mình và các kỹ năng mà ông ấy phát triển khi còn là một người mới nhập cư lúc đó để giúp đỡ lại những người mới nhập cư bây giờ thích nghi và phát triển.

Mẹ tôi là một giáo viên mầm non và mẫu giáo với niềm đam mê sâu sắc đối với công việc của mình, là một trong những người đầu tiên ở Thụy Điển vào cuối những năm 1980 thành lập trường mầm non và mẫu giáo bán công. Ý tưởng cốt lõi về việc đặt trẻ em lên hàng đầu và giáo viên đứng thứ hai đã thách thức các phương pháp sư phạm đã được chấp nhận vào thời điểm đó.

Là một doanh nhân trong lĩnh vực mà hầu hết mọi người không có khái niệm về những gì một doanh nhân phải làm hoặc cách một công ty hoạt động ra sao, bà ấy đã trải qua sự hoài nghi cũng giống như nhiều doanh nhân và những nhà tư tưởng ban đầu đã bị hoài nghi. May mắn thay, bà ấy là một người phụ nữ mạnh mẽ và ít khi bị mọi người ngăn cản. Tôi kể câu chuyện này của bố mẹ tôi vì tôi chắc chắn rằng nó đã ảnh hưởng đến cách tôi nhìn thế giới như thế nào.

Tôi sớm biết rằng cuộc sống đầy rẫy những khó khăn và trở ngại cũng như cơ hội, và tiềm năng của con người có thể dễ dàng bị bỏ qua khi không có đủ sự đa dạng và phong phú. Tôi cũng học được rằng nếu bạn muốn đến một nơi không có đường đi, bạn có thể phải tự mình xây dựng nó. Vì vậy, vào năm 1999, khi tôi rời bỏ công việc tuyển dụng và nhân sự tại một công ty CNTT toàn cầu lớn để thành lập một công ty tuyển dụng và cung cấp việc làm tạm thời dành cho giáo viên. Hầu hết mọi người xung quanh đều nghĩ rằng tôi bị tâm thần.

Vào thời điểm đó, em gái tôi, một người đã tốt nghiệp trường sư phạm, đang đi du lịch khắp thế giới để mở rộng trải nghiệm của mình. Nhưng khi cô ấy trở về nhà và bắt đầu tìm việc, rõ ràng là khả năng so khớp công việc trong lĩnh vực này không có hiệu quả. Các trường học rất cần giáo viên, nhưng có điều gì đó về quy trình so khớp việc làm đã không có hiệu quả. Ý tưởng của tôi là sử dụng những hiểu biết sâu sắc từ công việc của tôi trong lĩnh vực nhân sự để so khớp tốt hơn giữa công việc với cơ hội trong giáo dục. Do sự thiếu hụt giáo viên trên thị trường, chúng tôi muốn nhắm mục tiêu vào những người tài năng tò mò về việc có thể có cho mình một nghề nghiệp giảng dạy hay không.

Những năm đầu tiên đầy những thăng trầm đáng kể. Rất nhiều nỗ lực đã được chúng tôi bỏ vào việc "xây dựng con đường", cố gắng giải thích ý tưởng kinh doanh cho các khách hàng trường học tiềm năng của chúng tôi. Trường học thì không quen với việc mua bán dịch vụ. Nhưng tôi tin chắc rằng đã đến lúc chúng tôi phải nói lời tạm biệt với danh sách những nhân viên làm việc tạm thời hết thời hạn và những cuộc gọi bất tận để tìm kiếm nhân viên mới, và bắt đầu giúp các trường học chuyển sang phương pháp tuyển dụng nhân viên làm việc tạm thời của thế kỷ 21. Tôi đã nhận ra một sự thật thú vị khá nhanh chóng mà nó không có liên quan gì đến bản thân chính dịch vụ. Tôi nhận thấy rằng một thành phần quan trọng dẫn đến sự không thể so khớp trong quá trình tuyển dụng dường như là sự thiếu đồng cảm giữa các nhà tuyển dụng đối với người tìm việc. Vì vậy, nó đã trở thành xuất phát điểm của chúng tôi.

Những gì chúng tôi đã làm

Từ ứng viên đến khách hàng

Ngay từ ban đầu, chúng tôi đã nhận thấy nhu cầu rất lớn giữa các giáo viên mong muốn có thể thảo luận về các cơ hội liên quan đến công việc nhưng không có một nơi nào hợp lý để họ làm điều đó. Vì vậy, chúng tôi đã sắp xếp các bối cảnh khác nhau để đáp ứng nhu cầu đó. Chúng tôi đã gặp gỡ, trò chuyện rồi thiết kế ra một nền tảng nơi mà họ có thể tham gia như những nhà chuyên môn. Ưu tiên hơn bất cứ điều gì là chúng tôi đã lắng nghe họ. Chúng tôi đã dành thời gian để kết nối với những con người đằng sau cái mác là nhân viên tạm thời. Một nhu cầu rất cơ bản của con người đã giúp cả những nhân viên tạm thời lẫn chúng tôi làm việc hiệu quả hơn.

Chúng tôi cũng đảm nhận vai trò của một đại lý tìm kiếm lợi ích cho những nhân viên tạm thời của chúng tôi. Trong trường hợp khách hàng không hài lòng, chúng tôi quyết định sẽ đại diện cho những nhân viên làm việc tạm thời của mình giống như cách chúng tôi đã lắng nghe khách hàng. Như bạn có thể tưởng tượng, chúng tôi đã có một lập trường khá cấp tiến. Nhưng điều quan trọng là chúng tôi nhận ra rằng chúng tôi không phải chỉ có một loại khách hàng mà là hai. Nhân viên làm việc tạm thời của chúng tôi cũng quan trọng đối với sự thành công trong kinh doanh của chúng tôi ngang bằng với những khách hàng của chúng tôi là những trường học. Nếu không có lòng trung thành của những nhân viên làm việc tạm thời, chúng tôi sẽ không bao giờ có thể mang lại giá trị đích thực cho khách hàng trường học của mình. Vì vậy, thành công của chúng tôi sẽ được xác định bởi khả năng đáp ứng nhu cầu của cả hai nhóm này.

Từ tin tưởng ứng viên đến tin tưởng công ty

Người ta có thể cho rằng quan điểm khách hàng kép (bên cung và bên cầu đều là khách hàng) sẽ có rủi ro khi áp dụng cho mô hình kinh doanh thông thường. Nhưng hóa ra, việc quan tâm đến những nhân viên làm việc tạm thời của chúng tôi lại mang lại những lợi ích hiển nhiên. Ngoài nhiều thứ khác, chúng tôi còn trở thành chuyên gia hiểu về khả năng và nhu cầu của họ. Chúng tôi càng hiểu rõ về họ, chúng tôi càng có thể mang lại nhiều giá trị hơn cho khách hàng trường học của chúng tôi. Theo thời gian, việc tạo ra giá trị đó đã giúp chúng tôi giành được sự tin tưởng của khách hàng. Vì có sự tin tưởng vào những mối quan hệ của chúng tôi, khách hàng đã tin tưởng chúng tôi. Kết quả là số lượng khiếu nại trở nên rất thấp mặc dù chúng tôi đã thực hiện hàng ngàn giao dịch phân công công việc mỗi tháng. Sự tự tin và lòng tin đó sau này trở thành một trong những tài sản lớn nhất của chúng tôi trong việc xây dựng một doanh nghiệp có lợi nhuận bền vững.

Tất nhiên cũng có nhiều lý do khác dẫn đến thành công của chúng tôi. Trước hết, chúng tôi đã may mắn có được những con người tuyệt vời bên trong và xung quanh công ty của chúng tôi - tận tâm, ham học hỏi, sáng tạo, và kiên trì. Tất cả đều là chìa khóa để giải quyết nhu cầu thực sự của khách hàng.

Công việc kinh doanh của chúng tôi ban đầu là một dịch vụ khá đơn giản nhưng lại tinh vi, cung cấp sàng lọc định tính và so khớp. Ngoài ra, chúng tôi đã phát triển quy trình sản xuất và xây dựng một dịch vụ cung cấp nhân viên làm việc tạm thời theo yêu cầu khách hàng, cho phép khách hàng đặt và nhận hàng chỉ trong vòng vài giờ (bạn hãy nhớ rằng đây là thời đại trước khi internet phát triển). Những kết quả như vậy hầu như vẫn chưa từng xảy ra trong ngành của chúng tôi. Bên cạnh đó, chúng tôi đã trở thành người tạo điều kiện thuận lợi để khiến cho thị trường làm việc của giáo viên vốn trước kia ngừng trệ bây giờ đã trở nên sinh động. Rõ ràng là chúng tôi đã đáp ứng được nhu cầu. Đến nay, công ty của chúng tôi đã phát triển và có lãi trong 18 năm liên tiếp. Làm sao để có thể được như vậy? Tôi tin rằng câu trả lời nằm trong văn hóa của chúng tôi, một nền văn hóa nuôi dưỡng sự chăm chỉ, nhiều niềm tự hào, và trên hết là tình yêu đối với khách hàng.

Xây dựng doanh nghiệp

Chúng tôi đã tạo ra một logic mới mà thậm chí chúng tôi cũng không nhận ra. Chúng tôi đã xây dựng một mô hình kinh doanh hai mặt có hai nhóm khách hàng và kết hợp các dịch vụ đại lý tuyển dụng và cung cấp nhân sự có điển với dịch vụ cung cấp nhân sự tạm thời theo yêu cầu - rất lâu trước khi khái niệm về nền kinh tế lao động độc lập theo yêu cầu ra đời. Nhưng mô hình đó vẫn được thực hiện theo kiểu analog và thủ công.

Mặc dù thành công kinh doanh của chúng tôi đã được chứng minh nhưng chúng tôi cũng đã quen với việc bị quan chức nhà nước lẫn đại diện các doanh nghiệp coi thường như là một "đại lý cung cấp nhân lực tạm thời cho giáo viên thay thế". Có vẻ như khái niệm của hầu hết mọi người về một "doanh nghiệp thực sự" không bao gồm giáo viên, trường học hoặc nhân viên tạm thời. Ngoài ra, là một doanh nhân, tôi đã bị coi là không có nền tảng kinh doanh chính thức. Tất cả những gì tôi có là ý tưởng của tôi, một ý chí mạnh mẽ và rất nhiều quan điểm về những trở ngại bạn phải đối mặt nếu bạn đang ở bên ngoài thị trường lao động cố gắng len lỏi vào, hoặc nếu bạn đang cố gắng giải thích một ý tưởng mà chưa ai nghe đến trước đây bao giờ.

Cho đến ngày nay, chúng tôi vẫn phải đối mặt với những thành kiến xuất phát từ sự thiếu đa dạng, sáng tạo và hợp tác trong lĩnh vực của chúng tôi. Chúng tôi hoạt động trong một thị trường khá truyền thống và được quy định sẵn, nơi sự đổi mới hiếm khi được ưu tiên hàng đầu. Chúng tôi có thể chọn xem đây là một vấn đề, hoặc - theo như lựa chọn của chúng tôi - là một cơ hội. Văn hóa mà chúng tôi xây dựng trong công ty luôn luôn là huyết mạch của chúng tôi và giúp chúng tôi tập trung vào tầm nhìn và mục tiêu của mình. Vì vậy, tầm nhìn của chúng tôi là tạo ra một nền tảng tài năng cho những người tò mò về sự nghiệp giáo dục và những người đang tìm kiếm tài năng. Chúng tôi đặt mục tiêu sẽ trở thành nhà cung cấp dịch vụ tuyển dụng và nhân sự lớn nhất của Thụy Điển trong lĩnh vực giáo dục. Chúng tôi không những chỉ đạt và giữ vị trí đó mà ngày nay chúng tôi đã xây dựng một danh mục lớn các thương hiệu và giải pháp nhằm giải quyết các nhu cầu của công việc trong tương lai.

Chúng tôi đã đi một hành trình dài đến đây bằng cách nào nhỉ? Hãy để tôi trả lời bằng một câu chuyện ngắn. Trở lại năm 1999, trong những năm đầu tiên đầy chông gai, đã có lúc chúng tôi không chắc chắn về tương lai của công ty và đã quyết định cắt giảm quy mô. Tuy nhiên, chúng tôi đã giữ cho công ty tồn tại lay lắt trong lúc chúng tôi làm những dự án khác. Có vẻ như sự kiên trì của chúng tôi đột nhiên được đền đáp. Một ngày nọ, khách hàng bắt đầu gọi điện yêu cầu cung cấp nhân viên tạm thời. Tôi nhanh chóng cần tìm một văn phòng để phỏng vấn các ứng viên. Với những khách hàng thực sự đang chờ giao hàng, không có thời gian để đi tìm văn phòng. Vả lại, chúng tôi thực sự cũng không có tiền. Vì vậy, tôi đã nhờ anh trai tôi giúp chuyển một số đồ đạc ra khỏi căn hộ của tôi để biến nó thành một thứ gì đó trông giống như một văn phòng. Tôi đặt một tấm biển thủ công trên cửa, và chỉ vậy thôi! Tôi có một văn phòng, và cũng trong khung cảnh ngẫu hứng đó, tôi đã hoàn tất một việc lớn đầu tiên của mình. Có lẽ điều này đã nói lên một điều gì đó về tư duy kinh doanh đã ảnh hưởng đến việc chúng tôi là ai cũng như cách chúng tôi suy nghĩ và hành động là gì - có thể định hình một tình huống và sau đó điều chỉnh nó để tiến về phía trước. Kể từ ngày đó, chúng tôi đã sử dụng tư duy và kỹ năng này lặp đi lặp lại.

Một thế giới mới

Có lẽ cần lưu ý rằng chúng tôi đã bắt đầu từ rất sớm trong lịch sử kinh doanh của Internet. Và giống như hầu hết các công ty khác, ban đầu chúng tôi tưởng tượng rằng doanh nghiệp của mình sẽ phát triển trong một thế giới khá tuyến tính và có thể đoán trước được. Mười lăm năm trôi qua, và chúng tôi đột nhiên thấy mình ở một thế giới hoàn toàn khác, trong một thời gian ngắn đã thay đổi hoàn toàn bởi công nghệ mới và toàn cầu hóa. Doanh nghiệp tương tự như của chúng tôi cần nhanh chóng chuyển sang thế giới của kỹ thuật số, di động là trên hết và kết nối 24/7.

Những tín hiệu thay đổi đầu tiên đã đến từ khách hàng của chúng tôi. Họ nói với chúng tôi rằng họ rất yêu chúng tôi và các dịch vụ của chúng tôi, nhưng họ mong đợi dịch vụ của chúng tôi nhanh hơn và tốt hơn thế nữa. Việc chúng tôi đã cung cấp giá trị vượt xa tất cả các đối thủ cạnh tranh của mình vẫn không phải là quan trọng nhất. Chúng tôi đã nâng cao tiêu chuẩn bằng sự nhanh chóng, hiệu quả và chất lượng. Giờ đây, khách hàng của chúng tôi yêu cầu nhiều hơn thế và chúng tôi cần phải đáp ứng họ.

Nhân rộng niềm tin

Bước đầu tiên của chúng tôi là tập trung vào việc tự động hóa bất kỳ quy trình và tác vụ thủ công nào có thể được. Bước tiếp theo là xem xét những gì chúng tôi có thể làm với AI để tạo ra chuyển đổi kỹ thuật số thực sự. Chỉ tự động hóa các quy trình không thôi thì chưa đủ. Chúng tôi đã ra mắt ứng dụng đầu tiên của mình từ năm 2011 nhưng lần ra mắt này này thì khác. Chúng tôi có cảm giác rằng nếu chúng tôi có thể kết hợp 15 năm kinh nghiệm của mình với công nghệ thông minh, chúng tôi có thể giải quyết các vấn đề theo một cách hoàn toàn khác. Cái nhìn sâu sắc đó thật là ly kỳ. Chúng tôi biết mình có kỹ năng và kinh nghiệm bởi vì trong nhiều năm, chúng tôi đã thuê hơn 20.000 người mà tất cả họ đều đã trải qua các quá trình sàng lọc, so khớp và huấn luyện. Từ những giao dịch so khớp và tuyển dụng nhân viên đó, chúng tôi đã có một cơ sở dữ liệu cần thiết. Ngoài ra, chúng tôi cũng biết rằng chúng tôi đã có những khách hàng hài lòng.

Khoảng 50% nhân viên tạm thời của chúng tôi đã nhận được lời mời làm việc cố định trong vòng một năm, và tám trong số mười người trong đó sẽ giới thiệu một người bạn đến làm việc cho chúng tôi.

Chúng tôi bắt đầu bằng cách phân tích các quy trình kinh doanh của mình. Chúng tôi quyết định rằng bước đầu tiên của chúng tôi sẽ là xem xét lại quy trình đăng ký và sàng lọc. Chúng tôi từ bỏ phong tục đánh giá qua CV cũ đơn giản vì chúng tôi không thấy có bằng chứng nào cho thấy nó thực sự mang lại bất kỳ giá trị nào cho doanh nghiệp của chúng tôi. Thay vì đánh giá thông qua CV, mà phần lớn hoạt động giống như một chiếc gương chiếu hậu của xe hơi, chúng tôi muốn tìm kiếm tiềm năng trong tương lai ở những người tìm việc của mình. Một phần của việc này là xây dựng một công cụ sàng lọc tự động tùy chỉnh riêng cho các lao động tạm thời dựa trên các yếu tố đánh giá sự thành công của cả lao động tạm thời lẫn khách hàng mà đã được chính chúng tôi xác nhận. Chúng tôi đã làm việc với các nhà tâm lý học hàng đầu và khách hàng của mình để tạo ra công cụ này. Sau đó, chúng tôi chuyển sang phát triển các thuật toán so khớp - một thách thức đáng kể với 15 năm kỹ năng và kinh nghiệm mà chúng tôi muốn chuyển hết thành những thuật toán.

Vào năm 2015, chúng tôi đã ra mắt phiên bản beta "Vikarie Direkt". Vào tháng 8/2017, chúng tôi cho ra đời giải pháp đầy đủ của chúng tôi - một nền tảng và ứng dụng cung cấp các dịch vụ tuyển dụng và lao động tạm thời theo yêu cầu cũng như hỗ trợ chuyển biến trên thị trường việc làm. Giải pháp của chúng tôi cung cấp những cách nhanh hơn, tốt hơn để những người đang tìm việc gặp gỡ và so khớp với những người đang tìm kiếm tài năng. Chúng tôi đã có lãi ngay từ ngày đầu tiên và công việc kinh doanh ngày càng phát triển. Chúng tôi sẽ tuyển dụng hơn 2.000 người vào nền tảng này vào năm 2018.

Vikarie Direkt và lao động theo yêu cầu trên thực tế

Vikarie Direkt (tạm dịch là "Lao động tạm thời trực tiếp") là một giải pháp cho những công việc tốt và những lao động tạm thời tuyệt vời. Dưới đây là một số tính năng.

Thanh toán cho khách hàng

Khách hàng có thể đặt hàng lao động tạm thời trong ứng dụng 24/7. Việc xác nhận diễn ra ngay lập tức. Một nhân viên lao động tạm thời thích hợp (dựa vào yêu cầu) sẽ có mặt vào đúng giờ khách hàng mong muốn. Khách hàng xử lý toàn bộ quy trình thông qua ứng dụng và cũng có tùy chọn quản lý nguồn nhân lực cho các nhu cầu tuyển dụng tạm thời hoặc lâu dài hơn trong tương lai. Một công cụ tuyển dụng được tích hợp sẵn sẽ đảm bảo các quyết định tuyển dụng trong tương lai được hỗ trợ bởi dữ liệu đã được xác thực từ các nhiệm vụ trước đó. Điều này có nghĩa là nó ít gây đau đầu hơn cho các nhà quản lý và ít thiên vị hơn trong quá trình này.

Lao động tạm thời

Những lao động tạm thời của chúng tôi đang tìm kiếm một cách linh hoạt để làm việc cũng như cơ hội để xây dựng sự nghiệp. Họ sử dụng ứng dụng để lập kế hoạch và quản lý công việc hàng ngày của họ. Mỗi giờ, giá trị công việc của nhân viên tạm thời được tính toán và tích lũy.

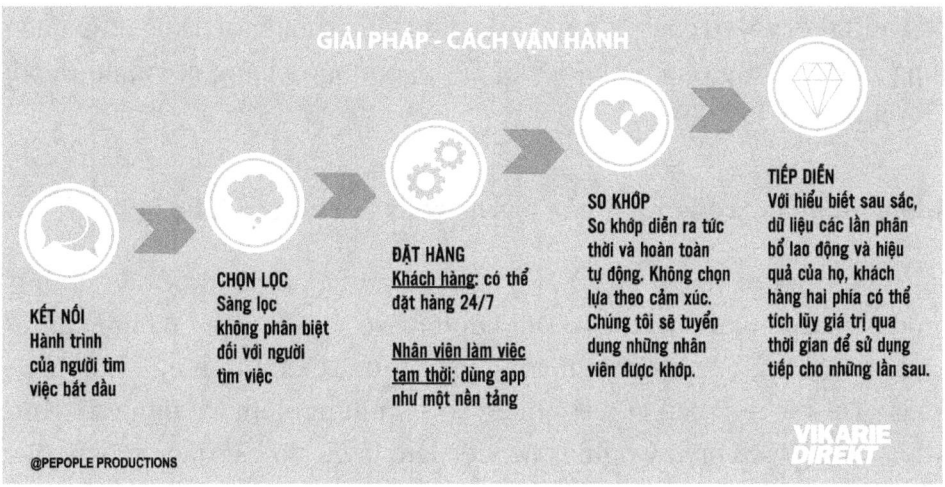

Điều làm chúng tôi khác biệt

Tất cả những lao động tạm thời của chúng tôi đều được công ty chúng tôi tuyển dụng và cung cấp đầy đủ quyền lợi. Họ có toàn quyền linh hoạt và có thể chọn làm thêm giờ, bán thời gian hoặc toàn thời gian. Bởi vì chúng tôi là chủ của họ, mặc dù tạm thời, chúng tôi biết người của chúng tôi là ai, và chúng tôi có thể tin tưởng rằng họ sẽ làm tốt công việc.

Họ ở lại với tư cách là nhân viên của chúng tôi miễn là họ muốn. Thói quen của họ khác nhau; khoảng 50% nghỉ việc và sau đó quay trở lại trong vòng một năm. Nhân viên tạm thời được quyền chọn đăng nhập vào hay ra khỏi nền tảng tùy ý.

Nhân viên tạm thời của chúng tôi cung cấp cho chúng tôi thời gian và kỹ năng. Về mặt nào đó, điều này giống với cách thức hoạt động của một công ty cung cấp nhân sự, với một điểm khác biệt quan trọng là giải pháp của chúng tôi được xây dựng cho sự vận động, sự linh hoạt và học hỏi.

Khi nhân viên của chúng tôi chuyển sang một công việc khác, chúng tôi đánh giá đó là một dấu hiệu của sự thành công. Điều đó có nghĩa là vai trò của chúng tôi với tư cách là người tạo điều kiện thuận lợi đã có hiệu quả như mong muốn. Càng nhiều người vận động, chúng ta càng có nhiều tác động đến thị trường lao động.

Nhiệm vụ quan trọng nhất của chúng tôi và hành trình học tập

Khá nhiều người trong số những người làm việc tạm thời của chúng tôi còn trẻ và thiếu kinh nghiệm. Đối với một số người trong số họ, chúng tôi là người cung cấp trải nghiệm công việc thực tế đầu tiên cho họ. Vậy việc làm là gì? Chà, nếu bạn còn trẻ hoặc có ít kinh nghiệm thì mọi việc thực sự bắt đầu bằng việc hiểu ý nghĩa của việc làm là gì. Nó bắt đầu ngay từ đầu để chuẩn bị cho ngày mới, lên kế hoạch thức dậy đúng giờ để đi làm và biết bạn làm gì khi đến nơi và những gì người khác sẽ mong đợi ở bạn trong ngày. Một phần lớn công việc của chúng tôi là hỗ trợ quá trình học tập đó nhằm giúp tạo ra một nền tảng rõ ràng và an toàn để tiếp tục xây dựng. Sau đó, chúng tôi thêm AI để tăng cường học tập và phát triển. Với phản hồi hướng dữ liệu và được cá nhân hóa, chúng tôi giúp chuyển sự tập trung từ thực hiện công việc sang học tập và phát triển các kỹ năng. Công việc tại Vikarie Direkt không chỉ là "một công việc". Đó là một nền tảng để kiếm tiền, học hỏi và tiếp tục; tất cả đều trong thời gian thực. Mô hình của chúng tôi về tuyển dụng dựa trên tiềm năng, học tập dựa trên công việc, và phát triển cá nhân hóa được tóm tắt trong cái mà chúng tôi gọi là quy trình HI-LEAP ™.

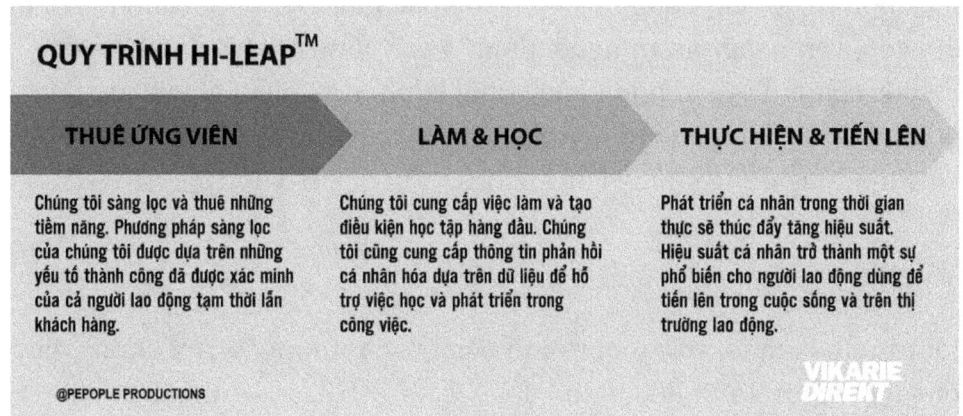

Chúng tôi thực hiện so khớp

Khi một khách hàng trả tiền cho lao động tạm thời và khi một khách hàng lao động tạm thời được giao cho một công việc, không có chọn lựa hoặc ý muốn chủ quan nào chi phối cả. Quy trình này gần đây đã được các ứng dụng hẹn hò và so khớp phổ biến áp dụng. Thay vào đó, các nhiệm vụ được so khớp ngay lập tức, dựa trên kinh nghiệm của chúng tôi, các thuật toán và dữ liệu so khớp cho chúng tôi biết điều gì thực sự tạo ra một so khớp thành công. Những lợi ích có thể thấy rất rõ ràng: kết hợp chất lượng cao, với tốc độ cực nhanh, với mức sai lệch tối thiểu. Sau khi so khớp thành công giữa khách hàng lao động tạm thời và khách hàng, họ có thể tiếp tục làm việc cùng nhau trong các nhiệm vụ khác trong tương lai nếu họ muốn.

Thực tế là chúng tôi quyết định sự so khớp cho khách hàng và thời gian là cốt lõi trong giải pháp của chúng tôi. Trước hết, chúng tôi tin rằng đó là chìa khóa của một dịch vụ theo yêu cầu thực sự. Chúng tôi không muốn khách hàng của mình phải đau đầu với việc đăng quảng cáo tuyển dụng, tìm kiếm trong số những người làm việc tạm thời có sẵn, rồi đoán xem ai sẽ là người phù hợp trước khi thực sự đưa ra một lựa chọn nhưng có thể phù hợp hoặc có thể không. Thứ hai, và quan trọng hơn, chúng tôi không nghĩ rằng "lướt qua thông tin" là một phương pháp hay. Rủi ro của việc lựa chọn tùy vào may rủi là rất rõ ràng.

Việc chọn người lao động dựa trên các đặc điểm bề ngoài như ngoại hình xinh đẹp, xếp hạng sao từ người dùng ở các công ty khác hoặc trường học mà một người đã theo học không phải là phương pháp chính xác để đánh giá năng lực của một người. Chỉ vì việc xếp hạng sao từ người dùng được đặt trong một ứng dụng không làm cho việc này trở nên hợp lệ.

Nhân lực

Môi trường hiện tại trong bối cảnh của truyền thông xã hội không may lại đóng một vai trò ảnh hưởng lớn đến việc duy trì các kỹ thuật so khớp việc làm hời hợt. Tệ hơn nữa, nó đã tạo ra một nỗi ám ảnh về lượng người theo dõi và lượt thích ngày càng tăng. Cũng giống như báo chí lá cải, các phương tiện truyền thông xã hội bán những câu chuyện thú vị, và chúng chính là loại báo lá cải mới. Điều đó có lợi trong ngành giải trí, nhưng nó có đủ tốt cho công việc kinh doanh nhân lực không? Tôi thường ấp ủ ý tưởng nên nhìn ra bên ngoài ngành của mình để tìm cảm hứng và khám phá những điều mới. Tuy nhiên, trong trường hợp này, tôi nghĩ nó phức tạp hơn. Chúng ta đang bước vào kỷ nguyên mà công nghệ đang thay đổi nhanh chóng cán cân quyền lực trên thế giới. Con người ngày trước không có quyền truy cập thông tin giờ đây có quyền truy cập vào mọi thứ cũng như khả năng tương tác với những người khác, nâng cao tiếng nói của họ và sử dụng quyền hạn tiêu dùng của họ để tác động đến cách các thương hiệu lớn đưa ra quyết định. Thế giới số hóa đã gia tăng quyền lực của con người so với logic cũ về lợi thế tri thức. Đã qua rồi cái thời mà chỉ có các thương hiệu hoặc chuyên gia thu thập thông tin có giá trị và sử dụng nó để xây dựng lợi thế cạnh tranh. Trong thế giới mới này, bất kỳ ai cũng có thể là chuyên gia - ngay cả những người lao động bị đánh giá bằng các phương pháp đánh giá không xác thực như xếp hạng sao.

Tôi tin rằng chức năng của việc xếp hạng sao chủ yếu là giải trí. Bộ não của tôi có thể cảm thấy một sự thoải mái nhất định khi có khả năng xếp hạng dịch vụ mà tôi đã sử dụng, nhưng trong công ty của chúng tôi, chúng tôi không thấy những xếp hạng như vậy hữu ích trong việc dự đoán thành công trong tương lai - đối với công ty hoặc người lao động. Thay vào đó, chúng tôi thử nghiệm các cách khác để chia sẻ thông tin giữa lao động tạm thời và khách hàng để hiểu rõ hơn về cách phát triển kinh doanh của chúng tôi có thể tạo ra giá trị cho mọi người như thế nào. Và còn một điều nữa; đó là chúng tôi không cảm thấy cần phải kiểm soát người của mình bởi vì chúng tôi đã hoàn toàn tin tưởng họ.

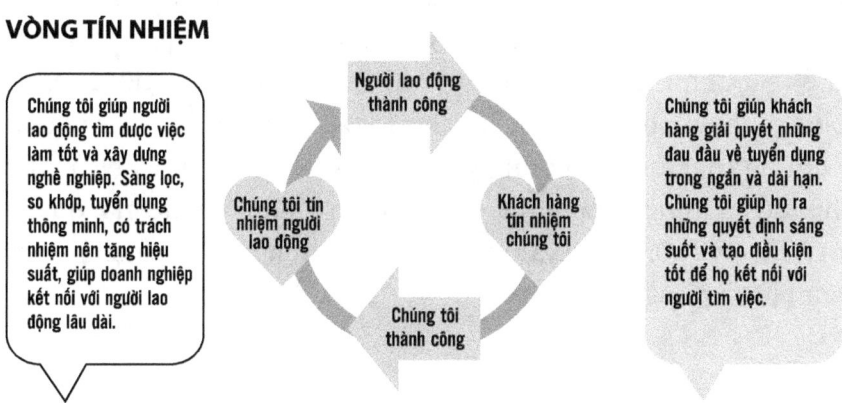

Tóm tắt và kết luận

Tôi may mắn được sinh ra ở một trong những quốc gia giàu có và bình đẳng nhất thế giới. Đương nhiên nó đã ảnh hưởng đến cách tôi kinh doanh. Ở Thụy Điển, chúng tôi luôn là những người đổi mới, nhưng là một quốc gia nhỏ ở cực bắc châu Âu (chúng tôi chỉ có 10 triệu dân), chúng tôi đã sớm học cách nhìn ra bên ngoài và xây dựng các mối quan hệ. Điều này đã giúp chúng tôi hiểu rằng cộng tác là thông minh. Giáo dục cũng đóng một vai trò quan trọng. Nó bắt đầu ngay từ lớp mẫu giáo với chương trình học tập quốc gia và giúp nuôi dưỡng một nền văn hóa không phân cấp, trên cơ sở đồng lòng, cởi mở với sự đa dạng - và là chìa khóa của sự đổi mới.

Công ty của chúng tôi được xây dựng dựa trên ý tưởng đơn giản về quan điểm khách hàng kép và rằng chúng tôi nên làm những gì khách hàng thực sự cần. Công việc của chúng tôi là tìm ra nó là gì. Đó chắc chắn không phải lúc nào cũng là một nhiệm vụ dễ dàng, nhưng nó giúp ích cho việc đặt mọi người lên hàng đầu. Khi nhu cầu của mọi người được đáp ứng, họ có nhiều cơ hội cảm thấy an toàn và tự tin hơn. Sự an toàn và tự tin đó tạo ra niềm tin - cơ sở quan trọng để thực hiện tốt bất kỳ công việc nào, cho cả nhân viên và quản lý. Điều này đặc biệt đúng trong một thế giới thay đổi nhanh chóng, khó dự đoán và nơi tất cả chúng ta sẽ phải mở rộng quyền sở hữu đối với tương lai của cá nhân và của chung chúng ta. Một nguyên tắc chỉ đạo khác mà chúng tôi có là không có người lao động nào "là" hoặc "có" tài năng, mà là họ sẽ "trở thành" tài năng nếu chúng tôi chịu hỗ trợ họ. Để đạt được điều này, chúng tôi cần tin tưởng vào con người và tiềm năng của họ. Cả với tư cách cá nhân và một lực lượng tập thể, chúng tôi xây dựng công ty của chúng tôi cũng như đóng góp cho xã hội nói chung. Ngày nay, có vô số cơ hội để sử dụng công nghệ thông minh không chỉ để giải quyết vấn đề mà còn hỗ trợ ý tưởng này và trở nên nhân văn hơn. Tất cả chúng ta nên cố gắng nắm bắt những cơ hội đó.

Chương 11

NHÂN TÀI THÚC ĐẨY HỆ SINH THÁI MỚI CHO VIỆC LÀM NHƯ THẾ NÀO

Tác giả: Jamie Merisotis

Jamie Merisotis là nhà lãnh đạo được công nhận trên toàn cầu về hoạt động từ thiện, giáo dục và chính sách công. Kể từ năm 2008, ông là chủ tịch và giám đốc điều hành của Lumina Foundation, một tổ chức tư nhân độc lập cam kết tạo cơ hội học tập sau trung học phổ thông cho tất cả mọi người. Công việc của ông bao gồm nhiều kinh nghiệm toàn cầu với tư cách là cố vấn chuyên môn ở miền nam châu Phi, Liên Xô cũ, châu Âu và các khu vực khác trên thế giới. Trước đây, ông từng là giám đốc điều hành của Viện chính sách giáo dục Đại học ở Washington, DC và là giám đốc điều hành của một ủy ban quốc gia về khả năng trả học phí đại học do Tổng thống Mỹ và các nhà lãnh đạo Quốc hội bổ nhiệm.

Merisotis là tác giả của quyển sách nổi tiếng America Needs Talent (Nước Mỹ Cần Nhân Tài), được Booklist xếp vào danh sách mười quyển sách kinh doanh hàng đầu năm 2016. Là một nhà bình luận và cộng tác viên truyền thông thường xuyên, bài viết của ông đã xuất hiện trên The Washington Post, New York Times, Wall Street Journal, Stanford Social Innovation Review, Washington Monthly, Huffington Post, Politico và các ấn phẩm khác. Ông là thành viên của Hội đồng quan hệ đối ngoại và là ủy viên quản trị cho nhiều tổ chức khác nhau trên thế giới bao gồm Bảo tàng trẻ em của Indianapolis do ông chủ trì, Đại học Bates ở Maine và Council on Foundations ở Washington, DC.

---oOo---

Nền kinh tế lấy con người làm trung tâm cần một thị trường lao động dựa trên tài năng. Tài năng không chỉ là kỹ năng; nó cho phép con người kiểm soát số phận của chính họ và làm cho xã hội vận hành tốt. Chúng ta cấp bách cần các hệ thống giúp các cá nhân phát triển tài năng của họ bởi vì chứng chỉ giáo dục sau trung học đã là yêu cầu cho hầu hết các công việc tốt. Trong hệ thống này, "đầu tiên bạn học, sau đó bạn làm việc" sẽ được thay thế bằng sự phát triển và triển khai tài năng liên tục và toàn bộ. Mục tiêu là xây dựng một hệ thống tài năng, nơi 60% tổng số người Mỹ sở hữu chứng chỉ chất lượng cao. Lumina Foundation hiện đang xây dựng hướng đi mới cho những hoạt động phúc thiện nhằm đạt được mục tiêu này và đã thành lập Lumina Impact Ventures đầu tư vào danh mục đầu tư của các công ty khởi nghiệp, cống hiến một trong những khoản tài trợ tư nhân lớn nhất quốc gia để giúp cho hệ thống tài năng phát triển.

Năm 2008, Lumina Foundation bắt đầu tập trung vào một mục tiêu cụ thể, có thể đo lường được - đó là 60% người Mỹ có bằng cấp sau trung học, chứng chỉ hoặc các chứng chỉ khác vào năm 2025. Mặc dù chúng tôi nhận ra rằng việc đặt mục tiêu là một bước quan trọng trong công việc của chúng tôi, nhưng vào thời điểm đó, chúng tôi không hoàn toàn nhận ra rằng mục tiêu đó sẽ chứng tỏ tầm quan trọng của nó như thế nào - cả đối với Lumina với tư cách là nền tảng quốc gia lẫn lĩnh vực mà chúng tôi làm việc.

Gợi ý đầu tiên về tầm quan trọng của mục tiêu đến từ phản ứng của các bên liên quan. Phản ứng ban đầu, thành thật mà nói, đã gây một mức độ sốc nhất định đáng kể. Hầu hết người ta đều không quen với khái niệm "đạt được" (một thước đo tỷ lệ dân số đạt đến một trình độ học vấn nhất định) và nhiều người không biết rằng Mỹ đã tụt hậu xa so với các quốc gia khác trong việc tạo cơ hội cho chất lượng giáo dục sau trung học. Ngay sau đó, khi cú sốc đã qua, các phản ứng trước mục tiêu này rơi vào hai phe. Một bên xem mục tiêu gần đến mức vô lý - một mặt, vì nó có khả năng không thể đạt được, và mặt khác, vì nó là một hành động ngạo mạn cực độ. Bên thứ hai đã phản ứng tích cực hơn với mục tiêu, xem nó vừa là một tuyên bố rõ ràng về nhu cầu quốc gia tăng cường trình độ sau trung học vừa là một dấu hiệu cho thấy Lumina Foundation sẵn sàng đảm nhận vai trò lãnh đạo của nó.

Lúc đầu, chúng tôi không nhận ra rằng việc nêu rõ mục tiêu đã thay đổi hoàn toàn quan điểm của chúng tôi về những gì Lumina hướng đến. Lý do ẩn trong tầm nhìn của chúng tôi rất rõ ràng, thực tế là mục tiêu được đo bằng số lượng người Mỹ có được chứng chỉ chất lượng cao sau trung học. Mục tiêu không phải là về hệ thống giáo dục hoặc các nhà cung cấp của nó - các trường cao đẳng và đại học, các chương trình về lực lượng lao động, hoặc bất kỳ tổ chức và hệ thống nào khác. Đó là về con người và nhu cầu, nguyện vọng và thành tích của họ.

Vào năm 2015, tôi đã viết một quyển sách điều tra nghiên cứu những tác động đối với nước Mỹ nói chung về sự thay đổi trọng tâm này từ các thể chế sang con người. Quyển sách đó, *America Needs Talent*, gợi ý rằng việc thu nhận và phát triển nhân tài sẽ thúc đẩy tương lai của nước Mỹ. Tất nhiên, yêu cầu ngày càng tăng của nhà tuyển dụng đối với "kỹ năng" là một phần của nguyên nhân thúc đẩy nhu cầu tập trung vào tài năng, nhưng đó còn là vấn đề không chỉ đơn giản là kỹ năng, giống như cách thuật ngữ đó được hiểu trong các cuộc đối thoại công khai. Tài năng là thứ mang đến cho mọi người cơ hội bẻ cong quỹ đạo cuộc sống của họ để hướng tới một điều gì đó tốt đẹp hơn. Chính khả năng này của con người trong việc kiểm soát số phận của mình đã làm cho một xã hội vận hành tốt. Đáng buồn thay, ở Mỹ ngày nay, có quá nhiều người, không phải do lỗi của họ, đã đánh mất khả năng cải thiện chất lượng cuộc sống của họ vì các hệ thống có thể nuôi dưỡng và phát triển tài năng của họ thật sự không tồn tại. Ngoài việc đại diện cho một bi kịch cá nhân cho vô số người, sự xói mòn tài năng còn đe dọa sâu sắc đến tương lai của nước Mỹ với tư cách là một quốc gia.

Bản chất của tài năng

Trong quyển sách đó, tôi định nghĩa tài năng là "sự phản ánh của sự hợp lực được tạo ra khi các cá nhân có được sự kết hợp của các khả năng dẫn đến sự thịnh vượng trong sự nghiệp và cuộc sống cá nhân của họ - sự hợp lực không chỉ tác động đến họ với tư cách cá nhân mà còn cho toàn xã hội". Loại tài năng này khó nắm bắt và khó phân loại, nhưng điều đó không làm cho nó trở nên kém thực tế. Chúng ta có thể bắt đầu hiểu nó bằng cách nhận ra cả hai thành phần nhận thức và phi nhận thức của nó:

- *Kiến thức* - hiểu biết về một chủ đề cụ thể, chẳng hạn như toán học, khoa học hoặc nhân văn, hoặc các môn học ứng dụng như kế toán

- *Kỹ năng* - tư duy phản biện và giải quyết vấn đề, năng lực cho phép cá nhân sử dụng kiến thức của họ để giải quyết nhiều loại vấn đề cũng như tạo ra kiến thức mới

- *Khả năng* - trí nhớ, khả năng sáng tạo và suy luận, những thuộc tính cá nhân lâu dài.

- *Giá trị* - sự công nhận, thành tích và quyền hạn, giá trị phản ánh sở thích đối với kết quả, mục tiêu hoặc lý tưởng

- *Mối quan tâm* - xã hội hay điều tra nghiên cứu, đặc điểm của các loại môi trường mà mọi người thích đặt mình vào hơn

- Các đặc điểm tính cách - tận tâm hoặc hướng ngoại, thói quen hành vi, suy nghĩ hoặc cảm xúc tương đối ổn định theo thời gian

Tuy nhiên, người ta có thể định nghĩa tài năng với sự thật bất di bất dịch về nó mà chúng ta phải công nhận. Đó là nó có thể được nuôi dưỡng và phát triển. Ở một mức độ nào đó, một số thành phần của tài năng là bẩm sinh, nhưng tất cả đều có thể được phát triển thông qua việc học tập chính thức và không chính thức. Thậm chí các giá trị, sở thích và đặc điểm tính cách cũng vậy.

Tài năng không được sinh ra hoặc mua được. Nó được tạo ra trong việc hỗ trợ các gia đình và các tổ chức xã hội bao gồm trường học và trường cao đẳng, và được phát triển thông qua kinh nghiệm học tập và làm việc trong suốt cuộc đời.

Nhân tài và nền kinh tế tri thức

Tài năng đã nổi lên như là một yếu tố quyết định đối với khả năng tìm được việc làm của một người nào đó. Chúng ta không hề nhận ra rằng một sự chuyển đổi lớn của thị trường việc làm ở Mỹ đã diễn ra với những tác động sâu sắc không chỉ đối với nền kinh tế mà còn đối với cuộc sống của hàng triệu người Mỹ. Nhu cầu về nhân tài đặt con người - học sinh, sinh viên và người lao động - vào trung tâm của hệ sinh thái việc làm và giáo dục mới. Vì hệ sinh thái này tập trung vào con người và tài năng của họ nên chứng chỉ là hiện thân của của hệ sinh thái này được chấp nhận rộng rãi trong tất cả các ngành. Điều này có nghĩa là nhu cầu về các tài năng khác nhau và mạnh mẽ hơn bắt đầu tăng trên diện rộng khi từng nghề nghiệp được chuyển đổi. Những người không có kỹ năng nâng cao hơn từng bước đã bị loại khỏi các công việc tốt và cơ hội thăng tiến. Bởi vì sự chuyển đổi này không được công nhận rộng rãi nên các nhà tuyển dụng, các nhà hoạch định chính sách và các nhà giáo dục đã chậm phản ứng lại chúng.

Tất cả những điều này đã xảy ra vào năm 2008 với cuộc Đại suy thoái, được nhà kinh tế học lao động Tony Carnevale mô tả là "một quả bom thông minh nhắm vào các công việc có kỹ năng thấp". Nó còn tệ hơn thế nữa; toàn bộ các ngành sử dụng nhiều lao động trình độ thấp đã bị xóa sổ. Việc làm đã trở lại từ vực sâu của cuộc suy thoái, nhưng chúng không giống như những công việc đã mất đi trước đó. Từ tháng 12/2007 đến tháng 01/2010, nền kinh tế đã giảm tổng cộng 7,4 triệu việc làm, trong đó 5,6 triệu việc làm do những người có trình độ trung học trở xuống đảm nhiệm. Tuy nhiên, từ cuối cuộc suy thoái đến năm 2016, trong số 11,6 triệu việc làm mới được tạo ra trong nền kinh tế Mỹ, có đến 11,5 triệu yêu cầu ít nhất một số trình độ đại học. Nói một cách thẳng thắn hơn, hệ sinh thái mới cho công việc yêu cầu người lao động phải có chứng chỉ giáo dục sau trung học.

Tại sao chứng chỉ sau trung học lại có giá trị như vậy? Đó là một câu hỏi rất quan trọng và là một câu hỏi mà một số người muốn xem nhẹ nó. Theo quan điểm của nhiều người, sinh viên chỉ đơn thuần là những con cừu theo đuổi việc học không cần thiết sau trung học chỉ đơn giản là vì giá trị thanh thế của nó. Những người chỉ trích này nói rằng sở thích của người sử dụng lao động đối với những người có chứng chỉ sau trung học chỉ là một triệu chứng của "căn bệnh chứng chỉ". Nhưng, tất nhiên, những lập luận này tốt lắm là những suy nghĩ đầy mong muốn và tệ lắm là một nỗ lực để bám víu lấy lợi thế được công nhận mà bằng đại học mang lại cho chủ sở hữu của nó. Cả sinh viên và người sử dụng lao động đều đang phản ứng với một sự thay đổi thực sự đã diễn ra trong nền kinh tế tri thức - sự chuyển dịch sang thị trường lao động dựa trên nhân tài.

Ngày nay, dường như không thể cường điệu hóa những ảnh hưởng mà sự chuyển đổi của thị trường lao động đã có đối với người Mỹ. Một công việc tốt như chúng ta biết ngày nay - một công việc trả lương cho tầng lớp trung lưu và cho phép người lao động được hưởng phúc lợi y tế và tiết kiệm cho lúc về hưu - giờ đây đòi hỏi phải có học vấn sau trung học. Hơn nữa, trong nền kinh tế hiện đại, nắm giữ một công việc tốt đã trở nên gắn bó chặt chẽ với sự an vui hạnh phúc và chất lượng cuộc sống.

Nền kinh tế tri thức tạo ra nhiều cơ hội cho những người có tài năng cần thiết, nhưng nó thật tàn nhẫn đối với những người không có.

Hậu quả của việc bị loại khỏi nền kinh tế không còn là một khái niệm trừu tượng nữa. Chúng có thể được đo lường trực tiếp thông qua tuổi thọ và các chỉ số xã hội quan trọng khác. Nước Mỹ hiện đang tụt lùi về nhiều chỉ số trong số này, và có vẻ như là việc chúng ta không nuôi dưỡng và phát triển tài năng ngày càng trở nên là thủ phạm.

Bản báo cáo đột phá năm 2015 của Anne Case và Angus Deaton[4] và bản tiếp theo năm 2017[5] của họ đã cho thấy chính xác điều gì đang bị đe dọa trong mối quan hệ ngày càng gia tăng giữa phát triển tài năng và chất lượng cuộc sống. Phân tích dữ liệu tử vong của họ, được phân tách theo chủng tộc và trình độ học vấn, cho thấy sự gia tăng thực sự đáng lo ngại về "cái chết vì tuyệt vọng" trong tầng lớp lao động không có chứng chỉ sau trung học. Điều dường như đang xảy ra là hàng triệu người Mỹ đang mất niềm tin vào niềm tin rằng tất cả những người sẵn sàng làm việc đều có thể đạt được cơ hội kinh tế và sự dịch chuyển xã hội - giấc mơ Mỹ. Những xu hướng này sẽ chỉ trở nên tồi tệ hơn trừ khi chúng ta có thể nuôi dưỡng và phát triển tài năng trong tất cả mọi người.

Nhân tài và hệ sinh thái cho việc làm

Để tồn tại trong nền kinh tế tri thức, các nhà tuyển dụng phải tìm được những người có tài năng cụ thể mà họ cần, và người lao động phải tìm người sử dụng lao động nào sẵn sàng công nhận và liên tục đầu tư vào nhu cầu phát triển tài năng của họ. Các nhà tuyển dụng tin rằng các bằng cấp sau trung học - bao gồm nhưng không được định nghĩa riêng chỉ là bằng đại học - đại diện cho tài năng của người sở hữu chúng. Đó là lý do tại sao chúng trở nên có giá trị như vậy. Người lao động cần phát triển tài năng mà người sử dụng lao động đang tìm kiếm và phải liên tục cập nhật tài năng đó để duy

---

[4] Tỷ lệ mắc bệnh và tử vong gia tăng ở lứa tuổi trung bình ở những người Mỹ da trắng không phải gốc Tây Ban Nha trong thế kỷ 21, Kỷ yếu của Viện Hàn lâm Khoa học Quốc gia (PNAS). Ngày 8//12/2015.

[5] Tỷ lệ tử vong và bệnh tật trong thế kỷ 21, Viện Brooking, ngày 23/3/2017.

trì được thị trường. Nhưng ngay cả khi người sử dụng lao động hiểu nhu cầu nhân tài của họ, và người lao động có cơ hội phát triển tài năng mà người sử dụng lao động yêu cầu thì điều đó cũng không có ý nghĩa gì cả nếu người sử dụng lao động và người lao động không thể tìm thấy nhau. Vì tất cả họ đều có mặt quá thường xuyên trong thị trường lao động ngày nay với những bằng cấp ngày nay nên họ đã không thể tìm thấy nhau.

Trong một thị trường dựa trên nhân tài, một hệ quy chiếu chung là rất cần thiết, cũng như các hệ thống để so khớp kỹ năng của người lao động với cơ hội việc làm. Tuy nhiên, không phải chúng ta chỉ cần người sử dụng lao động nói cùng một ngôn ngữ với người lao động mà vai trò của các nhà cung cấp giáo dục là rất cần thiết trong một thị trường dựa trên nhân tài vì nhu cầu về nhiều kỹ năng và số lượng người cần học chúng đều tăng theo cấp số nhân. Ở một mức độ nhất định, các nhà cung cấp dịch vụ giáo dục đã cố gắng đáp ứng nhu cầu của người sử dụng lao động và người lao động tương lai bằng cách phát triển các chương trình trong các lĩnh vực có nhu cầu, hợp tác với các nhà tuyển dụng lớn về các chương trình đào tạo tùy chỉnh và những nỗ lực khác. Nhưng những cách tiếp cận này, dù xứng đáng đến đâu, vẫn chưa đủ trong nền kinh tế tri thức.

Điều cần thiết là một hệ sinh thái mới, trong đó hai hệ thống - học tập và làm việc - được tích hợp hoàn toàn vào một hệ sinh thái nhân tài dựa trên các con đường linh hoạt để dẫn đến những chứng chỉ chất lượng và minh bạch.

Trong hệ thống này, ý tưởng tạm thời về "trước tiên bạn học, sau đó bạn làm việc" được thay thế bằng một mô hình phát triển và triển khai tài năng liên tục và tích hợp. Điều này đưa chúng ta vượt xa khái niệm lịch sử về "học tập suốt đời" và hướng tới ý tưởng về một hệ thống liên tục, được kết nối đầy đủ cho các tài năng. Sau đây là những đặc điểm của hệ sinh thái học tập và làm việc mới này:

- **Nó dựa trên bằng cấp minh bạch.** Chứng chỉ là sự được chấp nhận rộng rãi của tài năng. Hầu như mọi người sẽ có nhiều bằng cấp thể hiện tài năng của họ đối với nhà tuyển dụng và nhà cung cấp giáo dục. Nhà tuyển dụng sẽ có thể nhanh chóng xác định ý nghĩa của tất cả bằng cấp về tài năng mà họ đang tìm kiếm. Các cá nhân sẽ biết những loại công việc mà họ có đủ điều kiện để nắm giữ.

- **Một ngôn ngữ chung hợp nhất các nhà cung cấp dịch vụ giáo dục và nhà tuyển dụng**. Cả nhà cung cấp dịch vụ giáo dục và nhà tuyển dụng sẽ sử dụng các thuật ngữ giống nhau để mô tả tài năng. Với ngôn ngữ chung này, các nhà giáo dục có thể thiết kế các chương trình để đáp ứng nhu cầu nhân tài của nền kinh tế tri thức, và các nhà tuyển dụng sẽ có thể hiểu được kết quả học tập của các chương trình giáo dục liên quan như thế nào đến nhân tài mà họ cần và đang tìm kiếm.

- Đánh giá tài năng được phổ biến rộng rãi. Bất kỳ ai cũng có thể được đánh giá tài năng của mình và nhận được chứng chỉ phù hợp dựa trên đánh giá đó.

- **Các con đường linh hoạt có mặt khắp nơi**. Thông qua sự kết hợp giữa học tập và công việc, mọi người sẽ được tiếp cận với những con đường linh hoạt để phát triển tài năng của mình.

Một hệ thống như vậy đã ra đời mặc dù việc thực sự tạo ra nó thì có vẻ còn xa vời. Nhiều loại chứng chỉ sau trung học mới mà được nhà tuyển dụng công nhận như các bằng cấp vi mô, huy hiệu, và nhiều loại khác đang được cho ra đời bởi các kiểu nhà cung cấp dịch vụ học tập mới như edX. Các trường cao đẳng và đại học truyền thống cũng đang tham gia vào hoạt động này bằng cách cung cấp ngày càng nhiều chứng chỉ đại học và sau đại học theo ngành nghề cụ thể trong nhiều lĩnh vực. Các nền tảng như LinkedIn cho phép các cá nhân tạo hồ sơ của riêng họ nêu bật quá trình học tập, kinh nghiệm làm việc có liên quan và thể hiện khả năng thành thạo.

Về phía nhà tuyển dụng, mọi thứ cũng đang thay đổi. Nhiều nhóm ngành tiếp tục phát triển và hoàn thiện các mô tả về tài năng mà chúng được sử dụng chủ yếu để hướng dẫn các chương trình đào tạo cho người lao động. Các quy trình tuyển dụng tự động được các nhà tuyển dụng sử dụng rộng rãi để sàng lọc các ứng viên dựa trên các tiêu chí đã xác định, đồng thời trí tuệ nhân tạo và phân tích dự đoán hứa hẹn sẽ làm cho các hệ thống này trở nên mạnh mẽ hơn nữa.

Hệ thống này vẫn đang phát triển nhưng nó bị cản trở bởi ít nhất một thách thức đáng kể. Đó là sự gần như hoàn toàn thiếu minh bạch trong những nỗ lực này vì thiếu các tiêu chuẩn chung. Do đó, người học và người lao động không biết nhà tuyển dụng đang tìm kiếm chứng chỉ nào. Các nhà tuyển dụng không biết cách xác định nhu cầu nhân tài của họ theo cách mà các nhà cung cấp dịch vụ giáo dục có thể đáp ứng. Chỉ có một số ít biết được bằng cấp và các chứng chỉ nào đại diện cho một tài năng cụ thể.

Tài năng và những cách làm việc mới tại Lumina Foundation

Điều này dẫn chúng tôi trở lại Lumina Foundation và vai trò của chúng tôi trong hệ thống nhân tài này. Lumina, một trong những quỹ tư nhân lớn nhất của quốc gia và khác thường về trọng tâm của nó, đã làm việc trong nhiều năm để cải thiện khả năng tiếp cận đại học và sự thành công. Chúng tôi đã học được rất nhiều, và những bài học đó đã cho thấy sự phát triển của cái mà chúng tôi gọi là mô hình phúc thiện. Khi tôi nói «phúc thiện» ở đây, tôi đã nói như vậy một cách khá có chủ đích và cụ thể. Có sự khác biệt giữa hoạt động từ thiện và hoạt động phúc thiện; từ thiện là giúp đỡ... cung cấp dịch vụ hoặc hỗ trợ trực tiếp. Hoạt động đó mang tính sống còn và sẽ luôn luôn đóng một vai trò quan trọng. Không có gì thay thế được cho sự từ thiện hoặc lòng hảo tâm của con người đã thúc đẩy nó.

Nhưng nếu từ thiện là về sự giúp đỡ thì hoạt động phúc thiện là về sự thay đổi. Mục tiêu của nó không phải là cung cấp hỗ trợ hoặc dịch vụ mà thay vào đó, nó tìm cách thay đổi các điều kiện cần thiết để hỗ trợ. Hoạt động phúc thiện hướng đến nguyên nhân gốc rễ chứ không phải triệu chứng. Nó mang tính hệ thống, và lý tưởng nhất là nên chủ động hơn là bị động.

Chương trình nghị sự của Lumina là một chương trình thay đổi và đối với chúng tôi, tất cả đều bắt đầu từ một quyết định táo bạo, không điển hình của ban sáng lập tổ chức nhằm cam kết thực hiện một chủ đề duy nhất: thúc đẩy trình độ học vấn sau trung học. Điều này là một điều không bình thường đối với một nền tảng quốc gia rộng lớn và may mắn có nhiều tài nguyên phong phú. Vào năm 2008, chúng tôi đã thực hiện cách tiếp cận tập trung đó nhiều hơn nữa, cam kết đóng vai trò như một tổ chức xúc tác để giúp đất nước đạt được mục tiêu định lượng có giới hạn về thời gian đã đề cập trước đó rằng 60% người Mỹ sẽ có được bằng cấp, chứng chỉ hoặc các chứng nhận chất lượng cao khác vào năm 2025. Quyết định này đã ảnh hưởng đến mọi thứ chúng tôi làm.

Với mục tiêu này, Lumina đã phát triển từ một tổ chức tài trợ rất tốt thành một tổ chức tận dụng tất cả các công cụ có trong hộp công cụ từ việc tận dụng các khoản tiền cho không đến dùng chuyên môn xuất sắc của mình để truyền tải chính sách công đến các bên liên quan và kích thích việc dẫn dắt tư tưởng trên các mặt trận khác nhau.

Tôi nhớ khá rõ cái ngày tôi nhận ra rằng khi Lumina thực hiện được mục tiêu học vấn đạt 60% dân số cũng có nghĩa là lúc nó không còn là một quỹ "giáo dục sau trung học" nữa. Theo đó, ý tôi là mục tiêu đó đã chuyển Lumina từ một tổ chức tài trợ tốt với trọng tâm theo từng chủ đề sang một tổ chức tập trung cao vào kết quả và định hướng theo từng sứ mệnh. Lý do tồn tại của chúng tôi không còn là cải thiện giáo dục sau trung học để phục vụ sinh viên hiệu quả hơn nữa. Vì mục tiêu đó mà trọng tâm của chúng tôi giờ đây cố định ở việc tăng số lượng người Mỹ có chứng chỉ sau trung học dẫn đến việc làm tốt hoặc hoàn thành công việc và chất lượng cuộc sống trên tổng thể tốt hơn.

Trớ trêu thay, việc thu hẹp trọng tâm này đã mở rộng quan điểm của chúng tôi về cách chúng tôi làm việc như thế nào cũng như làm việc với ai. Khi hiểu biết sâu sắc hơn về các vấn đề đan xen nhau mà có liên quan đến tài năng và sự đạt được mục tiêu học vấn của dân số, chúng tôi nhận ra rằng chúng tôi đang xây dựng một hệ sinh thái lấy con người làm trung tâm, bao gồm cả lĩnh vực học tập và công việc nhằm phát triển tài năng. Chúng tôi nhận thấy sự cần thiết phải hợp tác với tất cả những người sẽ đóng vai trò trong việc xây dựng hệ thống này và rất hài lòng trước sự hưởng ứng háo hức của nhiều bên góp phần mà chúng tôi và họ đều không biết nhau. Các mối quan hệ đối tác rộng rãi và bao trùm này - có liên quan đến hệ thống phát triển lực lượng lao động, người sử dụng lao động, công đoàn, nhà hoạch định chính sách, các tổ chức tư vấn, lãnh đạo cộng đồng và khu vực, các nhà tài trợ quốc gia và địa phương, cũng như các trường cao đẳng và đại học - hiện là trọng tâm trong công việc của chúng tôi.

Chúng tôi cũng nhận ra rằng chúng tôi phải thiết kế lại vai trò phúc thiện của mình từ "nhà tài trợ" thành "nhà đầu tư". Đối với Lumina, lợi tức đầu tư mà chúng tôi tìm kiếm không liên quan nhiều đến tiền bạc, nhưng nó liên quan đến mọi thứ về sự đổi mới và tính bền vững lâu dài. Chúng tôi nhận thấy rằng chúng tôi cần mở rộng các công cụ tài chính của mình ngoài các khoản trợ cấp để sở hữu một loạt các khoản đầu tư chiến lược.

Một trong những công cụ này là đầu tư chiến lược tập trung vào tác động thông qua một nền tảng tích hợp mà chúng tôi gọi là Lumina Impact Ventures (LIV). Phương pháp tiếp cận chính của LIV là đầu tư trực tiếp vào các công ty - chủ yếu là các doanh nghiệp đang trong giai đoạn đầu, giai đoạn ươm mầm - hoặc thứ hai là vào các tổ chức và quỹ có quản lý, và như vậy có thể thúc đẩy mục tiêu của Lumina tốt hơn. Lumina làm việc với một loạt các đối tác để xác định các giải pháp đầy hứa hẹn và sáng tạo nhằm tăng khả năng đạt được mục tiêu học vấn của dân số và biến chúng thành các cơ hội có thể mở rộng và đầu tư. Ý tưởng rất đơn giản: sử dụng các khoản đầu tư tư nhân này để thúc đẩy tiến trình hướng tới mục tiêu năm 2025 giống như cách mà các khoản tiền cho không, vai trò truyền tải chính sách, v.v. đã luôn được chúng tôi sử dụng.

Xây dựng hệ sinh thái nhân tài dựa vào con người

Cuối cùng, công việc mà Lumina và nhiều người khác đang làm để thay đổi hệ sinh thái nhân tài không những chỉ là về việc làm.

Bằng cách tập trung vào việc nuôi dưỡng và phát triển tài năng trên quy mô lớn, chúng tôi có cơ hội tạo ra sự khác biệt to lớn về chất lượng cuộc sống của hàng triệu người Mỹ. Cũng quan trọng không kém, chúng ta có thể tạo ra một xã hội nơi tất cả mọi người đều có cơ hội thực sự. Đây là lời hứa của nền kinh tế lấy con người làm trung tâm.

Hơn nữa, trong một tương lai nơi mà ngày nay cái chúng ta gọi là "việc làm" có thể trở nên ít phổ biến hơn so với các mô hình làm việc khác biệt. Chúng là mở rộng của các công việc thuộc "nền kinh tế việc làm độc lập theo yêu cầu" hiện tại bao gồm mọi thứ từ trải nghiệm làm việc mang tính cá nhân hóa cao đến các mô hình việc làm dựa trên nhóm. Trước xu hướng này, nhu cầu phát triển và triển khai hệ sinh thái nhân tài dựa vào con người ngày càng trở nên cấp thiết hơn bao giờ hết.

Con đường phía trước thì rất rõ ràng. Thứ nhất, trong nền kinh tế lấy con người làm trung tâm và thị trường lao động dựa vào nhân tài, nhu cầu về nhân tài trong công việc phải rõ ràng và minh bạch đối với tất cả mọi người. Đồng thời, mọi người phải biết tài năng của của mình là gì, có cơ hội phát triển tài năng đó không và biết điều đó có thể sẽ đưa mình đến đâu như đến với việc làm, các hình thức làm việc khác hay học vấn cao hơn. Cuối cùng, họ phải chuẩn bị sử dụng nó khi họ thấy phù hợp để kiếm sống và cải thiện chất lượng cuộc sống của họ. Đây đều là những trụ cột của mô hình học tập và làm việc mới lấy con người làm trung tâm. Chúng dựa trên sự minh bạch của quá trình học tập và các lộ trình linh hoạt thông qua một hệ sinh thái phát triển và triển khai tài năng tích hợp và thay đổi không ngừng.

Jamie Merisotis là chủ tịch kiêm giám đốc điều hành của Lumina Foundation và là tác giả của quyển sách America Needs Talent.

Chương 12

THÚC ĐẨY TIỀM NĂNG CON NGƯỜI CHO NỀN KINH TẾ KỸ THUẬT SỐ

Cách thức Catalyte đã chuyển đổi từ tuyển dụng dựa trên kỹ năng đến mở rộng sự nghiệp phát triển phần mềm cho mọi người

Tác giả: Jacob Hsu, *Giám đốc điều hành của Catalyte*

Jacob Hsu là giám đốc điều hành của Catalyte, một công ty kỹ thuật và phát triển phần mềm sử dụng AI để xác định một ai đó có năng khiếu trở thành nhà phát triển phần mềm bất kể họ xuất thân là ai. Catalyte xác định, nâng cao kỹ năng và triển khai các nhóm làm việc có hiệu suất cao để cung cấp kỹ thuật sản phẩm và ứng dụng doanh nghiệp cho các công ty nằm trong danh sách Fortune 1000. Trước khi gia nhập Catalyte, Jacob là giám đốc điều hành của Symbio, một công ty dịch vụ CNTT toàn cầu với các trung tâm phát triển trên khắp Trung Quốc, Philippines và Scandinavia.

Ông đã biến Symbio từ một công ty khởi nghiệp giai đoạn đầu thành một công ty dịch vụ CNTT toàn cầu với hơn 23.000 nhân viên trên khắp thế giới. Jacob cũng đã đồng sáng lập hoặc là nhà đầu tư sáng lập tại hơn 30 công ty khác ở Mỹ và châu Á.

Jacob là một thành viên của Young Global Leader (nhà lãnh đạo trẻ toàn cầu) của Diễn đàn Kinh tế Thế giới và đã được tạp chí Giám đốc điều hành vinh danh là một trong 12 CEO hàng đầu thế giới. Ngoài ra, Jacob là thành viên sáng lập của Lực lượng Đặc nhiệm Rework America của quỹ Markle Foundation, tập trung vào việc hiện đại hóa thị trường lao động lỗi thời của Mỹ và mở ra cơ hội kinh tế cho người tìm việc, người lao động và doanh nghiệp Mỹ. Ông cũng là thành viên hội đồng của Welcoming America, tổ chức giúp các thành phố ở Mỹ chào đón những người nhập cư mới nhiều hơn.

---oOo---

Câu chuyện Catalyte

Các cơ chế mà Catalyte sử dụng để kết nối năng khiếu với cơ hội đã ra đời từ thế kỷ 21. Đó là trí tuệ nhân tạo, máy học, dữ liệu lớn và phân tích dự đoán.

Nhưng ý tưởng cho Catalyte được nảy sinh từ một hiện tượng đã diễn ra qua nhiều thế hệ: *một đứa trẻ không được mời đến tham dự bữa tiệc của bạn nó.*

Người sáng lập Michael Rosenbaum của chúng tôi lớn lên ở Bethesda, Maryland, một vùng ngoại ô giàu có, nội đô của Washington, D.C. Bethesda đã, đang và tiếp tục là một khu dân cư chuyên nghiệp và quốc tế. Mặc dù nó đã phát triển trở nên đa dạng hơn, ngay cả trong những năm 1960 và 1970, nó đã mang lại sự tiếp xúc và gần gũi với các nền văn hóa và cộng đồng khác nhau.

Bất chấp những cạm bẫy khi được nuôi dưỡng với điều kiện quá dư dả trong một cộng đồng tự xưng là cởi mở này, Michael vẫn thường xuyên nhìn vào trong từ bên ngoài. Câu lạc bộ Chevy Chase là câu lạc bộ đồng quê địa phương nơi nhiều bạn học cùng trường của ông ấy sẽ dành cả mùa hè của họ bên hồ bơi. Nhưng Mike thì không.

Ông nhanh chóng phát hiện ra rằng ông và các bạn cùng lớp người Do Thái, bạn học người Mỹ gốc Phi của ông và các bạn học thiểu số khác chưa bao giờ được mời tham gia vào câu lạc bộ Chevy Chase. Đây là nhận thức đầu tiên của ông ấy rằng những người có quyền đưa ra quyết định thường để những thành kiến riêng của họ làm che khuất quá trình ra quyết định của họ.

Tua nhanh đến giữa những năm 1990. Michael là nhà kinh tế và luật ở Harvard, làm cố vấn kinh tế tại Nhà Trắng cho Bill Clinton. Ông đang ủng hộ một chính sách kinh tế hòa nhập mà được hình thành một phần từ kinh nghiệm về câu lạc bộ Chevy Chase của ông.

Ông chủ trương rằng tài năng trong lực lượng lao động được phân bổ đồng đều giữa các nhóm dân cư, nhưng những thành kiến cố hữu đã khiến cho chúng ta không thể xác định các cá nhân có khả năng đối với một công việc hoặc nghề nghiệp nhất định nào đó. Những cơ hội việc làm và phát triển ở các cộng đồng thành thị nơi gặp khó khăn về kinh tế đã bị bỏ qua vì những thành kiến này.

Những cộng đồng này có rất nhiều cá nhân có năng khiếu vốn có để trở thành những người lao động tuyệt vời. Tuy nhiên, vì họ thiếu các nhận dạng xã hội truyền thống như giai cấp, học vấn, sơ yếu lý lịch, kinh nghiệm làm việc trước đây, v.v. nên họ không được trao cho cơ hội.

Nếu bạn có thể xóa bỏ thành kiến vốn có trong thị trường việc làm hiện tại và đánh giá các cá nhân dựa trên khả năng vốn có của họ, không phải phần thưởng của đặc quyền hoặc các nhận dạng xã hội truyền thống, bạn có thể tạo ra một thị trường việc làm hiệu quả hơn, bình đẳng hơn, có thể tăng trưởng kinh tế bền vững hơn.

Sau thời gian ở Nhà Trắng, Mike quay lại Harvard. Ông tin rằng mình có thể tiến hành nghiên cứu thực tế để chứng minh lý thuyết của mình. Tuy nhiên, nếu ông vẫn ở trong cái tháp ngà của giới học viện (xa rời thực tế), lý thuyết của ông cũng chỉ có thể là như vậy - chỉ là lý thuyết. Nhưng nếu ông có thể chứng minh lý thuyết của mình trong "thế giới thực" bằng cách thành lập một công ty tư nhân dựa trên ý tưởng rằng tài năng được phân bố đồng đều nhưng cơ hội thì không, ông ta có thể tạo ra tác động đáng kể đến cuộc sống của tầng lớp những người yếm thế (không được hưởng đầy đủ chế độ dịch vụ y tế quốc gia), và ông bắt đầu thay đổi thị trường việc làm trên thực tế.

Năm 1999, Michael chuyển đến Baltimore, Maryland, một thành phố hậu công nghiệp đang vật lộn để tạo ra sự vực dậy của nền kinh tế. Tại đây, tại Thành phố Quyến rũ (bí danh của Baltimore), giữa những quán bánh cua và những dãy nhà thẳng tắp, ông đã thành lập Catalyte để chứng minh rằng nếu bạn có thể xác định những cá nhân thuộc tầng lớp bị yếm thế nhưng có năng khiếu bẩm sinh về công việc, bạn có thể tạo ra một công việc hiệu quả hơn, lực lượng lao động đa dạng và bình đẳng hơn.

CatPlat - Động cơ vận hành cỗ máy của chúng tôi

Để tìm được những tài năng phi thường, chưa được khai thác nhằm tạo nên một lực lượng lao động hiệu quả hơn, đa dạng và công bằng hơn, trước tiên bạn phải xác định ý nghĩa của việc trở thành một nhân viên "tuyệt vời" và tạo ra một cách thức để sàng lọc sự tuyệt vời đó.

Catalyte thực hiện điều này với Nền tảng Tài năng Catalyte, gọi tắt là CatPlat. Đây là trí tuệ nhân tạo, một công cụ phân tích dự đoán, hỗ trợ quá trình phát hiện, tuyển dụng và đào tạo nhân tài của chúng tôi. Nó đã phát triển thành một tương tác mạnh mẽ và phức tạp với khoảng 5.000 biến số.

Nhưng nó đã không bắt đầu theo cách này. Như với bất kỳ máy học nào, phải mất một khoảng thời gian để tinh chỉnh thuật toán và tách tín hiệu ra khỏi nhiễu.

Khi Michael bắt đầu xây dựng CatPlat, ông ấy biết rằng kỹ thuật phần mềm sẽ là lĩnh vực hoàn hảo để kiểm tra giả thuyết của mình. Đó là một thị trường việc làm đang phát triển và có nhu cầu. Vì vậy ông ấy có thể thu hút và tuyển dụng số lượng nhân viên phát triển phần mềm ngày càng tăng. Trong ngành phát triển phần mềm, không giống như các lĩnh vực chủ quan khác, chúng ta có dữ liệu cụ thể về những nhân tố làm cho một nhân viên trở nên tuyệt vời. Chúng bao gồm vận tốc, tốc độ lấy đà, những cột mốc đạt được, năng suất, v.v.

Bằng cách nắm bắt kết quả của các kỹ sư giỏi nhất, Michael có thể làm việc ngược lại và tìm ra những đặc điểm họ sở hữu, sau đó sàng lọc những ứng viên trong tương lai để tìm ra những đặc điểm đó.

Khi kích thước mẫu của cả người nộp đơn ứng tuyển và dữ liệu kết quả ngày càng tăng lên, một vài mẫu hình đã xuất hiện. Các nhà phát triển phần mềm tuyệt vời đều cùng có chung một số đặc điểm về tính tò mò, sự khéo léo về tinh thần và sự nhanh nhẹn trong nhận thức, khả năng giải quyết vấn đề và sẵn sàng thay đổi quan điểm của họ khi được trình bày những sự kiện mới hoặc trái ngược.

CatPlat hiện đang xem xét dữ liệu kết quả của kỹ thuật phần mềm trong 18 năm, dữ liệu lịch sử từ hơn 50.000 ứng viên của chúng tôi và liên kết các phần đó lại với nhau để sàng lọc những ứng viên mới. Bởi vì chúng tôi biết những ứng viên nào đã chứng minh được sự tuyệt vời của họ trong quá khứ, chúng tôi có thể sàng lọc những thuộc tính đó ở những ứng viên mới và do đó có thể tuyển dụng những người có năng khiếu phát triển phần mềm tuyệt vời nhất.

Giống như các kỹ sư của chúng tôi, CatPlat được thiết kế để phát triển khi được cung cấp thông tin mới. Vòng lặp phản hồi giữa kết quả và ứng viên có nghĩa là CatPlat không ngừng học hỏi và tìm kiếm tài năng tốt hơn theo thời gian.

Ba điều bất ngờ

Chúng tôi luôn tự tin vào giả thuyết của mình rằng tài năng được phân bổ đồng đều nhưng cơ hội thì không. Đôi khi thuyết phục người khác về lợi ích của việc tuyển dụng dựa trên kỹ năng là một thách thức lớn. Chúng tôi, với tư cách là một xã hội, rất chú trọng vào quan điểm rằng việc tuyển dụng dựa trên các dấu hiệu không bị bó buộc về sự thành công như bằng cấp học vấn, kinh nghiệm làm việc trước đây, kết nối mạng, v.v. sẽ tự động dẫn đến một lực lượng lao động được tối ưu hóa.

Khi bạn thách thức niềm tin cơ bản của mọi người về cách thị trường lao động vận hành và tuyển dụng vì năng khiếu thay vì dựa trên lý lịch, bạn sẽ nhận được ba điều ngạc nhiên sau đây:

- Khi bạn loại bỏ thành kiến con người ra khỏi quá trình tuyển dụng, bạn sẽ có được một lực lượng lao động đa dạng hơn.

- Ngoài lực lượng lao động đa dạng hơn, bạn còn tạo ra một lực lượng lao động hiệu quả hơn.

- Bằng cách không dựa vào tiểu sử nguồn gốc của một người, bạn có thể xây dựng lực lượng lao động ở bất cứ đâu mà không phải trả quá đắt cho những nhân tài có nhu cầu cao nhưng lại hiếm.

Việc có được một lực lượng lao động đa dạng hơn khi chúng tôi loại bỏ thành kiến của con người ra khỏi quy trình tuyển dụng và sàng lọc năng khiếu cho thấy giả thuyết nền móng của chúng tôi là đúng. Đó là tài năng có mặt ở khắp mọi nơi, còn cơ hội thì không. Con người thuộc các chủng tộc, sắc tộc, giới tính hoặc tầng lớp khác nhau không phải bằng cách nào đó sinh ra đã có phần nào khả năng bẩm sinh trội hay kém những người khác mà những khả năng này được phân bổ đều trong toàn bộ dân số nói chung, bất kể những nhận dạng xã hội mà chúng ta tin tưởng trong quá trình tuyển dụng như tầng lớp, trình độ học vấn, tuổi tác, kinh nghiệm làm việc, v.v.

Lực lượng lao động của Catalyte là sự phản ánh trung thực của những cộng đồng mà từ đó chúng tôi đã thu hút ứng viên.

Trong một khu vực trung tâm đông đúc đa dạng như Baltimore, 26% các nhà phát triển phần mềm của chúng tôi là người Mỹ gốc Phi. Điều này phản ánh dân số của khu vực, khoảng 28% là người Mỹ gốc Phi.

Trên thực tế, tỷ lệ này cũng đúng trên toàn quốc. Người Mỹ gốc Phi chiếm khoảng 13%. Tỷ lệ các nhà phát triển phần mềm của Catalyte là người Mỹ gốc Phi cũng khoảng 13%. Để so sánh tương quan, trong báo cáo về tính đa dạng gần đây của Google, chỉ có 2% nhân viên công nghệ của họ trong năm 2017 là người Mỹ gốc Phi.

Chúng tôi đang nỗ lực để đạt được bình đẳng giới. Một phần của quá trình này là khắc phục thành kiến. Chẳng hạn, khi các thông điệp xã hội lan tỏa và hình ảnh đại diện của các kỹ sư phần mềm là chống lại phụ nữ thì nó sẽ trở thành một rào cản rất lớn để thuyết phục mọi người rằng phụ nữ thuộc về lĩnh vực này.

Sự đa dạng vượt ra ngoài chủng tộc và giới tính. Tài năng công nghệ không phải là đặc điểm chỉ dành cho thế hệ Millennial (thanh niên trẻ sinh trong khoảng 1981-1996). Chúng tôi có nhiều lứa tuổi áp dụng cho Catalyte. Trong một trong những chu kỳ đào tạo gần đây nhất của chúng tôi, chúng tôi đã có những sinh viên mới tốt nghiệp làm việc cùng với một giáo viên trường công đã nghỉ hưu bắt đầu một nghề nghiệp mới.

Điều thú vị nhất là sự đa dạng về giáo dục mà mô hình dựa trên kỹ năng này tạo ra. Khoảng 45% nhân viên của chúng tôi không có bằng đại học bốn năm; 55% còn lại có bằng cấp bốn năm hoặc cao hơn. Nói cách khác, đối với phát triển phần mềm, sở hữu bằng cấp không có nghĩa bạn là một kỹ sư giỏi. Điều này là hiển nhiên vì nhiều anh hùng trong làng công nghệ của chúng ta như Jobs, Wozniak, Gates, Zuckerberg đều không có bằng cấp khi họ lần đầu tiên gây ảnh hưởng trong ngành.

Để có một lực lượng lao động đa dạng hơn không đồng nghĩa với việc phải hy sinh cấp độ tài năng của nhân viên. Bạn có thể tạo ra cả một lực lượng lao động đa dạng và hiệu quả hơn. Các số liệu thống kê do khách hàng của chúng tôi công bố cho thấy rằng các nhóm của Catalyte gồm các nhà phát triển phần mềm đa dạng có lai lịch không theo thông lệ làm việc hiệu quả hơn các nhóm phát triển phần mềm có lai lịch truyền thống theo tỷ lệ 3:1.

Điều này tạo ra một lỗ hổng lớn trong quan điểm rằng việc tuyển dụng một người dựa trên lai lịch họ đã đi học ở đâu, họ có bằng cấp gì, họ đã từng làm công việc gì hoặc ai trong mạng lưới của họ đã giới thiệu họ cho vị trí đó có nghĩa là bạn sẽ tuyển dụng được một nhân viên tốt và năng suất hơn.

Điều này có ý nghĩa rất quan trọng bởi vì các nhà phát triển phần mềm thì khan hiếm và sự cạnh tranh giành giật lấy họ thì khá cao. Các trường cao đẳng và đại học không thể cho tốt nghiệp chuyên ngành khoa học máy tính đủ nhanh để bắt kịp nhu cầu. Ngay cả khi họ có thể, nhiều người cũng không thể chi trả chi phí học cho bốn năm với hàng chục, nếu không phải hàng trăm, hàng ngàn đô-la để có được một tấm bằng. Thêm vào những rào cản địa lý làm giảm khả năng tiếp cận các cơ hội giáo dục ưu tú, bạn sẽ có một lượng lớn dân số tiếp tục không được tạo cơ hội đúng và suy yếu dần đi trong nền kinh tế tri thức đang mở rộng.

Tuyển dụng dựa trên kỹ năng có thể vượt qua những thách thức này bằng cách tạo ra lực lượng lao động ở bất cứ nơi nào cần thiết. Bạn có thể đi vào bất kỳ cộng đồng nào, sàng lọc và chọn ra những người có năng khiếu để trở thành những nhà phát triển phần mềm tuyệt vời, đào tạo họ và sau đó đưa họ vào làm việc trong một ngành kinh tế tri thức có mức sinh lợi cao. Những cá nhân này sau đó sẽ tái đầu tư vào cộng đồng địa phương của họ, nâng cao mức kinh tế của mọi người xung quanh. Và điều này xây dựng các tuyến liên kết nhân tài bền vững lâu dài thu hút các doanh nghiệp mới, sự phát triển và vốn vào các cộng đồng trước đây đã bị bỏ qua.

Tim Reed

Nếu tôi không kể câu chuyện về một trong những nhân viên phi thường của chúng tôi thì thật khó để cho các bạn thấy việc tuyển dụng dựa trên kỹ năng thực sự có ý nghĩa như thế nào.

Tim Reed đã gắn bó với Catalyte hơn ba năm. Tim là một kết quả của chương trình sàng lọc và đào tạo CatPlat của chúng tôi. Anh ấy hiện chuyên về kỹ thuật đảm bảo chất lượng và là người dẫn đầu trong Trung tâm Chất lượng Xuất sắc của chúng tôi.

Câu chuyện của Tim là đáng chú ý nói chung, nhưng là điển hình cho một trải nghiệm của Catalyte trong việc tìm kiếm các kỹ sư xuất sắc từ những nơi không ngờ tới. Anh ấy là người sinh ra và lớn lên ở Baltimore, là con trong một gia đình có cha mẹ cũng là những người sinh ra và lớn lên ở Baltimore. Sinh ra đã có thiên hướng về máy móc, anh ấy là một người trong nhà luôn luôn có mặt mỗi khi có cái gì đó cần sửa chữa. Anh ấy thích tháo mọi thứ ra, tìm hiểu cách chúng hoạt động và sau đó ráp chúng lại.

Tim đã đưa thiên hướng kỹ thuật của anh ấy lên một tầm cao mới khi anh đăng ký vào trường Đại học Morgan State và trở thành thành viên đầu tiên trong gia đình của anh đi học bậc đại học. Nhưng đại học không thể ngăn cản nhiệt huyết của anh ấy. Vì quan tâm đến việc học thực hành hơn là học vẹt, Tim đã rời trường Morgan State.

Sau khi sắp xếp và đánh giá lại các ưu tiên của mình, Tim một lần nữa đăng ký vào đại học, nhưng lần này là trường Cao đẳng Cộng đồng Baltimore. Thật không may, lần này trên con đường đi tìm cho mình một tấm bằng, Tim phải rút lui một lần nữa vì điều kiện tài chính của anh ấy trở nên tồi tệ hơn.

Với khả năng thiên bẩm về kỹ thuật, Tim đã lên kế hoạch cho bước đi tiếp theo của mình. Trong khi tìm việc trên Craigslist, Tim tình cờ xem được một quảng cáo tuyển dụng của Catalyte. Anh ấy đã tham gia kiểm tra sàng lọc trên CatPlat, và chúng tôi đã xác định anh ấy có tiềm năng trở thành một nhà phát triển phần mềm tuyệt vời. Anh ấy đã tham gia một nhóm đào tạo khép kín và trong vòng chưa đầy sáu tháng, đã tốt nghiệp sau đó và trở thành một phần của gia đình Catalyte với tư cách là một nhà phát triển phần mềm mới vào nghề.

Tim tiếp tục thể hiện sự tò mò và động cơ thôi thúc tự nhiên mà đã dẫn anh ta đến việc tháo ráp các thiết bị điện tử khi còn là một đứa trẻ. Anh ấy đã tự mình nỗ lực để trở thành một chuyên gia trong lĩnh vực kỹ thuật chất lượng. Với sự trợ giúp từ khoản tài chính trợ cấp giáo dục của chúng tôi, Tim đã trở lại trường học để lấy bằng đại học của mình.

Tim là kiểu người mà Catalyte phát hiện ra. Anh ta là người mà người khác có thể đã bỏ qua vì xuất thân hoặc gia cảnh của anh ta. Nhưng Tim, và hàng trăm nhân viên Catalyte giống như anh ấy, có năng khiếu và khả năng để phát triển và xây dựng sự nghiệp, cuộc sống và tương lai tốt đẹp hơn cho bản thân, gia đình và cộng đồng của họ.

Tương lai là bây giờ

Điều gì đó phải sớm thay đổi, nếu không chúng ta có nguy cơ làm phá vỡ trật tự và ổn định kinh tế của chúng ta. Sự phát triển của tự động hóa đã cho chúng ta thấy khả năng thay thế một tỷ lệ lớn những dịch vụ hoặc lao động hiện tại. Đồng thời, quá trình chuyển đổi kỹ thuật số của doanh nghiệp đã để lại cho các doanh nghiệp một khoảng trống về kỹ năng mà dường như không ai có thể lấp đầy được.

Tuyển dụng dựa trên kỹ năng là một cách đem lại cơ hội để giảm tác động của cả hai xu hướng này.

Chúng ta có thể xác định được những người lao động trong nền kinh tế sản xuất và dịch vụ, những người có năng khiếu để thành công trong nền kinh tế tri thức. Chúng ta có thể đào tạo họ một cách nhanh chóng, tiết kiệm và đưa họ vào làm việc để xây dựng các sản phẩm và dịch vụ kỹ thuật số cho các doanh nghiệp đang gặp khó khăn trong việc tìm kiếm nhân tài phát triển chất lượng. Tương lai của thị trường lao động và nền kinh tế của chúng ta phụ thuộc rất lớn vào điều đó.

Chương 13

TRÍ TUỆ NHÂN TẠO HÒA NHẬP VÀ ĐA DẠNG CHO MỘT TƯƠNG LAI LẤY CON NGƯỜI LÀM TRUNG TÂM

Tác giả: Tess Posner

Tess Posner là một doanh nhân xã hội tập trung vào việc tăng tính công bằng và hòa nhập vào nền kinh tế công nghệ. Với tư cách là giám đốc điều hành của AI4ALL, cô ấy đang nỗ lực để làm cho trí tuệ nhân tạo trở nên đa dạng và hòa nhập hơn cũng như đảm bảo rằng AI được phát triển một cách có trách nhiệm. Trước khi gia nhập AI4ALL, cô là giám đốc điều hành của TechHire tại Opportunity @ Work, một chương trình khởi xướng của quốc gia được phát động ra bên ngoài Nhà Trắng nhằm tăng cường sự đa dạng trong nền kinh tế công nghệ, nơi cô giám sát một mạng lưới 72 thành phố, tiểu bang và khu vực nông thôn và hơn 1.300 công ty tạo ra giáo dục và các lộ trình tuyển dụng hòa nhập hơn. Trước đó trong sự nghiệp của mình, Tess đã xây dựng và điều hành Samaschool, một tổ chức phi lợi nhuận hỗ trợ những người có thu nhập thấp tìm việc trong nền kinh tế kỹ thuật số thông qua một nền tảng trực tuyến đào tạo hơn 50.000 sinh viên trên toàn thế giới và hàng chục địa điểm đa dạng từ thành phố New York đến vùng nông thôn Arkansas và Đông Phi. Công việc của Tess đã được Wall St. Journal, Atlantic, VentureBeat, Business Insider, TechCrunch và Fast Company giới thiệu và được tài trợ bởi Tipping Point Community, JPMorgan Chase, California Endowment và Robin Hood Foundation. Tess có bằng thạc sĩ của trường Đại học Columbia về Quản trị doanh nghiệp xã hội và bằng cử nhân về Khoa học xã hội và nhân văn của trường St. John's College.

---oOo---

"AI và khoa học máy tính là tương lai của thế giới chúng ta, nhưng làm thế nào chúng ta có thể tiếp tục tiến lên nếu chỉ một bộ phận xã hội hiểu nó hoặc có quyền truy cập vào nó?"

- Priyanka, sinh viên tốt nghiệp AI4ALL

Hiện nay đang có một cuộc khủng hoảng về tính đa dạng trong AI và khoa học máy tính. Một nhóm các nhà công nghệ trong cùng lĩnh vực đang xây dựng các giải pháp AI cho dân số đa dạng của chúng ta. Trí tuệ nhân tạo đang thúc đẩy cuộc cách mạng công nghiệp lần thứ tư và được gọi là "dòng điện mới". Tác động kinh tế toàn cầu của các ứng dụng AI dự kiến sẽ đạt 2,95 ngàn tỷ đô-la vào năm 2025, và chúng ta đang chứng kiến AI được tích hợp vào các lĩnh vực và công cụ khác nhau như chẩn đoán y tế, trợ lý cá nhân như Siri, xe hơi tự lái và Google Dịch[6]. Một cuộc thăm dò Gallup gần đây

---

[6] Chen, Nicholas và đồng tác giả khác, "Tác động kinh tế toàn cầu liên quan đến trí tuệ nhân tạo". Nhóm Phân tích. http://www.analysisgroup.com/uploadedfiles/content/insights/publishing/ag_full_report_economic_impact_of_ai.pdf

cho thấy có đến 85% người Mỹ sử dụng công nghệ AI mỗi ngày[7]. Sự phát triển vượt bậc này đã dẫn đến khoảng cách tăng vọt giữa nhân tài và nhu cầu về các kỹ năng AI. Số lượng công việc yêu cầu các kỹ năng AI, bao gồm máy học và xử lý ngôn ngữ tự nhiên, đã tăng 4,5 lần kể từ năm 2013[8], và nhu cầu tuyển dụng đối với các vai trò liên quan đến AI đã tăng gấp đôi trong ba năm qua[9]. Element AI, một công ty nền tảng AI có trụ sở tại Montreal đã nói rằng có dưới 10.000 cá nhân[10] có các kỹ năng cần thiết để đảm nhiệm các vai trò nghiên cứu AI chuyên biệt. Kết quả là, theo một bài báo của New York Times năm 2018, các Tiến sĩ mới tốt nghiệp và các nghiên cứu sinh Tiến sĩ chỉ với một vài năm kinh nghiệm đã có thể kiếm được tới $500.000 đô-la tiền lương và quyền mua cổ phiếu, và các nhà nghiên cứu chuyên ngành về AI đã nhận được mức lương lên tới gần 2 triệu đô-la[11].

Ngoài ra, một người bình thường trong tương lai sẽ cần "hiểu biết AI" vì AI sẽ tiếp xúc và được đưa vào hầu hết các ngành công nghiệp. Một bài báo tháng 1/2018 trên Tạp chí Công nghệ MIT đã xem xét 19 nghiên cứu từ các nhóm như McKinsey và Gartner về sự thay đổi công việc được thúc đẩy bởi

---

[7] Reinhart, RJ, "Hầu hết người Mỹ đã sử dụng các sản phẩm trí tuệ nhân tạo." Gallup.com, ngày 6/3/2018, news.gallup.com/poll/228497/americans-already-using-artifining-intelligence-products.aspx. Truy cập ngày 17/5//2018.

[8] Chỉ số trí tuệ nhân tạo. Báo cáo thường niên năm 2017. https://aiindex.org/2017-report.pdf. Truy cập ngày 17/5/2018.

[9] Rayome, Alison DeNisco. "Nhu cầu về sự bùng nổ tài năng AI: Dưới đây là 10 công việc được yêu cầu nhất." TechRepublic, ngày 1/3/2018, www.techrepublic.com/article/demand-for-ai-talent-exploding-here-are-the-10-most-in-demand-jobs/ Truy cập ngày 17/5/2018.

[10] Metz, Cade. "Những gã khổng lồ công nghệ đang trả mức lương khổng lồ cho tài năng AI khan hiếm." Thời báo New York, ngày 22/10//2017, www.nytimes.com/2017/10/22/technology/artinking-intelligence-experts-salaries.html. Truy cập ngày 17/5/2018.

[11] Metz, Cade. "Các nhà nghiên cứu A.I. đang kiếm được hơn 1 triệu đô-la, ngay cả tại một tổ chức phi lợi nhuận." Thời báo New York, ngày 19/4/2018, www.nytimes.com/2018/04/19/technology/artinking-intelligence-salaries-openai.html. Truy cập ngày 17/5/2018.

tự động hóa và nhận thấy rằng các dự đoán đó sẽ diễn ra khắp nơi[12]. Mặc dù có những cảnh báo về sự không chắc chắn này nhưng chúng ta vẫn biết rằng có nhiều công việc sẽ không bị thay thế bằng tự động hóa nhưng thay vào đó sẽ thay đổi do việc kết hợp tự động hóa, nơi AI và con người sẽ cần cộng tác với nhau. Những công việc có khả năng bị ảnh hưởng nhiều nhất trong những năm tới bao gồm nhà phân tích tài chính, luật sư, công nhân xây dựng, tài xế taxi, nông dân, nhà báo, nhân viên tiếp thị qua điện thoại và thậm chí cả kỹ sư phần mềm. McKinsey báo cáo rằng toàn bộ các ngành công nghiệp "xương sống" trong nền kinh tế sẽ bị phá vỡ bao gồm tiếp thị, bán hàng, sản xuất và dịch vụ khách hàng[13].

Hầu hết mọi người không biết đến hoặc họ không có cơ hội để phát triển các kỹ năng này, và điều đó làm trầm trọng thêm các cuộc khủng hoảng về tài năng AI, hiểu biết AI, và sự đa dạng AI. Nếu các công việc đòi hỏi kỹ năng AI chỉ có thể tiếp cận được đối với một số ít người thì một cộng đồng lớn trong xã hội sẽ không được chuẩn bị cho nền kinh tế đang thay đổi và do đó sẽ bị loại khỏi các cơ hội sinh lợi tốt trong AI và sự vận động luôn luôn đi lên mà lĩnh vực này sẽ mang lại.

Bị loại trừ vì lý do tài chính chỉ là một trong những rủi ro. Sự thiếu đa dạng trong AI đã dẫn đến những tác động có hại đối với sự phát triển và triển khai công nghệ. Chỉ có 13% các công ty AI có CEO[14] là nữ, và dưới 3% giảng viên

---

[12] Winick, Erin. "Mỗi nghiên cứu mà chúng tôi có thể tìm ra về việc tự động hóa sẽ ảnh hưởng gì đến công việc trong một biểu đồ." *Đánh giá công nghệ MIT*, ngày 9/4/2018, www.technologyreview.com/s/610005/every-study-we-could-find-on-what-automation-will-do-to-jobs-in-one-chart/. Truy cập ngày 17/5/2018.

[13] Columbus, Louis. "Định cỡ giá trị thị trường của trí tuệ nhân tạo". *Forbes, Tạp chí Forbes*, ngày 30/4/2018, www.forbes.com/sites/louiscolumbus/2018/04/30/sizing-the-market-value-of-artifining-intelligence/#205307edffe9. Truy cập ngày 17/5/2018.

[14] Faggella, Lauren D'Ambra. "Phụ nữ trong trí tuệ nhân tạo - Nghiên cứu trực quan về khả năng lãnh đạo trong các ngành -." *TechEmergence*, ngày 15/9/2017, www.techemergence.com/women-in-artifining-intelligence-visual-study-leaderships-across-industries/. Truy cập ngày 17/5/2018.

kỹ thuật theo biên chế giáo sư ở Mỹ là người da đen[15]. Khi máy móc ngày càng có những khả năng giống con người hơn, chúng cũng đang hấp thụ và đôi khi khuếch đại những thành kiến vô thức đã ăn sâu vào xã hội của chúng ta bao gồm phân biệt giới tính, phân biệt chủng tộc và các hình thức phân biệt đối xử khác.

Sự thiếu đa dạng là nguyên nhân sâu xa

Ví dụ, một bài báo gần đây có tên Gender Shades của Joy Buolamwini và Timnit Gebru tiết lộ rằng phần mềm nhận dạng khuôn mặt đang được sử dụng rộng rãi chỉ có thể nhận dạng với độ chính xác cao nếu khuôn mặt là nam giới da trắng. Họ đã thử nghiệm những phần mềm nhận dạng khuôn mặt phổ biến (IBM, Microsoft và Face ++) bằng cách sử dụng một tập hợp 1.270 hình ảnh (tập dữ liệu do các tác giả tạo ra khi các mốc tiêu chuẩn hiện tại hoàn đã hoàn toàn được đồng nhất). Các hình ảnh được chụp các đối tượng từ ba nước châu Âu và ba nước châu Phi. Các đối tượng được phân nhóm theo giới tính, loại da và sự giao thoa giữa giới tính và loại da. Mặc dù các sản phẩm phần mềm của ba công ty này có vẻ như có độ chính xác tương đối cao về tổng thể, nhưng có sự khác biệt đáng chú ý về tỷ lệ mắc lỗi giữa các nhóm khác nhau. Tất cả các sản phẩm phần mềm của ba công ty đều hoạt động tốt hơn trong việc nhận dạng khuôn mặt của nam giới so với nữ giới, và tất cả phần mềm hoạt động tốt hơn trên các đối tượng da sáng hơn so với các đối tượng da sẫm màu. Tất cả phần mềm hoạt động kém nhất trên phụ nữ da sẫm màu. Trang web Gender Shades lưu ý rằng "việc kiểm thử và báo cáo sản phẩm phải có tính hòa nhập là cần thiết nếu ngành này muốn tạo ra các hệ thống hoạt động tốt cho toàn nhân loại". Kể từ tháng 9/2018, IBM và Microsoft đã phản hồi lại nghiên cứu này, chia sẻ rằng họ đã làm việc để cải thiện độ chính xác của các sản phẩm nhận dạng khuôn mặt

---

[15] Yoder, Brian L., "Kỹ thuật qua những con số." ASEE. https://www.asee.org/documents/papers-and-publications/publications/college-profiles/16Profile-Front-Section.pdf. Truy cập ngày 17/5/2018.

kể từ khi nghiên cứu Gender Shades được phát hành. Chỉ có Face ++ là đã không có phản hồi nào[16].

Bất chấp những nguy cơ tiềm ẩn và rủi ro đạo đức trong quá trình phát triển AI, công nghệ này có nhiều hứa hẹn tạo ra đột phá và được áp dụng để giải quyết một số vấn đề cấp bách nhất của thế giới. Ví dụ, trong nông nghiệp, AI có thể giúp mọi người theo dõi hiệu quả sức khỏe của các trang trại trong thời gian thực. Đến năm 2050, nông dân phải sản xuất nhiều lương thực hơn trên diện tích đất canh tác ít hơn và tác động đến môi trường thấp hơn để nuôi sống dân số đang tăng nhanh trên thế giới[17]. AI cũng đang được sử dụng để giải quyết các vấn đề về biến đổi khí hậu[18].

"Máy móc có thể phân tích lượng dữ liệu được tạo ra hàng ngày từ các cảm biến, đồng hồ đo và màn hình để xác định các mẫu một cách nhanh chóng và tự động. Nó cung cấp một bức tranh rất chính xác về cách thế giới đang thay đổi thông qua việc xem xét dữ liệu về các điều kiện thay đổi của mặt đất trên thế giới do NASA thu thập và tổng hợp tại Landsat. Chúng ta càng có thể xác định chính xác hiện trạng khí hậu của mình thì các mô hình khí hậu của chúng ta sẽ càng trở nên tốt hơn." - Bernard Marr, Forbes

---

[16]   https://www.media.mit.edu/projects/uality-shades/faq/#faq-what-did-ibm-say-about-this-work

[17]   Hãng thông tấn AP. "LHQ: Nông dân phải sản xuất thêm 70% lương thực vào năm 2050 để cung cấp thức ăn cho dân số." The Guardian, Guardian News and Media, 28/11/2011, www.theguardian.com/environment/2011/nov/28/un-farmers-produce-food-population. Truy cập ngày 17/5/2018.

[18]   Marr, Bernard. "Những cách tuyệt vời mà chúng ta có thể sử dụng AI để đối phó với biến đổi khí hậu." Forbes, Tạp chí Forbes, ngày 22/2/2018, www.forbes.com/sites/bernardmarr/2018/02/21/the-amazing-ways-we-can-use-ai-to-tackle-climate-change/. Truy cập ngày 17/5/2018.

AI cũng đang giúp các nhà địa chấn học phát hiện các trận động đất mà họ có thể bỏ sót[19]. Trong lĩnh vực chăm sóc sức khỏe, phẫu thuật có sự hỗ trợ của robot nâng cao độ chính xác của thiết bị mà bác sĩ sử dụng, dẫn đến giảm 21% thời gian nằm viện của bệnh nhân sau phẫu thuật và giảm bớt thiệt hại trong phẫu thuật tim[20].

"Bạn không cần phải là một chuyên gia về AI để biết rằng chúng ta trong thời đại ngày nay đang ở giữa một thứ gần như kỳ diệu, sáng tạo vô hạn và có thể áp dụng tuyệt vời trong nhiều bối cảnh khác nhau." - Ananya, sinh viên tốt nghiệp AI4ALL

Đây chỉ là một vài trong số các lĩnh vực tiềm năng mà «sự phi thường đến mức không tưởng» trong AI có thể cải thiện hàng loạt hiệu quả về chi phí của các biện pháp can thiệp quan trọng, ngăn ngừa thảm họa và cải thiện sức khỏe, hạnh phúc của con người và hành tinh.

Vậy làm cách nào để đảm bảo các ứng dụng AI được tạo ra một cách có đạo đức và bình đẳng, phát huy hết tiềm năng của nó để giải quyết các vấn đề lớn mà thế giới của chúng ta đang phải đối mặt? Câu trả lời là ưu tiên cho sự hòa nhập và đa dạng tiếng nói trong lĩnh vực AI ở tất cả các cấp như lãnh đạo, phát triển, chính sách và giáo dục. Bằng cách mở rộng quyền truy cập vào lĩnh vực này, chúng ta có thể đảm bảo rằng AI đang được sử dụng tối đa tiềm năng của nó cũng như đảm bảo rằng các câu hỏi và vấn đề mới phải được giải quyết và tạo ra nhiều sản phẩm hữu ích hơn.

---

[19] Vincent, James. "AI đang giúp các nhà địa chấn học phát hiện những động đất mà họ có thể bỏ lỡ." The Verge, The Verge, ngày 14/2/2018, www.theverge.com/2018/2/14/17011396/ai-earthquake-detection-oklahoma-neural-networ. Truy cập ngày 17/5/2018.

[20] Zaidi, Deena. "Ba ứng dụng có giá trị nhất của AI trong chăm sóc sức khỏe." VentureBeat, VentureBeat, ngày 22/4/2018, venturebeat.com/2018/04/22/the-3-most-valuable-applications-of-ai-in-health-care/. Truy cập ngày 17 tháng 5 năm 2018.

Tổ chức do tôi lãnh đạo, AI4ALL, nhắm đến mục tiêu đảm bảo rằng công nghệ AI đại diện cho nhu cầu của một xã hội đa dạng, giảm thiểu các tác động tiêu cực phát sinh trong quá trình phát triển của AI như sự thiên vị, và nâng cao nhận thức về AI để những ai chịu ảnh hưởng cũng đều sẽ là những người sử dụng có đầy đủ thông tin và có cơ hội được hưởng lợi từ công nghệ AI. Chúng tôi thực hiện điều này thông qua ba chương trình khởi xướng cốt lõi. Đầu tiên, đó là giáo dục và truyền cảm hứng cho giới trẻ thuộc nhóm thiểu số có cơ hội theo đuổi AI thông qua việc hợp tác với các trường đại học bao gồm Stanford, Princeton, Đại học Boston và Carnegie Mellon. Các chương trình ở đó dạy cho sinh viên các khái niệm về AI nghiêm ngặt về mặt kỹ thuật trong bối cảnh tác động của xã hội. Sinh viên tham gia vào các bài giảng, các dự án thực hành, các chuyến đi thực tế và các hoạt động tư vấn giúp họ phát triển các kỹ năng kỹ thuật và động lực cũng như sự tự tin để theo đuổi AI và các lĩnh vực liên quan. Sau đó, học sinh áp dụng các kỹ năng của mình vào một dự án cuối cùng mà họ trình bày với các bạn học sinh, giáo viên và phụ huynh. Ví dụ, tại chương trình năm 2018 ở Stanford, sinh viên đã hoàn thành một dự án sử dụng xử lý ngôn ngữ tự nhiên được viết bằng Python để phân loại các tweet về cơn bão Sandy nhằm giúp việc cứu trợ thiên tai có hiệu quả hơn.

Chương trình khởi xướng thứ hai của AI4ALL là tập trung vào việc nâng cao nhận thức về AI thông qua tiếp cận giáo dục đến những cộng đồng có nguy cơ bị bỏ lại phía sau. Vào tháng 7/2018, AI4ALL đã thông báo rằng chúng tôi sẽ phát triển và khởi động một chương trình giáo dục AI trực tuyến, miễn phí, tập trung vào việc tăng cường khả năng tiếp cận với giáo dục AI với mục tiêu sẽ đạt được con số 1.000.000 người học vào năm 2023. Chương trình này, được gọi là AI4ALL Open Learning, sẽ ra mắt vào đầu năm 2019 và sẽ được xây dựng trên cơ sở tư duy về tài năng của nhóm thiểu số theo cách đáp ứng văn hóa, mà cách này tập trung vào các tác động xã hội và đạo đức của AI.

Cuối cùng, AI4ALL mở rộng và thúc đẩy các ứng dụng hữu ích của AI bằng cách kết hợp các cựu sinh viên của mình với các chuyên gia AI từ các công ty như OpenAI, IBM, Ford và Accenture để giải quyết các vấn đề và tạo ra tác động tích cực bằng cách sử dụng AI, bao gồm phát hiện sớm cháy rừng, cá nhân hóa giáo dục và chẩn đoán bệnh hiệu quả hơn.

91% sinh viên tốt nghiệp cảm thấy họ như là một phần của cộng đồng AI và 98% biết cách tìm tài nguyên để tìm hiểu thêm về AI và khoa học máy tính. Một sinh viên tốt nghiệp chương trình chia sẻ:

"Tôi từng nghĩ rằng mình không đủ thông minh để làm khoa học máy tính và AI. Nhưng giờ tôi đã có được sự tự tin rất nhiều vì được mọi người ủng hộ và ở bên cạnh những cô gái khác có cùng quan điểm. Họ khiến tôi cảm thấy thoải mái bày tỏ và thắc mắc."

Tôi muốn trình bày ba nghiên cứu tình huống để chứng minh rằng khi chúng ta mở rộng quyền truy cập và ưu tiên vào AI, chúng ta:

1. nhìn thấy thêm nhiều hơn những cách sáng tạo để tận dụng AI nhằm giải quyết những thách thức quan trọng,

2. khám phá những tài năng tiềm ẩn có thể phát triển điều lớn lao tiếp theo và những bước nhảy vọt trong AI, và

3. thúc đẩy một hiệu ứng mạng mạnh mẽ liên quan đến nhiều người và cộng đồng hơn nữa trong việc định hình và cung cấp thông tin cho công nghệ quan trọng này.

Giải pháp sáng tạo

Ảnh: Stephanie T.

"Bất chấp văn hóa hoặc lai lịch khác nhau của chúng tôi, tất cả các đồng nghiệp Stanford AI4ALL của tôi đều có thể kết nối với nhau thông qua niềm đam mê của chúng tôi đối với AI và công nghệ. Tôi biết được rằng các nền văn hóa và lai lịch khác nhau của chúng tôi là chìa khóa để kết nối và hợp nhất những ý tưởng tươi sáng của chúng tôi. Chúng tôi đã đưa Stanford AI4ALL vào cuộc sống vì chúng tôi đã tạo ra một môi trường đa dạng và mang đến những ý tưởng độc đáo." - Stephanie T. (Stanford AI4ALL '17)

Stephanie T., hiện đang là học sinh trung học ở Salinas, California, là một người Mỹ gốc Mexico thế hệ thứ nhất có quan tâm sâu sắc đến việc sử dụng AI để giải quyết các vấn đề hữu hình trong cộng đồng của mình.

Salinas, một cộng đồng nông nghiệp đang bùng nổ, xuất khẩu hơn 79 triệu pound trái cây và rau quả sang các nước khác hàng năm[21]. Mẹ của Stephanie là một công nhân nông nghiệp, đóng góp vào cộng đồng nông nghiệp sôi động này thông qua công việc hái dâu tây. Do hoạt động nông nghiệp tập trung cao trong khu vực, nước ngầm ở Salinas và các khu vực lân cận dễ bị ô nhiễm do thuốc trừ sâu nông nghiệp, chất thải và phân bón chảy tràn, và các yếu tố khác. Một nghiên cứu năm 2012 ước tính rằng 2,6 triệu người trong khu vực sống dựa vào nước ngầm nên có nhiều khả năng họ sử dụng nước bị ô nhiễm[22].

Mặc dù Stephanie chưa phải trực tiếp sử dụng nguồn nước ô nhiễm này nhưng nguy cơ này luôn hiện hữu trong cộng đồng của cô ấy. Vì lý do này, cô ấy đã trở nên đam mê sử dụng sức mạnh của công nghệ để điều tra vấn đề này và cố gắng giảm thiểu rủi ro cho cộng đồng của mình.

---

[21] "Sự kiện, số liệu & câu hỏi thường gặp." Cục trang trại hạt Monterey, Ban kiểm soát chất lượng nước khu vực bờ biển miền Trung, montereycfb.com/index.php?page=-facts-figures-faqs. Truy cập ngày 17/5/2018.

[22] Harter, Thomas và đồng tác giả khác,. Giải quyết Nitrate trong Nước uống của California. Ban Kiểm soát Tài nguyên Nước của Tiểu bang California, groundwaternitrate. ucdavis.edu/files/138956.pdf. Truy cập ngày 17/5/2018.

Lần đầu tiên cô bắt đầu điều tra vấn đề này thông qua một dự án khoa học vào năm lớp 9, nơi cô đã kiểm tra tốc độ mà Daphnia Magna (một loài bọ chét trong nước có thể phát hiện ra độc tính của nước) chết trong nước từ sông nông nghiệp so với sông ở một thành phố phi nông nghiệp. Sau khi tìm hiểu về trí thông minh nhân tạo thông qua Stanford AI4ALL vào mùa hè năm 2017, cô nhận ra rằng mình đã có một bộ công cụ mới để xem xét vấn đề ô nhiễm nước ở các khu vực nông nghiệp. Cô đã được nhận vào chương trình nghiên cứu cựu sinh viên của AI4ALL, nơi cô đã chọn tập trung vào việc sử dụng phân tích dữ liệu và các kỹ thuật AI để theo dõi lưu lượng và phân phối nước trên khắp các quận dọc theo Sông Colorado ở miền Tây nước Mỹ để dự đoán nơi nước bị ô nhiễm có thể chảy qua. Cô dự định sẽ điều chỉnh dự án để có thể áp dụng cho các nguồn nước trong cộng đồng của cô ở Salinas, CA.

Mặc dù vẫn đang học trung học nhưng Stephanie dự định sẽ học cao hơn về khoa học máy tính chuyên ngành AI ở trường đại học. Cô ấy đặc biệt bị thu hút bởi AI vì tiềm năng giải quyết các vấn đề hữu hình của nó. Trong thời gian tham dự khóa học ở Stanford AI4ALL, cô nhận thấy rằng chương trình này đã trở nên sống động vì rất nhiều ý tưởng và tiếng nói đa dạng đã được đưa ra thảo luận. Những tiếng nói này đã được ủng hộ, nâng cao và được đánh giá cao - tất cả đều góp phần tạo nên bầu không khí giúp truyền cảm hứng cho cô sử dụng sức mạnh của AI và công nghệ để điều tra các vấn đề về nước một cách sáng tạo ngay trong sân sau của nhà của mình. Đưa những tiếng nói đa dạng như Stephanie vào AI sẽ cho phép đưa ra các giải pháp sáng tạo cho các vấn đề mà các nhóm thông thường làm việc trong AI có nguy cơ bỏ qua.

Tài năng tiềm ẩn

Ảnh: Sahana Srinivasan

"Stanford AI4ALL ... đã cho tôi thấy AI và tầm nhìn máy tính mạnh mẽ như thế nào trong việc giải quyết các vấn đề trong thế giới thực." (Amy J., Stanford AI4ALL 2015)

Stanford AI4ALL là bàn đạp khởi động hành trình nghiên cứu về AI của Amy J. Cô ấy là sinh viên năm nhất đại học tại Đại học Harvard với niềm quan tâm sâu sắc đến việc phát triển các giải pháp cho các vấn đề của con người bằng cách sử dụng AI một cách có đạo đức. Cô ấy muốn tìm hiểu thêm về lĩnh vực thị giác máy tính - một phân mục của AI sau khi chương trình AI4ALL của cô kết thúc. Vì vậy, cô tiếp tục theo đuổi lĩnh vực này bằng cách học miễn phí không công nhận tín chỉ các khóa học về thị giác máy tính của Stanford. Cô cũng thiết kế ra các công cụ giáo dục như như trang web giới thiệu về thị giác máy tính được lưu trữ trên Stanford.edu và thực tập trong phòng thí nghiệm thị giác máy tính của Stanford.

Nhờ sự kiên trì và ham học hỏi của mình, cùng với sự khuyến khích và hỗ trợ của các nữ tư vấn trong nhóm thị giác máy tính ở Stanford, Amy đã có thể đóng góp đáng kể vào nghiên cứu thị giác máy tính. Năm 2017, cô là tác giả chính của bài nghiên cứu *Phát hiện dụng cụ mổ và đánh giá kỹ năng mổ trong các video phẫu thuật sử dụng thuật toán mạng thần kinh chuyển đổi dựa trên khu vực*, báo cáo về kết quả nghiên cứu mà cô đã thực hiện cùng với giáo viên và các ứng cử viên Tiến sĩ của khoa thị giác máy tính ở Stanford[23]. Nghiên cứu đã đánh giá kỹ năng mổ của bác sĩ phẫu thuật đối với phẫu thuật cắt bỏ túi mật nội soi bằng cách sử dụng thuật toán học sâu (DL) để cung cấp phản hồi cho bác sĩ phẫu thuật về hiệu suất của họ, cải thiện 28% kết quả mà các nhà nghiên cứu khác thu được. Mục tiêu của các nhà nghiên cứu là giảm tỷ lệ biến chứng của bệnh nhân bằng cách cung cấp phản hồi cho bác sĩ phẫu thuật, một điều mà họ không thường xuyên nhận được trong môi trường chuyên nghiệp.

Những đóng góp trong nghiên cứu của Amy đã được ghi nhận tại hội nghị khoa học thần kinh toán và máy học tiêu chuẩn công nghiệp NIPS vì giá trị của chúng. Là một trong những người tham gia hội nghị trẻ tuổi nhất, Amy đã được trao giải "bài nghiên cứu hay nhất" trong hội thảo *Máy học cho sức khỏe tại NIPS 2017*, đánh bại hàng trăm bài dự thi khác của các chuyên gia trưởng thành trong lĩnh vực này.

Amy hy vọng sẽ tiếp tục bài nghiên cứu này và mở rộng phạm vi của dự án bằng cách tăng kích thước của tập dữ liệu được sử dụng để huấn luyện các thuật toán. Cô ấy cũng muốn phát triển một phương pháp tự động chấm điểm kỹ năng bác sĩ phẫu thuật dựa trên thước đánh giá tiêu chuẩn.

Amy đã cố gắng hoàn thành tất cả những điều này khi vẫn còn học trung học. Những đóng góp độc đáo và có giá trị của cô ấy cho lĩnh vực này chứng tỏ tầm quan trọng của việc nâng cao tiếng nói đa dạng trong AI. Amy quan tâm đến việc theo đuổi con đường đến với sự nghiệp trong lĩnh vực AI bằng cách thực tập tại một phòng thí nghiệm nghiên cứu. Cô cũng dự định theo đuổi ngành khoa học máy tính ở trường đại học.

---

[23] Jin, Amy, và đồng tác giả khác. "Đánh giá kỹ năng giải phẫu và phát hiện công cụ trong video phẫu thuật bằng cách sử dụng Mạng nơ-ron tích chập dựa trên khu vực." Hội nghị lần thứ 31 về Hệ thống xử lý thông tin thần kinh (NIPS 2017), 2017. http://ai.stanford.edu/~syyeung/jin_nips_ml4h_2017.pdf

Nếu các nhóm thiểu số trong AI không có cơ hội tham gia tích cực vào AI, chúng ta sẽ bỏ lỡ những tài năng chưa được khai thác, những người có tiềm năng tạo ra tác động tiềm năng to lớn đối với lĩnh vực AI và nhân loại nói chung. Đưa nhiều đối tượng đa dạng hơn vào lĩnh vực này là có giá trị vì nó sẽ mang lại những lợi ích đa dạng và phong phú. Trong trường hợp của Amy, cô ấy đam mê khía cạnh đạo đức của AI và xây dựng các hệ thống AI có đạo đức để giải quyết các vấn đề xã hội hữu hình.

Tác động của mạng lưới quan hệ

Ảnh: Manish Dogra

"Trong thời gian ở Bay Area, tôi đã biết được nhiều cơ hội dành cho phụ nữ và dân tộc thiểu số trong chương trình học STEM, điều mà tôi thấy thiếu ở quê hương Seattle của mình. Tôi cảm thấy rằng tôi phải mang những cơ hội này về với cộng đồng của mình và quyết tâm cố gắng giúp những người khác tìm thấy niềm đam mê với STEM giống như tôi." - Archika D. (Stanford AI4ALL 2017)

Cuộc chạm trán đầu tiên của Archika với khoa học máy tính không phải là một cuộc chạm trán đặc biệt thú vị. Archika nói về trải nghiệm của mình, "Bước vào trại khoa học máy tính đầu tiên của mình, tôi là một trong hai nữ trong lớp ba mươi tuổi và hoàn toàn mới mẻ với lập trình. Cả hai thứ điều này là một sự kết hợp có vấn đề. Sau khi dành hai tuần để lập trình một trò chơi đua xe mà tôi thực sự không có hứng thú chơi, khẩu vị đầu tiên của tôi về khoa học máy tính khá là chán." Cô ấy thấy rằng cô ấy không gắn bó với lĩnh vực này bởi vì các bài học có vẻ hơi xa lạ. Tuy nhiên, sau khi tham dự Stanford AI4ALL vào năm 2017, trải nghiệm của cô ấy với khoa học máy tính đã trở nên tích cực và thú vị. Cô ấy đã làm việc với những cô gái giống như mình và những người cố vấn nhiều kinh nghiệm có khả năng truyền cảm hứng. Cuối cùng, cô ấy đã hoàn toàn bị thuyết phục rằng mình có khả năng tạo ra tác động tích cực đến cộng đồng của mình thông qua AI.

Cụ thể là cô đã truyền lại trải nghiệm của mình tại Stanford AI4ALL với các nhóm người thiểu số khác ở quê hương Seattle, Washington của cô. Do đó, cô đã đồng sáng lập EduSTEM, một tổ chức nhằm mục đích tăng cường sự đa dạng trong STEM bằng cách cho giới trẻ tiếp cận với giáo dục STEM hướng tác động tích cực và hỗ trợ. Đặc biệt, chương trình tập trung vào việc phục vụ các nhóm thiểu số về kinh tế xã hội và giới tính. Các hội thảo và sự kiện hướng đến học sinh từ lớp 3 đến lớp 7, nhấn mạnh vào các chủ đề như khoa học, vật lý và thậm chí cả người máy. Thông qua EduSTEM, Archika có thể tiếp cận sinh viên từ các gia đình có thu nhập thấp hơn, những người có thể không có đủ nguồn lực hoặc cơ hội để tiếp cận các chương trình giáo dục STEM.

Sự tiếp cận của Archika thể hiện sức mạnh của hiệu ứng mạng lưới quan hệ, một trong những lợi ích cốt lõi của các chương trình AI4ALL và của giáo dục STEM hòa nhập nói chung. Sau khi sự quan tâm của cô ấy đối với STEM được nuôi dưỡng và đánh giá cao tại AI4ALL với những người bạn đồng nghiệp ủng hộ, cô ấy cảm thấy được trao quyền để làm điều tương tự cho những giới trẻ khác trong thành phố của mình. Khởi đầu là một chương trình khởi xướng trong Khu vực Greater Seattle đã phát triển để tác động đến hơn 200 học sinh ở năm thành phố trên khắp nước Mỹ, bao gồm San Ramon, CA; San Mateo, CA; New York, New York; Kent, Connecticut; và Seattle, WA. Nếu các tài năng đa dạng được tạo cơ hội để theo đuổi sở thích và đam mê của họ trong khoa học máy tính nói chung và AI nói riêng trong một môi trường được hỗ trợ, họ có thể đóng góp hiệu quả vào lĩnh vực đang phát triển này và luôn luôn có bên mình những đồng nghiệp của họ.

Kết luận

Sự hòa nhập và đa dạng phải ưu tiên quan trọng và khẩn cấp để giảm thiểu rủi ro tiềm ẩn trong quá trình phát triển AI và cho phép AI phát huy hết tiềm năng của nó. Ngoài ra, khu vực công và khu vực tư nhân đều có vai trò quan trọng trong việc đảm bảo cả sự phát triển AI có trách nhiệm lẫn chuẩn bị cho tác động đột phá của AI đối với lực lượng lao động và việc làm. Ngoài việc thúc đẩy sự đa dạng hơn trong lĩnh vực này, chúng ta cũng phải tạo ra và áp dụng các tiêu chuẩn đạo đức và đào tạo để phát triển và sử dụng AI. Mặc dù không có bộ tiêu chuẩn hay đạo đức nào được chính thức đưa ra nhưng vẫn có các nhóm hành động vì các tiêu chuẩn đạo đức bao gồm: Chương trình Khởi xướng toàn cầu IEEE về đạo đức của các hệ thống tự chủ và thông minh, công bằng - trách nhiệm - minh bạch trong máy học, Quan hệ đối tác trong AI, và nỗ lực nội bộ từ các nhà lãnh đạo trong ngành. Để đưa ra các tiêu chuẩn và chính sách hữu ích rộng rãi nhất, chúng ta cần thực hiện cách tiếp cận liên ngành và lấy con người làm trung tâm, kêu gọi mọi người từ nhiều lĩnh vực khác nhau đóng góp vào sự phát triển và điều chỉnh AI. Và cuối cùng, chúng ta cũng phải tập trung tài trợ cho nghiên cứu về tác động của AI và xã hội để chủ động giảm thiểu rủi ro và tận dụng các cơ hội quan trọng cho AI để tạo ra những lợi ích công cộng. Các tổ chức hiện nay bao gồm AINow, Viện Berggruen, AI100, Data and Society.

Tác động của AI đối với xã hội là một trong những vấn đề quan trọng hơn mà nhân loại ngày nay phải đối mặt. Nếu chúng ta không bao gồm nhiều người thực hiện và nhà tư tưởng trong việc định hình và tạo ra AI, chúng ta có nguy cơ bị các tác động nguy hiểm như thiên vị và bỏ lỡ những lợi ích tiềm năng mà công nghệ này có thể mang lại cho sức khỏe và hạnh phúc của con người và hành tinh.

"Thông qua các dòng mã, tôi đã có thể tạo ra một thuật toán mà khi được triển khai trong xã hội, nó thực sự có thể thay đổi cuộc sống của mọi người".

-Stephanie, sinh viên tốt nghiệp AI4ALL

Chương 14

THÔNG QUA HỆ SINH THÁI BLOCKCHAIN ĐỂ KHÔI PHỤC LẠI CHỨNG NHẬN CHO CHUYÊN GIA Y TẾ NHÂN VIÊN CHĂM SÓC LÀ NGƯỜI TỊ NẠN

Tác giả: Monique Jeanne Morrow

Monique là chủ tịch và đồng sáng lập của Humanized Internet, một tổ chức phi lợi nhuận tập trung vào việc cung cấp danh tính kỹ thuật số cho những cá nhân thuộc nhóm thiểu số. Blockchain chắc chắn là một cơ chế tiềm năng cho thách thức của hàng tỷ người này. Vui lòng xem tại: https://www.thehumanizedinternet.org.

Monique đã nâng cao dấu ấn công nghệ của Cisco thông qua quan niệm và nhận thức về công nghệ đột phá kết hợp trí tuệ nhân tạo và thực tế hỗn hợp

(AI / MR), Blockchain, Internet Vạn vật và M2M, Web 3.0, Liên kết đám mây và Internet thời gian thực. Thành công lớn nhất của bà là truyền tải một góc nhìn toàn cảnh giúp các kỹ sư và các nhà lãnh đạo doanh nghiệp hiểu được cách các công nghệ hiện tại và tương lai phù hợp với nhu cầu của doanh nghiệp, chính phủ, tổ chức phi lợi nhuận và các tổ chức xã hội như thế nào. Vì vậy, Monique đã được vinh danh là Người có tầm nhìn của năm (Công nghệ, thay đổi xã hội và đạo đức) của Tạp chí Business Worldwide và Nhà vô địch truyền thông xã hội của năm 2016.

Monique bắt đầu hành trình của mình với Cisco vào năm 2000 với tư cách là kỹ sư giải pháp SP ở châu Âu, nơi bà đã giúp tích hợp nhà cung cấp dịch vụ DNA vào công ty này. Năm 2001, bà trở thành Kỹ sư tư vấn CTO làm việc trong phân khúc nhà cung cấp dịch vụ ở châu Âu và châu Á. Đến năm 2005, Monique xây dựng một đội ngũ lãnh đạo kỹ thuật tại Hồng Kông và chỉ đạo các sáng kiến chiến lược về toàn cầu hóa công nghệ cho văn phòng CTO. Bà trở thành giám đốc công nghệ dịch vụ đầu tiên của Cisco vào năm 2012, giúp điều chỉnh hiệu quả tầm nhìn và kiến trúc cho công nghệ dịch vụ trong toàn tổ chức. Với vai trò này, Monique đã giúp chuẩn bị cho Cisco trong quá trình chuyển đổi từ tập trung vào phần cứng sang tập trung vào dịch vụ như là một hoạt động kinh doanh cốt lõi, gia tăng tác động về tài chính của các dịch vụ phần mềm, bảo mật và phân tích.

---oOo---

Thế giới sẽ phải đối mặt với tình trạng thiếu đến 4,3 triệu bác sĩ, nữ hộ sinh, y tá và các chuyên gia chăm sóc sức khỏe khác trong thập kỷ tới. Đồng thời, trong số hàng triệu người tị nạn và di dân trên thế giới, có rất nhiều chuyên gia chăm sóc sức khỏe được đào tạo và có kinh nghiệm nhưng không thể hành nghề vì một số lý do, mà thường liên quan đến việc xác nhận thông tin bằng cấp. Ngày nay đã có các tổ chức đánh giá và xác nhận chứng chỉ học tập và nghề nghiệp của các chuyên gia chăm sóc sức khỏe được đào tạo ở nước ngoài nhằm giúp họ có thể sống và làm việc tại quốc gia mà họ lựa chọn. Chương sách này trình bày một đề xuất làm thế nào để việc đánh giá và xác nhận này có thể tiếp cận được hầu hết những người tị nạn có kỹ năng chăm sóc sức khỏe thông qua sự trợ giúp của điện thoại thông minh và công nghệ blockchain.

Vào tháng 6/2016, Cao ủy Liên Hiệp Quốc về người tị nạn (UNHCR) báo cáo rằng số người tị nạn, người đang xin tị nạn, và người di cư trong nước trên khắp thế giới đã lên đến 65 triệu người. Kể từ đó, con số này có thể đã tăng lên đáng kể. Theo báo cáo của UNHCR, con số này không chỉ cho thấy "sự đau khổ to lớn của con người", mà còn có khả năng bao gồm một nguồn lực khổng lồ với các kỹ năng chuyên môn chưa được sử dụng dưới dạng hàng ngàn chuyên gia y tế.

Những nhóm dân di cư như vậy đại diện cho một lực lượng lao động có năng suất tiềm năng, cho dù là họ ở nước sở tại, quê hương mình, hay bất kỳ quốc gia nào khác đang thiếu các kỹ năng quan trọng. Người ta ước tính rằng thế giới sẽ phải đối mặt với tình trạng thiếu tới 4,3 triệu bác sĩ, nữ hộ sinh, y tá và các chuyên gia y tế khác[24] trong thập kỷ tới. Do đó, *nếu không có sự can thiệp đầy đủ và kịp thời dưới hình thức khôi phục chứng chỉ và phát triển nghề nghiệp cho các đối tượng đó, các y tá và các chuyên gia y tế khác trong những quần thể di cư này sẽ là một tổn thất to lớn về kinh tế và y tế.*

Một biện pháp khắc phục đã được đề xuất giúp khôi phục sự phát triển nghề nghiệp và danh tính của những nhân viên chăm sóc cá nhân này. Biện pháp khắc phục này sẽ giúp họ tăng khả năng được xem xét cấp giấy phép hành nghề và được cấp thị thực lao động. Những thị thực này có thể được cấp đến các quốc gia có người xin tị nạn hoặc các quốc gia có tình trạng thiếu hụt dịch vụ chăm sóc sức khỏe quan trọng, chẳng hạn như Vương quốc Anh, Canada, Úc và New Zealand.

---

[24] *Nguồn: Trung tâm Thông tin Công nghệ Sinh học Quốc gia NCBI*

Các quốc gia có thu nhập trung bình được dự đoán sẽ có nhu cầu và tình trạng thiếu nhân viên y tế tăng nhanh và cao nhất trong khoảng từ năm 2013 đến 2030. Tăng trưởng trung bình hàng năm về nguồn cung nhân viên y tế ở các quốc gia có thu nhập cao và trung bình khá thì thấp hơn ở các nước có thu nhập trung bình kém. Tuy nhiên, nhu cầu tăng tương đối cao hơn sẽ dẫn đến tình trạng thiếu nhân viên y tế, cao nhất là trên thị trường lao động ở các nước có thu nhập trung bình khá. Tăng trưởng nguồn cung cho người lao động được dự đoán là chậm nhất ở các nước thu nhập thấp, nhưng tốc độ tăng cầu cũng chậm theo đó.

Do đó, tình trạng thiếu hụt ròng nhân viên y tế ở các nước thu nhập thấp sẽ khả quan hơn vào năm 2030, nhưng vẫn giảm đáng kể dưới ngưỡng tiêu chuẩn.

Việc phục hồi chứng nhận và phát triển chuyên môn kịp thời cũng sẽ cung cấp cho các chuyên gia chăm sóc y tế này những lợi ích tâm lý sâu sắc. Họ cảm thấy họ vẫn có thể giữ được và phát huy các bản sắc cá nhân và nghề nghiệp của họ vào một thời điểm đang có nhiều biến động về thể chất và tình cảm. Do đó, can thiệp là chìa khóa để giúp những người phải thay đổi nơi ở có thể duy trì khả năng phục hồi nhanh và cân bằng tâm lý trong suốt thời gian đó.

Đánh giá nhu cầu toàn cầu về kỹ năng của nhân viên chăm sóc

Tình trạng cầu vượt cung của các chuyên gia chăm sóc sức khỏe diễn ra đồng thời với quá trình toàn cầu hóa và tự do hóa thị trường. Nó đã cho phép các nhân viên y tế có thể cung cấp dịch vụ của họ ở nước ngoài. Các nước có thu nhập cao và trung bình sẽ có khả năng kinh tế đủ mạnh để tuyển dụng thêm hàng chục triệu nhân viên y tế. Ngược lại, các nước thu nhập thấp sẽ phải đối mặt với cả cung lẫn cầu nhân lực y tế thấp. Điều này có nghĩa là ngay cả những quốc gia có thể tạo ra thêm lao động cũng không thể tuyển dụng và giữ chân họ nếu không có tốc độ tăng trưởng kinh tế cao hơn đáng kể, đặc biệt là trong lĩnh vực y tế.

Ngày 2/6/2016, Tổng thư ký Liên Hiệp Quốc đã công bố việc bổ nhiệm Ủy ban cấp cao về việc làm y tế và tăng trưởng kinh tế với mục tiêu hỗ trợ chương trình nghị sự đầy tham vọng của các Mục tiêu Phát triển Bền vững (SDGs) nhằm cải thiện cuộc sống của mọi người, bao gồm cả việc cải thiện sức khỏe và sự phồn vinh. Mười khuyến nghị từ Ủy ban bao gồm:

1. Tạo việc làm

2. Bình đẳng giới tính và quyền của phụ nữ

3. Giáo dục, đào tạo và năng lực

4. Tổ chức và cung cấp dịch vụ y tế

5. Công nghệ

6. Tài chính & tài khóa

7. Quan hệ đối tác và hợp tác

8. Di dân quốc tế

9. Bối cảnh khủng hoảng và nhân đạo

10. Dữ liệu, thông tin và trách nhiệm

Hầu hết các ưu tiên này sẽ được giải quyết thông qua những dự án hiện tại.

Những phát triển gần đây đã khẳng định thêm tính cấp thiết của việc xây dựng các hệ thống y tế có khả năng phục hồi mạnh và tăng cường bảo đảm sức khỏe toàn cầu. Nhân viên y tế và việc làm y tế là trọng tâm của chương trình SDG (cụ thể là SDGs 3, 4, 5 và 8). Nhu cầu toàn cầu ngày càng tăng và nhu cầu về nhân viên y tế trong 15 năm tới đang đặt ra những thách thức đáng kể. Điều quan trọng là nhu cầu này cũng mang lại cơ hội việc làm ở những khu vực cần việc làm nhất, chẳng hạn như thông qua sự tham gia của những người tị nạn có lai lịch về chăm sóc sức khỏe - những người có thể có những đóng góp có giá trị không những chỉ ở quê hương của họ mà còn ở những nơi khác, những nơi khan hiếm và cần nhân lực y tế. Số lượng bác sĩ và y tá nhập cư làm việc tại các nước OECD đã tăng 60% trong 10 năm qua - tăng từ 1.130.068 lên 1.807.948[25]

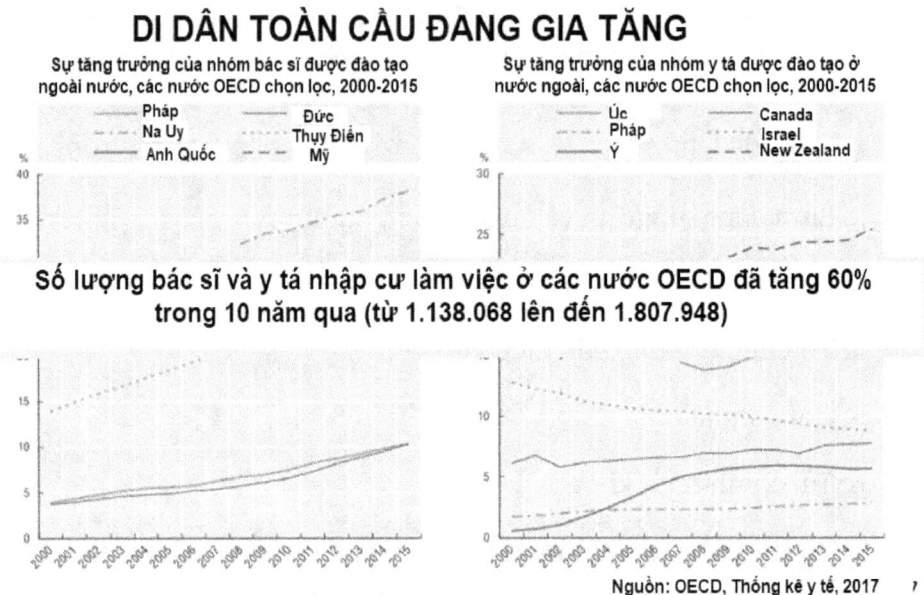

Công nhận các tiêu chuẩn, kỹ năng và chứng nhận đào tạo bởi các quốc gia thứ ba

Nếu chỉ cung cấp tiêu chuẩn, kỹ năng và chứng chỉ đào tạo cho nhân viên chăm sóc không thì chưa đủ, mà những tài sản này còn phải được các quốc gia và tổ chức công nhận. CGFNS (Ủy ban về sinh viên tốt nghiệp các trường điều dưỡng nước ngoài) làm việc với một mạng lưới rộng lớn các cơ quan quản lý hành nghề y tế trên khắp thế giới. Thông qua giao diện này, chúng ta nhắm đến mục tiêu hỗ trợ mọi người được công nhận trình độ của mình và được cấp giấy phép hành nghề. Vấn đề này không thuộc về công nghệ mà nó cần là một phần trong quy trình thí điểm đang được đề xuất.

---

[25] *Nguồn:* WHO.org

Chương trình thí điểm này đề xuất hợp tác với một tổ chức được công nhận trên toàn thế giới là tổ chức chứng nhận quốc tế *CGFNS International* (Ủy ban về sinh viên tốt nghiệp các trường điều dưỡng nước ngoài). CGFNS International là một tổ chức phi lợi nhuận chuyên giúp các chuyên gia chăm sóc sức khỏe được đào tạo ở nước ngoài sống và làm việc tại quốc gia mà họ lựa chọn bằng cách đánh giá và xác nhận các chứng chỉ đào tạo và nghề nghiệp của họ. Nó cung cấp cho sinh viên nước ngoài và các chuyên gia chăm sóc sức khỏe đánh giá toàn diện hồ sơ học tập của họ để tạo điều kiện thuận lợi cho việc được đăng ký vào học các trường ở Mỹ và các quốc gia khác.

Ngoài ra, CGFNS cũng giúp bảo vệ các chuyên gia chăm sóc sức khỏe di cư bằng cách công khai ủng hộ các thói quen tuyển dụng có đạo đức và liên tục theo dõi bối cảnh toàn cầu để phát triển các xu hướng trong tuyển dụng và tiêu chuẩn nơi làm việc. Bên cạnh đó, nó cũng có tư cách là tham vấn phi chính phủ cho Hội đồng kinh tế và xã hội của Liên Hiệp Quốc (ECOSOC).

Sau khi CGFNS nhận diện được các chuyên gia chăm sóc sức khỏe di cư thông qua các cuộc phỏng vấn không chính thức hoặc một quy trình tương tự, nó sẽ cố gắng truy hồi bản cứng của các bằng cấp của những người này, chẳng hạn như giấy phép hành nghề hay bảng điểm của họ.

Nếu một chuyên gia chuyển nơi định cư không có bản cứng trong tay thì CGFNS có đủ chuyên môn để tổ chức một kỳ thi xác định mức độ kỹ năng của chuyên gia như bước đầu tiên trong việc phục hồi danh tính nghề nghiệp của họ. Áp dụng công nghệ so sánh cho phương pháp đánh giá chứng chỉ độc đáo của mình, CGFNS tiếp theo sẽ áp dụng phương pháp đánh giá pháp y để so sánh bất kỳ kết quả nào của bài thi với thông tin đào tạo hay giấy phép hành nghề có trong cơ sở dữ liệu hiện đại nhất của mình. Mục tiêu của đánh giá là xác minh và cuối cùng là khôi phục lại lịch sử giáo dục, đào tạo và cấp giấy phép chính thức đã bị mất hoặc bị phá hủy.

Sau khi "chứng chỉ sơ bộ" của một chuyên gia thay đổi nơi định cư được thu thập, CGFNS đề xuất xem xét kỹ lưỡng thêm từ Ủy ban tiêu chuẩn chuyên môn của họ, với các thành viên là các chuyên gia chăm sóc sức khỏe đủ điều kiện để đánh giá và xác minh thêm từng bằng cấp và hồ sơ. CGFNS trở nên nổi tiếng trong việc khôi phục hoặc "tái tạo" thành công lịch sử nghề nghiệp đáng tin cậy của các nhân viên chăm sóc sức khỏe di cư thông qua cơ sở dữ liệu giáo dục và Ủy ban tiêu chuẩn chuyên môn của mình. Sau khi danh tính của một chuyên gia thay đổi nơi định cư được khôi phục, giấy tờ bằng cấp được lưu trữ trong blockchain và được chứng nhận bởi CGFNS.

Một tình huống công nghệ blockchain

Quá trình đánh giá và lưu giữ hồ sơ cẩn thận này được thiết kế có cân nhắc đến các tình huống hồ sơ không còn tồn tại hoặc việc truy cập vào hồ sơ khó khăn do bị cản trở. Ví dụ, các chuyên gia y tế đã chạy trốn đến Jordan có thể đang cư trú trong các trại tập trung hoặc ngay cả nơi thành thị nhưng đều không thể tiếp cận với các tài liệu về bằng cấp của họ hoặc cơ sở đã cấp chúng.

Quy trình thí điểm này đã thiết kế một nền tảng trực tuyến dựa trên công nghệ blockchain nhằm tăng cường tính bảo mật của những hồ sơ sau khi chúng được phục hồi. Bởi vì blockchain có bản chất phi tập trung nên chúng ta có thể tận dụng công nghệ này để cho phép các cá nhân nắm giữ và kiểm soát dữ liệu cá nhân của riêng mình mà vẫn có thể được đánh giá và sử dụng trong các cuộc khủng hoảng nhân đạo, chẳng hạn như chiến tranh, thiên tai, hay tị nạn.

Hệ thống này khác với các phương pháp bảo quản dữ liệu cổ điển. Các hệ thống cổ điển chủ yếu mang tính tập trung. Khả năng truy cập vào nội dung của chúng, chẳng hạn như chứng chỉ đại học và giấy chứng nhận đăng ký đất đai, phải phụ thuộc vào sự tồn tại và sẵn có của các tổ chức nắm giữ chúng. Các vấn đề chính bao gồm việc bảo toàn nội dung, tính toàn vẹn của dữ liệu và khả năng truy cập được liên tục. Ưu điểm của công nghệ blockchain là khả năng bảo vệ thông tin thông qua các cơ chế riêng tư và bảo mật. Ví dụ, thông qua blockchain, chúng ta có thể tạo một nhóm kín được cấp phép, nơi chỉ những cá nhân hoặc tổ chức đã biết nhau mới được phép trao đổi dữ liệu với nhau. Các công nghệ để phát triển một nền tảng bền vững như vậy đang tồn tại ngày nay thông qua giao diện với điện thoại thông minh dùng phương pháp xác thực sinh trắc học. Có vẻ như an toàn khi chúng ta cho rằng điện thoại thông minh sẽ là công cụ được người tị nạn sử dụng, và UNHCR đang làm việc với các thành viên của hiệp hội GSMA để được chấp thuận thẻ SIM cho người tị nạn. Dường như sự đổi mới này đang chuyển vào giai đoạn thực tế và hiệu quả nên nó có thể sẽ giúp chấm dứt tình trạng thiếu hụt nhân viên chăm sóc toàn cầu.

Những người đóng góp khác cho đề xuất này bao gồm Paola de Leo, Quỹ Andan Foundation, Tiến sĩ Frances Hughes, Lilian Furrer, Akram Alfawakheeri, và Mark Kovarski.

Tham khảo:

https://www.ictworks.org/united-nations-agencies-using-blockchain-technology/

http://www.unhcr.org/blogs/promise-hype-provides-blockchain-safe-identity/

Chương 15

THỎA THUẬN CHIA SẺ THU NHẬP - CÂU TRẢ LỜI "TA-NGƯƠI" CHO KHOẢN VAY SINH VIÊN

Tác giả: Daniel Pianko

Daniel Pianko là đồng sáng lập và giám đốc điều hành tại University Ventures. Với hơn một thập kỷ kinh nghiệm trong ngành giáo dục, Daniel đã tạo dựng được danh tiếng như một cố vấn giáo dục và nhà đổi mới đáng tin cậy trong lĩnh vực tài chính sinh viên, giáo dục y tế và giáo dục sau trung học. Daniel bắt đầu sự nghiệp ngân hàng đầu tư tại Goldman Sachs và nhanh chóng bị hấp dẫn bởi tiềm năng tận dụng vốn tư nhân để thành lập thế hệ tiếp theo của các công ty giáo dục có lợi cho xã hội. Sau khi rời Goldman Sachs, Daniel đầu tư vào, thành lập, cố vấn hoặc quản lý một số doanh nghiệp liên quan đến giáo dục, dẫn đến việc thành lập University Ventures. Daniel tốt nghiệp hạng ưu tại Đại học Columbia, và có bằng MBA và MA về giáo dục tại Đại học Stanford.

---oOo---

Đại học được cho là cách để dẫn đến một cuộc sống trung lưu tốt đẹp. Đối với dân số ngày càng tăng, điều này không còn đúng nữa. Sau mười năm vật lộn với món nợ sinh viên, một nhân viên xã hội tên Jessica đã liên hệ với tôi. Trong vòng vài phút, tôi xác định ngay rằng không có cách hiệu quả nào để cô ấy có thể trả hết các khoản vay của mình. Với tổng thu nhập gia đình gần $100.000, lẽ ra Jessica đã được liệt kê vào tầng lớp trung lưu, nhưng khoản vay $150.000 của cô khiến khoản thanh toán nợ sinh viên của cô đã vượt quá $1.000 mỗi tháng. Ngay cả với khoản thanh toán đó, số dư khoản nợ của cô ấy sẽ mất gần 30 năm mới có thể trả hết. Với gánh nặng tiền thuê nhà và các chi phí tiêu chuẩn của một gia đình trẻ, cô không thể tiết kiệm đủ để đặt cọc mua nhà hoặc làm bất cứ điều gì khác ngoài việc trả nợ. Ngay cả tuyên bố phá sản cũng không phải là một lựa chọn vì các khoản nợ sinh viên không thể được xóa bỏ theo luật định. Chính phủ Mỹ đã cho Jessica quyền tự do mắc nợ nhưng đã không cảnh báo cô ấy rằng hậu quả của khoản nợ có nghĩa là cô ấy sẽ không bao giờ có thể sống bằng tài chính của giấc mơ Mỹ.

Năm 1965, với việc thông qua Đạo luật Giáo dục Đại học đầu tiên, Mỹ bắt tay vào một cuộc thử nghiệm trong đó chính phủ tạo ra một chương trình nhằm trao quyền cho sinh viên; sinh viên chọn trường để theo học và chính phủ liên bang đảm bảo thanh toán học phí. Quá trình này thực sự đã tước mất quyền của những người như Jessica thông qua một ván bài ba lá Monte khổng lồ - sinh viên có lẽ đưa ra quyết định đầu tư lớn nhất trong đời (ví dụ, hơn $100.000 cho đại học) với rất ít thông tin và ý thức về khoản nợ "tự do" mà trong thực tế là khá đắt đỏ.

Quá trình này dường như mang lại lợi ích cho tất cả các bên liên quan trong giáo dục đại học. Trước hết, các trường được nhận tiền của họ ngay sau khi một sinh viên đăng ký học. Kế đến, sinh viên có được sự lựa chọn của họ về cơ sở giáo dục. Cuối cùng, quốc gia sẽ có một dân số có học thức hơn được chuẩn bị cho công việc hiện đại.

Tất cả mọi người đều có lợi, ngoại trừ sinh viên. Thoạt đầu nhìn qua, sinh viên đó rất vui mừng vì nhận được một khoản nợ có lãi suất thấp (tương đối) để tài trợ cho một nền giáo dục vốn là con đường tốt nhất dẫn đến tầng lớp trung lưu. Vấn đề duy nhất là dưới 50% sinh viên học để lấy bằng nhưng đã không hoàn tất nó. Nhiều sinh viên khác thì đã hoàn tất, nhưng hoàn tất sau nhiều năm chật vật và cuối cùng tìm việc làm không tạo ra đủ thu nhập.

Hiệu quả ròng là khá nguy hiểm: chính phủ liên bang có chức năng như một người cho vay nặng lãi - có quyền thu trừ nợ từ trợ cấp an sinh xã hội và các phúc lợi khác để đảm bảo thanh khoản, thu từ phúc lợi cơ bản mà không chủ nợ tư nhân nào được phép chạm tay vào. Kết quả thì thật tồi tệ đối với sinh viên.

Có hơn 1,4 ngàn tỷ đô-la nợ sinh viên - gấp ba lần tổng số nợ mười năm trước, thời kỳ trước cuộc khủng hoảng về cho vay thế chấp mua nhà cho các đối tượng có lịch sử tín dụng xấu và cuộc Đại suy thoái tiếp theo sau đó[26].

Có hơn 4,6 triệu người Mỹ vỡ nợ đối với các khoản nợ sinh viên của họ - gấp đôi con số bốn năm trước[27]. Thậm chí tệ hơn, chỉ có hai trong số năm sinh viên trả đủ tiền mỗi năm để giảm số dư nợ gốc của họ. Brookings gần đây đã công bố một báo cáo rằng vào năm 2023 các khoản nợ sinh viên vỡ nợ

---

[26] https://fred.stlouisfed.org/graph/?id=SLOAS,#0
[27] https://www.wsj.com/articles/nearly-5-million-americans-in-default-on-student-loans-1513192375

đối với sinh viên tốt nghiệp vào năm 2003 có thể lên tới 40% trong tổng số những người đi vay như vậy[28].

Giải pháp không phải là tạo ra những thay đổi nhỏ xung quanh các cạnh của một hệ thống đã bị phá vỡ, mà thay vào đó là hình dung lại cách đưa quyền lực của tài chính giáo dục đại học vào tay sinh viên. Hơn nữa, sinh viên (và chính phủ liên bang) không nên chịu rủi ro về hiệu quả của giáo dục.

Thay vào đó, nước Mỹ nên chuyển từ cho vay giáo dục sang tài trợ giáo dục đại học và nhận lại tỷ lệ phần trăm trong dòng thu nhập tương lai của sinh viên. Trong mô hình này, mỗi trường đều góp "phần rủi ro của mình trong trò chơi", theo đó nếu sinh viên thành công cao thì trường đó sẽ được hưởng lợi cao, và ngược lại.

Nếu sinh viên nhận giáo dục mà không dẫn đến có việc làm thì nhà trường phải gánh chịu hậu quả, và sinh viên không phải chịu đựng cái nhà tù của con nợ thời hiện đại; đó là các khoản cho vay sinh viên.

Cơ chế chia sẻ rủi ro này được gọi là Thỏa thuận chia sẻ thu nhập ("ISA"). Sự trỗi lên của ISA có lẽ tạo ra sự thay đổi quan trọng nhất trong động lực giữa sinh viên và nhà trường. Hiện tại, chi phí học và kết quả của các trường học rất không rõ ràng. Chúng ta có số liệu về kết quả nhưng hạn chế theo trường học và theo chương trình (ví dụ: chuyên ngành kỹ thuật tại Purdue làm được bao nhiêu tiền so với trường Bang NC). Bằng cách để khu vực tư nhân "định giá" lợi nhuận kinh tế của bất kỳ bằng cấp nào, sinh viên có thể hiểu rõ về lợi tức đầu tư cho chương trình đó. Nếu chương trình Purdue yêu cầu 3,5% thu nhập trong bảy năm cho ISA, trong khi chương trình Bang NC yêu cầu 4,8% thu nhập trong mười năm, thì chương trình Purdue rõ ràng là vượt trội hơn về lợi tức kinh tế. Sinh viên có thể đưa ra quyết định theo học tại một

---

[28] https://www.brookings.edu/research/the-looming-student-loan-default-crisis-is-worse-than-we-thought/

trường học dựa trên bất kỳ yếu tố nào từ vị trí gần nhà đến chất lượng của hội nữ sinh của trường.

Các thỏa thuận chia sẻ thu nhập hiện đại: Trả lại quyền lực tài chính cho sinh viên

Nhà kinh tế học Milton Friedman của Đại học Chicago đã tạo ra khái niệm ISA vào những năm 1950. Freedman lập luận rằng thay vì thu học phí đối với sinh viên, các trường học nên tính phí theo tỷ lệ phần trăm thu nhập của sinh viên tốt nghiệp. Trường đầu tiên áp dụng thử ISA là Đại học Yale. Thí nghiệm đầu tiên được coi là một thất bại vì tất cả các sinh viên đều buộc phải chịu trách nhiệm về tất cả các khoản nợ. Tuy nhiên, Blair Levin, một người đã ký hợp đồng với chương trình Yale thất bại lúc ban đầu đó gần đây đã viết, "Khi tôi được chấp nhận [vào Yale], tôi không biết làm cách nào để trả cho nó. … Giống như nhiều sinh viên tham vọng khác, tôi biết rằng một khoản vay truyền thống là một gánh nặng tài chính khó trả hết[29]." Chương trình ISA đã khiến cho chuyện liệu Blair có một người cha có thể trả nổi tiền học cho cậu hay không trở nên quan trọng hơn nhiều so với chuyện cậu có được nhận vào học ở Yale hay không.

ISA hiện đại đã được tạo ra bởi người sáng lập Vemo Education, Tonio DeSorrento[30]. Điều DeSorrento nhận ra là ISA chỉ có hiệu quả khi các biện pháp khuyến khích của tất cả các bên bao gồm sinh viên và trường học phù hợp với nhau. DeSorrento đã tạo lại ISA dưới dạng hợp đồng trả góp giữa sinh viên và trường học, nơi sinh viên trả một phần trăm nào đó thu nhập của họ nhưng chỉ trong một số điều kiện chính yếu nhất định:

---

[29] https://www.realcleareducation.com/articles/2018/05/15/how_yales_failed_income_share_experiment_worked_for_me_110277.html

[30] *Tác giả, Daniel Pianko, là một nhà đầu tư vào Vemo Education và là thành viên Hội đồng quản trị.*

- **Giới hạn tiền**: sinh viên không phải trả nhiều hơn 2 - 2,5 lần giá trị học phí của họ, và thường thì giới hạn tiền ở mức bằng khoảng tổng giá trị học phí.

- **Giới hạn thời gian**: sinh viên chỉ phải trả ISA trong vòng mười năm, với một số gia hạn nhất định vì một số lý do tiêu chuẩn (ví dụ như nếu sinh viên quay lại trường học tiếp)

- **Thu nhập tối thiểu**: Nếu một sinh viên kiếm được ít hơn mức thu nhập tối thiểu đã quy định trước thì sinh viên đó không phải thực hiện bất kỳ khoản thanh toán nào theo ISA (ví dụ: nếu kiếm được dưới $40.000/năm thì sinh viên đó không phải thanh toán gì cả).

Vemo ước tính nó đang cấu trúc và phục vụ hơn 95% tổng số ISA đang được ký ngày nay. Vemo rất sốt sắng về việc đảm bảo mỗi trường đều phải duy trì một mức độ "rủi ro" về việc sinh viên trả nợ. Bằng cách buộc các trường chịu 10-30% "rủi ro" trả nợ, rủi ro cho chất lượng giáo dục đang được chuyển từ sinh viên chịu rủi ro sang các trường có "phần rủi ro của mình trong trò chơi".

Khách hàng lớn đầu tiên là Đại học Purdue. Mọi sinh viên người lớn tại Purdue đủ điều kiện đều nhận được đề nghị ký ISA. Trước tiên, sinh viên được yêu cầu tiếp cận tất cả các khoản viện trợ liên bang, trợ cấp, học bổng và các hình thức tài trợ "rẻ" khác. Mọi chuyên ngành từ khiêu vũ đến kỹ thuật đều có thể đủ điều kiện nhận ISA, nhưng với các điều khoản hơi khác nhau. Sau khi nhập chuyên ngành và năm tốt nghiệp vào, sinh viên sẽ thấy tùy chọn sau để quyết định chấp nhận ISA hay không:

Kỳ vọng thu nhập

Đối với sinh viên các nhóm ngành có bao gồm quản trị và dự tính sẽ tốt nghiệp vào năm 2020, thu nhập khởi điểm kỳ vọng là $41.000. Giả sử thu nhập đó tăng trưởng trung bình 3,8% năm, biểu đồ sau đây cho thấy thu nhập kỳ vọng 10 năm đầu tiên sau khi ra trường.

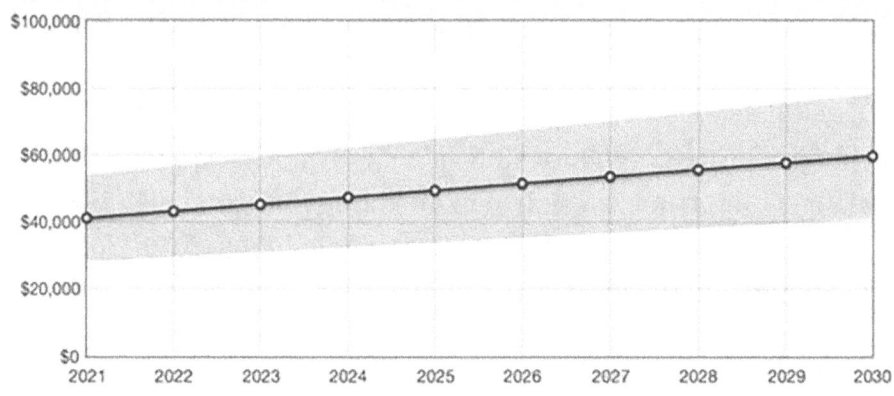

Khi đó sinh viên có thể so sánh ISA với các lựa chọn tài chính thay thế khác:

TỔNG SỐ TIỀN PHẢI TRẢ

Dựa trên thu nhập kỳ vọng của bạn, biểu đồ sau cho thấy tổng số tiền bạn phải trả nếu bạn nhận một ISA là $11.000 với tỷ lệ chia thu nhập là 4,91%. Để tiện so sánh, biểu đồ này cũng cho thấy tổng số tiền phải trả trước thuế cho một khoản vay PLUS có lãi suất 7% (nhấp vào đây để thay đổi thông số) và một khoản vay Tư nhân lãi suất 9,5% (nhấp vào đây để thay đổi thông số).

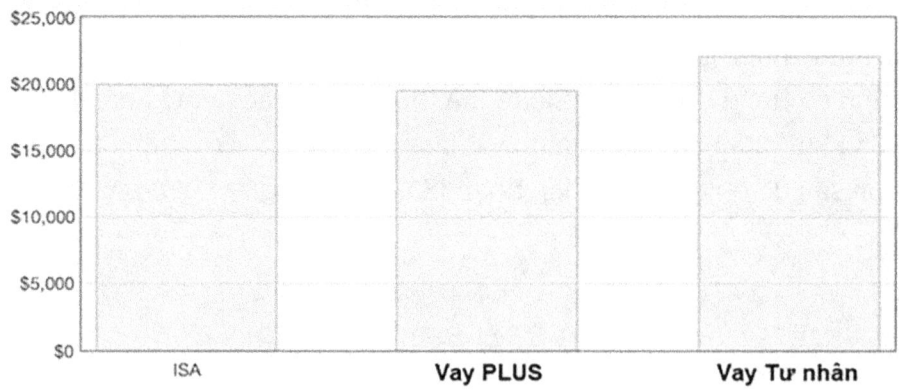

Khoản vay PLUS là một chương trình cho vay được liên bang trợ cấp, yêu cầu phụ huynh phải đồng ký tên. Nhiều sinh viên không có phụ huynh sẵn sàng hay có thể đồng ký tên. Khoản vay tư nhân thường yêu cầu điểm tín dụng / điểm FICO cao như là một điều kiện để nhận được khoản vay, điều mà nhiều sinh viên không thể có. Các khoản vay tư nhân cũng được cung cấp cho những sinh viên có phụ huynh có điểm tín dụng cao và sẵn sàng đồng ký tên vào khoản vay.

Ngày nay, hơn 30 trường đã công bố các chương trình ISA với Vemo. Bên cạnh Vemo, có một số nhà cung cấp bao gồm LEAF Education và Better Future Forward cũng đang có các thử nghiệm với ISA.

Tương lai: ISA như là công cụ so sánh sinh viên

Trong khi các trường cao đẳng và đại học truyền thống bắt đầu triển khai ISA với số lượng nhỏ thì thị trường bootcamp đào tạo viết mã đã trở thành những tiên phong nhanh chóng áp dụng công nghệ tài chính sinh viên mới này. Các chương trình bootcamp đào tạo viết mã là nơi thử nghiệm lý tưởng cho các ISA. Các chương trình này có thời lượng ngắn (3-6 tháng) mà sinh viên tốt nghiệp thường kiếm được từ $60.000 - $100.000/năm. Lợi tức đầu tư cho các chương trình này rất cao vì vậy ISA là một cơ chế tài trợ có hiệu quả. Kể từ khi ra mắt vào năm 2014 tại MakeSchool, một trường bootcamp đào tạo viết mã, hiện nay đã có hơn 25 trong số 90 trường dạy viết mã đã bắt đầu các chương trình ISA.

ISA đã trao quyền cho các sinh viên. Nhiều sinh viên chỉ muốn ghi danh học tại các trường dạy viết mã nào có chương trình ISA vì chi phí trả trước bằng không và việc trường chịu 100% rủi ro là một đề xuất giá trị hấp dẫn đối với sinh viên. Một số trường học như MakeSchool thậm chí đang hoạt động như một thay thế cho trường đại học. MakeSchool đào tạo chương trình kéo dài hai năm mà sinh viên tốt nghiệp có mức lương trung bình là $95.000 trong các công việc viết mã toàn thời gian tại các công ty như facebook, Google, Apple, Tesla và thậm chí cả NASA. Toàn bộ chương trình có giá bằng 25% thu nhập trong 42 tháng sau khi tốt nghiệp của sinh viên, và sinh viên sẽ không nợ gì nếu họ kiếm được ít hơn $60.000/năm. Ngoài ra, sinh viên có thể chọn trả $60.000 tiền mặt thay vì ISA (nhưng chỉ có một số ít chọn lựa trả tiền mặt).

Có lẽ biến đổi lớn nhất là cách ISA có thể tác động đến việc định giá và cung cấp học vấn của các trường đại học truyền thống. Học phí tại các trường đại học có mức tăng gấp đôi tỷ lệ lạm phát trong hơn một thế hệ. Để hiểu điều này, vào năm 1978, một người theo học trường cao đẳng cộng đồng ở New Jersey phải làm việc 2,5 giờ/tuần để trang trải học phí. Ngày nay, sinh viên đó phải làm việc 16 giờ/tuần để trang trải học phí[31]. Giá trị của giáo dục đại học là rõ ràng. Sinh viên tốt nghiệp có thể kiếm được nhiều hơn 1 triệu đô-la trong đời so với người không tốt nghiệp. Nhưng dù vậy, người Mỹ vẫn đang mất niềm tin vào giá trị của giáo dục đại học. 58% người Mỹ có khả năng sẽ chi tiêu cho giáo dục đại học của họ nhiều hơn bất kỳ hàng hóa tiêu dùng nào khác ngoài ngôi nhà của họ. Điều này dẫn đến việc chứng minh giáo dục đại học "chất lượng" là điều cực kỳ khó khăn. Hiện tại, người tiêu dùng dựa vào các chỉ số kém chất lượng như bảng xếp hạng của US News và World Report hoặc "bảng xếp điểm đại học" của liên bang. Với việc giá cả ngày càng cao và chất lượng hầu như không thể hiểu được, người Mỹ đã nhận ra bằng trực quan của mình rằng chi phí cho giáo dục đại học đang vượt xa lợi tức đầu tư.

Việc định giá đại học thì hầu như không rõ ràng một cách có chủ đích. Có rất nhiều trang web giúp hướng dẫn sinh viên cách "giải mã" các lá thư thông báo chấp thuận trợ cấp tài chính vì tính chất phức tạp vô cùng của nó[32]. Campus Logic gần đây đã huy động được 55 triệu đô-la để giúp các trường đại học "đơn giản hóa" nội dung thư thông báo chấp thuận trợ cấp

---

[31] http://www.insidehighered.com/blogs/confessions-community-college-dean/it-doesn%E2%80%99t-just-seem-harder%E2%80%A6

[32] Ví dụ: https://studentloanhero.com/featured/ways-compare-contrast-financial-aid-offers/

tài chính[33]. Hãy tưởng tượng nếu thay vì nhận được một gói hỗ trợ tài chính phức tạp khi nhập học vào một trường với nhiều loại khoản vay, quyên góp bắt buộc từ phụ huynh, v.v., sinh viên nhận được đề xuất kinh tế như sau:

- Học phí sẽ là 10% thu nhập của bạn trong 10 năm đầu tiên trong sự nghiệp chuyên môn của bạn.

- Tổng số tiền thanh toán của bạn sẽ được giới hạn ở mức $100.000.

- Nếu bạn không thể thanh toán đến $100.000 trong 10 năm thì sau đó bạn sẽ được xóa nợ.

- Nếu bạn kiếm được ít hơn $40.000 trong bất kỳ năm nào thì bạn không phải trả nợ trong năm đó.

Đây là một mối quan hệ tài chính đơn giản, dễ hiểu giúp loại bỏ rủi ro cho sinh viên. Giả sử mẫu ISA được chuẩn hóa thì chỉ vỏn vẹn có 4-5 biến số quan trọng đối với sinh viên. Sinh viên có thể đánh giá giá trị kinh tế tương đối của một chương trình giáo dục đại học thông qua chỉ một vài biến số đơn giản như vậy.

Mức giá khác nhau của các ISA được định dựa trên hai biến số đơn giản: mức lương nhận được từ bằng cấp chia cho chi phí giáo dục. Các trường có thể cải thiện tỷ lệ ISA của họ theo hai cách: (1) giảm chi phí đào tạo và / hoặc (2) cải thiện thu nhập của sinh viên sau khi tốt nghiệp.

Việc kìm hãm chi phí là điều dễ hiểu. Biến số thú vị hơn là tăng khả năng kiếm tiền. Trong một tương lai đầy phức tạp của ISA, các trường sẽ được khuyến khích đầu tư vào những lĩnh vực học thuật và phi học thuật nào có thể tăng tỷ lệ sinh viên tốt nghiệp và thu nhập của họ sau khi tốt nghiệp. Ví dụ, hiện nay hầu hết các trường đại học đều có số nhân viên trong văn phòng quan hệ cựu sinh viên của họ để vận động quyên góp nhiều hơn so

---

[33]   *University Ventures là một nhà đầu tư vào Campus Logic.*

với văn phòng dịch vụ nghề nghiệp. Việc tập trung vào kết quả sẽ biến văn phòng dịch vụ nghề nghiệp thành một cỗ máy tìm việc làm. Tương tự như vậy, nếu một sinh viên tốt nghiệp bị mất việc làm, trường sẽ có động cơ tốt để liên lạc lại với các dịch vụ nghề nghiệp và các nguồn lực của cựu sinh viên để tìm cho sinh viên đó một công việc mới.

Về mặt học thuật, các trường sẽ được khuyến khích hiện đại hóa chương trình giảng dạy của mình. Ví dụ, nhiều nghiên cứu cho thấy giá trị của văn bằng xã hội và nhân văn được tăng lên theo cấp số nhân khi có kèm thêm 5-6 khóa học trong các lĩnh vực tài chính trọng yếu (ví dụ như thống kê, kinh tế). Do đó, các trường có thể sẽ điều chỉnh chương trình học xã hội và nhân văn bằng cách bổ sung các môn học đó vào chương trình. Các trường sẽ có xu hướng hợp tác chặt chẽ hơn với các doanh nghiệp nhận thực tập sinh. Các chương trình kế toán sẽ có nhiều khả năng chuẩn bị sinh viên cho kỳ thi Chứng chỉ Kiểm toán viên CPA tốt hơn. ISA tạo ra một động lực mạnh mẽ để các trường học đáp ứng tốt nhu cầu của sinh viên trong thời đại mà hơn 90% sinh viên theo học các chương trình giáo dục đại học là để cải thiện triển vọng việc làm.

So găng giữa ISA với Nợ sinh viên

Có một số chỉ trích nghiêm trọng về ISA có thể xảy ra cần phải xem xét. Chỉ trích trước mắt là cấu trúc ISA, cho rằng nó là một dạng của nô lệ được giao kèo trước. Mặc dù các thử nghiệm ban đầu đối với sinh viên trường Yale có thể có một số dấu hiệu của nô lệ được giao kèo trước (ví dụ, vòng đời của ISA dài đến những 30 năm) nhưng những ISA hiện đại đã giới hạn bất kỳ hình thức nghĩa vụ nào về cả về thời gian lẫn mức tiền ở mức hợp lý (ví dụ: ISA có giá trị tối đa gấp hai lần giá trị giáo dục và chỉ gói gọn trong 10 năm).

ISA hoạt động giống như một chính sách bảo hiểm lũy tiến. Những sinh viên kiếm được nhiều tiền sẽ trả nhiều tiền hơn những sinh viên kiếm được ít. Về nợ sinh viên, một trong những vấn đề tai hại nhất là sinh viên không được xóa nợ sinh viên trong trường hợp bị phá sản. Vì vậy, một khi sinh viên vay nợ, họ sẽ phải chịu trách nhiệm cho khoản vay đó cho dù hoàn cảnh khó khăn đến mức nào.

Cách thích hợp hơn để xem ISA như một cơ chế vì lợi ích xã hội là so sánh ISA với những gì nó đang thay thế: các khoản vay tư nhân cho sinh viên.

Vấn đề thực sự là chính quyền Obama đã cố gắng giảm bớt gánh nặng cho các khoản vay sinh viên bằng cách tạo ra một chương trình hoàn trả dựa trên thu nhập và các cơ chế khác giúp dễ dàng hơn cho việc tạm ngưng thanh toán hoặc hoãn thanh toán trong một thời gian nào đó. Những thay đổi này tuy có chủ đích tốt nhưng chúng đã đặt ra tỷ lệ trả nợ bắt buộc quá thấp. Tỷ lệ trả nợ bắt buộc thấp đến mức chỉ có 37% sinh viên đã trả bớt nợ gốc cho các khoản vay của họ[34]. Điều đó có nghĩa là hơn 60% người Mỹ có tỷ lệ khấu hao nợ sinh viên âm. Nói cách khác, số dư nợ của sinh viên tăng lên hàng tháng thay vì giảm đi. Điều này đã tạo ra một tình huống mà nhiều sinh viên sẽ không bao giờ trả được khoản vay của họ.

	VAY SINH VIÊN	**ISA**
Thời hạn	10 năm	Đến 10 năm
Lãi suất	8-19%	Không có lãi suất; tỷ lệ phần trăm thu nhập khác nhau dựa trên chi phí chương trình và mức lương dự kiến hàng năm.
Tối thiểu phải trả	Yêu cầu trả hàng tháng	Nếu một sinh viên kiếm được dưới một mức định trước (ví dụ: $40.000) thì sinh viên không nợ gì trong khoảng thời gian đó.
Phá sản	Không được xóa bỏ	Sinh viên không nợ gì cả sau khi phá sản

[34] https://www.wsj.com/articles/writing-off-student-loans-is-only-a-matter-of-time-1471303339

Chọn chuyên ngành múa hay chuyên ngành kỹ thuật	Không có thông tin về hiệu quả của chuyên ngành	Mặc dù tổng số tiền phải trả cuối cùng là như nhau (ví dụ: học phí đã được định trước) nhưng trả theo phần trăm thu nhập khác nhau tùy vào chương trình
Trả nợ lũy tiến	Sinh viên có kết quả nghề nghiệp thành công và kết quả kém thành công hơn đều trả một khoản như nhau; tạo ra một cấu trúc trả nợ hồi quy.	Trả nợ lũy tiến, nơi người giàu trả nhiều hơn người ít giàu hơn.
Chương trình và người bảo đảm	Sinh viên hoặc phụ huynh có điểm tín dụng FICO thích hợp, người đồng ký tên, v.v.	Điều kiện được xét duyệt dựa trên chương trình sinh viên học; số lượng "bị knockout" khỏi chương trình học khá hạn chế, chẳng hạn như bị phá sản trước thời hạn, không tiếp tục theo học.

Một số nhà phê bình ISA cho rằng giá cả minh bạch sẽ buộc sinh viên phải chọn các chương trình STEM hoặc chuyên ngành có khả năng tìm việc tốt khác. Những gì ISA thực sự làm là cung cấp cho sinh viên khả năng lựa chọn một chương trình dựa trên thông tin. Tất nhiên, sinh viên có thể chọn học khiêu vũ, và họ chỉ nên biết thông tin về phân chia tài chính của lựa chọn này (ví dụ như tỷ lệ chia sẻ thu nhập cao hơn hay không). Nhân viên xã hội Jessica đã theo học tại một trường đại học tư thục đắt tiền và sau đó là các chương trình sau đại học cũng đắt tiền. Cô ấy có thể đã chọn một chương trình rẻ hơn hoặc ngắn hơn nếu cô ấy hiểu rõ về việc phân chia tài chính của khoản vay sinh viên $150.000 của cô ấy.

Có lẽ quan trọng hơn, với một vài điều chỉnh nhỏ, các chương trình ISA khoa học xã hội và nhân văn có thể trở nên hấp dẫn hơn một số chương trình STEM. Ví dụ, trong khi các trường cao đẳng tính học phí như nhau đối với văn bằng khoa học xã hội và nhân văn hay bằng STEM thì chương trình khoa học xã hội và nhân văn thường trả một phần cho các môn khoa học tự nhiên vì các khóa học lý thuyết rẻ hơn nhiều so với học trong phòng thí nghiệm. Hơn nữa, thu nhập trong dài hạn của sinh viên khoa học xã hội và nhân văn, đặc biệt là tại các trường đại học mạnh hơn thì ngang bằng hoặc thậm chí vượt các đồng nghiệp STEM của họ.

So sánh quốc tế

Các quốc gia phương Tây ngày càng thay đổi nhiều hơn đối với ISA hoặc các hình thức trả nợ dựa trên thu nhập khác. Nước Mỹ cho phép một số sinh viên chọn các chương trình trả nợ dựa trên thu nhập khác nhau với xu hướng thời gian trả nợ dài hơn và tỷ lệ phần trăm cao hơn so với ISA của khu vực tư nhân. Tuy nhiên, các hình thức thử nghiệm cấp tiến nhất lại đến từ các nước khác. Úc, Vương quốc Anh và các quốc gia khác đang tạo ra các chương trình trả nợ dựa trên thu nhập do chính phủ tài trợ cho tất cả sinh viên một cách có hiệu quả. Ở Úc, nơi một sinh viên trung bình cũng vay nhiều như ở Mỹ, chính phủ tự động khấu trừ 4% thu nhập từ các sinh viên với điều kiện chỉ khi sinh viên kiếm được hơn 40.000 AUD[35]. Vương quốc Anh có một chương trình tương tự nhưng quy định nó như là một "khoản vay" cần phải được hoàn trả. Không giống như các lựa chọn trả nợ dựa trên thu nhập của Mỹ (hoặc ISA tư nhân ở Mỹ), sinh viên ở đây không có nghĩa vụ trả nợ sau 20-30 năm.

Kết luận

Thị trường cho vay sinh viên ở Mỹ về cơ bản đã bị hỏng. Với tỷ lệ vỡ nợ có khả năng vượt quá 35% đối với nhiều chương trình cho vay trong suốt vòng đời của chúng, thật vô lý nếu vẫn tiếp tục một hệ thống cho vay bắt buộc phải trả nợ bằng những khoản cố định. Mỹ nên chuyển sang mô hình ISA nơi sinh viên phải đối mặt ít hơn với những hậu quả tiêu cực nếu họ không nhận được lợi nhuận kinh tế từ giáo dục họ đã đầu tư. Thay vào đó, việc phân bổ rủi ro nên chuyển từ chính phủ liên bang và sinh viên sang các trường

---

[35] *https://www.nytimes.com/2016/07/10/upshot/america-can-fix-its-student-loan-crisis-just-ask-australia.html*

học, nơi họ có quyền kiểm soát cao nhất đối với chi phí họ tính và hiệu quả họ đạt được.

Lựa chọn thay thế Ta-Ngươi

Có lẽ điều thú vị nhất về ISA là chúng có tiềm năng tạo ra một loạt các tương tác Ta-Ngươi. Khi các trường học đóng vai trò quan trọng trong sự thành công lâu dài của sinh viên thì trường học có động lực tốt để khuyến khích sinh viên của họ hỗ trợ lẫn nhau. Điều này sẽ phù hợp với lợi ích tài chính và lợi ích đơn thuần của con người. Một trong những kết quả quan trọng nhất của giáo dục đại học là những người bạn mà mọi người có được. Đại học là giao điểm giữa vui chơi của tuổi trẻ và trách nhiệm của người lớn, đồng thời tình bạn đại học thường mang tính cá nhân và hỗ trợ sâu sắc cũng như là một nguồn vốn xã hội cho cơ hội nghề nghiệp sau đó. Là một phần của hợp đồng ISA, sinh viên có thể được yêu cầu tư vấn cho các sinh viên tương lai nhằm mục đích gieo mầm tình bạn cá nhân lâu dài, nơi mọi người hỗ trợ lẫn nhau trong cả những lúc thuận lợi hay gian nan. Một sinh viên mới tốt nghiệp từ một nhóm nhân khẩu học nào đó, ví dụ như một sinh viên của thế hệ đầu tiên đi học đại học, có thể được yêu cầu dẫn dắt cho một sinh viên hiện tại như một phần của hợp đồng ISA của họ. Cựu sinh viên từ một trường nào đó sẽ được khuyến khích thuê các cựu sinh viên khác làm việc hoặc hỗ trợ họ tìm kiếm việc làm. Trên thực tế, ISA tạo ra một cộng đồng gồm những người có những người bạn cam kết cùng giúp đỡ lẫn nhau để đạt được những hứa hẹn kinh tế của giáo dục đại học.

Chương 16

NGÂN HÀNG LÀ TRÁI TIM CỦA NỀN KINH TẾ LẤY CON NGƯỜI LÀM TRUNG TÂM

Tác giả: Gi Fernando MBE, *Người sáng lập Freeformers*

Gi là một kỹ sư, nhà kinh doanh và nhà đầu tư có tác động xã hội lớn, người đã thành lập Freeformers vào năm 2012, trước đó đã xây dựng các doanh nghiệp công nghệ thành công, bao gồm cả Techlightenment (được bán lại cho Experian Plc). Ông bố của ba đứa con này đã nhận được chỉ định MBE của Hoàng gia Anh trong Giải thưởng danh dự năm mới 2017 vì những phục vụ cho nền kinh tế kỹ thuật số. Một nhà lãnh đạo tư tưởng của Tương lai của công việc, Thay đổi hành vi và tác động của tự động hóa và AI đối với việc làm và xã hội, Gi nắm giữ các vị trí trong các hội đồng khác nhau bao gồm Apps for Good, Duke of York IDEA và Craft.co. Ông cũng đầu tư vào các công ty khởi nghiệp sáng tạo như Technology Will Save Us, BookingBug, Citymapper và Playmob. Vào tháng 9/2017, Gi được vinh danh là Doanh nhân của năm tại Giải thưởng người thành đạt châu Á.

---oOo---

Ngân hàng đang trở về lại tương lai

Ngân hàng bán lẻ truyền thống phải đối mặt với một loạt áp lực chưa từng có từ sự thay đổi công nghệ với tốc độ chóng mặt ngày nay, nhưng nó cũng đã có những bằng chứng lịch sử về cách đối mặt với những thách thức này như thế nào.

Xuyên suốt quyển sách này, các tác giả đã chứng minh nền kinh tế lấy con người làm trung tâm là con đường tốt nhất để tạo ra sự thay đổi thực sự trên thế giới trong tương lai. Ngân hàng nên được coi là một ví dụ điển hình. Nó có một cơ hội khác biệt để cho thấy phương cách và lý do tại sao mọi người sẽ kích thích sự khôi phục của một ngành đã bị hoen ố bởi sự mất niềm tin và bất ổn trong vai trò của nó đối với xã hội.

Ngân hàng bán lẻ hiện đại đã trở nên quá tập trung vào nhiệm vụ. Trong nền kinh tế tập trung vào nhiệm vụ, chúng ta tối ưu hóa các giao dịch. Nhưng AI có thể làm điều này dễ dàng và nhanh chóng hơn rất nhiều so với con người, và do đó ngân hàng không đạt được lợi thế kinh doanh nào khi sử dụng con người.

Thay vào đó, với nền kinh tế lấy con người làm trung tâm, chúng ta có thể xây dựng hệ sinh thái phát triển mạnh với tiền tệ, sản phẩm và các mối quan hệ, bắt đầu càng cục bộ càng tốt. Và đây cũng là nơi đầu tiên mà hoạt động ngân hàng đã bắt đầu.

Trong suốt chiều dài lịch sử của ngân hàng, cho dù là những thương lái đầu tiên ở Hy Lạp cổ đại, Medicis vào những năm 1400, Ngân hàng Trung ương

Anh năm 1694, Ngân hàng Đầu tiên của Mỹ vào năm 1791 hay phong trào Quaker, nhưng các ngân hàng đã luôn được thiết kế và vận hành với con người như là trọng tâm của nó.

Ngân hàng tồn tại để xây dựng và phát triển cộng đồng, và trong nhiều thế kỷ trước khi máy tính có thể ngốn một lượng lớn dữ liệu để đánh giá rủi ro chỉ trong vài giây, phần lớn giao dịch của ngân hàng được thực hiện dựa trên sự tin tưởng và trên các mối quan hệ lấy con người làm trung tâm.

Chính lý thuyết về vai trò lịch sử của ngân hàng trong sự tiến hóa của con người đã củng cố niềm tin của tôi rằng mô hình lấy con người làm trung tâm cho ngành ngân hàng để thay thế mô hình tập trung vào nhiệm vụ đang thất bại ngày nay là cách mà ngân hàng có thể trở nên thích hợp trở lại.

Tập trung vào nhiệm vụ là thách thức chính đối với ngân hàng bán lẻ hiện đại

Tại công ty Freeformers của tôi, chúng tôi làm việc với các ngân hàng bán lẻ trên toàn thế giới để chỉ ra cách thông qua sự kết hợp giữa con người, kỹ năng kỹ thuật số và dữ liệu, bạn có thể thay đổi tư duy và thực tiễn lỗi thời để đáp ứng nhu cầu mới của nhiều thế hệ khách hàng.

Các CEO và hội đồng quản trị mà chúng tôi làm việc đang chiến đấu trên hai mặt trận.

Đầu tiên, đó là mối đe dọa từ các công ty khởi nghiệp Fintech gọn gàng, nhanh nhạy, và linh hoạt hơn, xây dựng và cung cấp các sản phẩm kỹ thuật số với tốc độ mà các công ty cùng thời không thể sánh kịp. Họ không có những rào cản cố hữu đối với sự đổi mới trong khi các ngân hàng không thể cứ thất bại nhanh chóng rồi sau đó thử nghiệm lại và thất bại một lần nữa. Những người có chức vụ ngày nay trở nên rất sợ rủi ro vì đòi hỏi phải có chi phí với quy mô lớn cho việc triển khai các dịch vụ kỹ thuật số mới và vì cơ sở hạ tầng được kế thừa, những hệ thống lỗi thời, sự không chắc chắn về kinh tế, và các tư duy hay thực hành theo kiểu cũ nói trên.

Giờ đây, họ đang tập trung vào các yếu tố giao dịch vi mô của doanh nghiệp và tập hợp các yếu tố giao dịch này lại thành sản phẩm, vốn được thực hiện rất tốt nhưng lại thiếu nhu cầu. Cách tiếp cận lấy nhiệm vụ làm trung tâm này đang mỗi phút ngày càng mang lại ít lợi nhuận và giá trị rộng lớn hơn cho khách hàng, cho doanh nghiệp, cho nền kinh tế và cho chính nhân viên ngân hàng của họ.

Điều này không thể tiếp tục. Ở một ngân hàng bán lẻ, phần lớn thu nhập hiện tại của họ có được từ việc tính phí khách hàng cho một loạt các yếu tố như thanh toán bằng séc, lãi suất cho khoản vay hoặc phí thấu chi, v.v. Các yếu tố giao dịch lặt vặt này ngày càng được biến thành hàng hóa.

Tương tự như vậy đối với các ngân hàng đầu tư, số lượng giao dịch lớn hơn nhiều như sáp nhập và mua lại ngày càng tăng có thể được được tự động hóa, đặc biệt là các hoạt động đánh giá rủi ro hướng dữ liệu, thẩm định, tỷ suất lợi nhuận, v.v. Một lần nữa, tất cả các lăng kính này hoàn toàn là tập hợp các điểm dữ liệu chuyển động được máy móc xử lý tốt hơn nhiều.

Các khoản phí và giao dịch vi mô nhỏ lẻ có thể tạo ra một con số ấn tượng trên bảng cân đối kế toán khi chúng được nhân rộng thành hàng tỷ giao dịch như vậy, nhưng trong một thế giới mà mọi thứ hiện được kết nối với sức mạnh xử lý có hiệu quả không bị giới hạn, việc kiểm tra bảo mật hàng loạt với chi phí thấp và phương tiện lưu trữ có giá rẻ, truyền tải dữ liệu kỹ thuật số từ nơi này sang nơi khác trên thực tế là không tốn chút chi phí nào.

Khi tỷ suất lợi nhuận trên một giao dịch vi mô nhỏ gần bằng không, và mọi người đang cạnh tranh nhau để đẩy tỷ suất lợi nhuận đó xuống thấp hơn nữa thì bạn phải tìm một phương thức khác để phát triển. Tính phí theo tỷ lệ phần trăm hoặc phí cố định khi truyền tải một mẩu thông tin trở nên không còn bền vững nữa. Sẽ rất nguy hiểm nếu tiếp tục điều này như một mô hình kinh doanh.

Tuy nhiên, các ngân hàng sở hữu một thứ mà không ai trong số những kẻ muốn thực hiện số hóa sở hữu được. Đó là cả một lực lượng CON NGƯỜI làm việc cho họ và cả một lực lượng khách hàng to lớn, cá nhân lẫn doanh nghiệp, mà họ đang phục vụ.

Họ đã có đầy đủ các công cụ để hướng cái nhìn của mình trở lại mô hình lấy con người thay vì lấy nhiệm vụ làm trung tâm. Điều đó sẽ không khó khăn gì, nhưng trái lại, nó sẽ mang lại cơ hội đổi mới và tích cực cho sự thay đổi xã hội nhiều hơn so với việc tiếp tục đặt trọng tâm vi mô hàng loạt vào tiền được cho vay và tiền lưu trữ. Có thể điều này có nghĩa là một tác động tài chính ngắn hạn, nhưng qua nhiều năm và nhiều thập kỷ, nó sẽ mang lại nhiều lợi nhuận hơn nữa về mặt tiền tệ, sự thịnh vượng kinh tế và các giải pháp thay đổi cuộc chơi cho một thế giới tốt đẹp hơn.

Một sứ mệnh trọng yếu mới giờ đây phải là trọng tâm của ngành ngân hàng bán lẻ. Đó là làm cho tất cả khách hàng và nhân viên của ngân hàng trở thành những người tuyệt vời nhất có thể!

Đã đến lúc tận dụng con người, không phải là những con số nhị phân 1 và 0

Thước đo giá trị chung từ trước đến nay vẫn luôn luôn là tiền: từ tiền giấy và tiền xu được trao đổi qua máy đếm tiền đến số dư trong tài khoản hoặc dư nợ trên một khoản vay hay thẻ tín dụng. Tuy nhiên, con người cũng có giá trị, và điều này có thể và phải được đo lường thông qua dữ liệu. Chỉ khi đó chúng ta mới có thể phát triển sự tăng trưởng của con người để đẩy mạnh sự tăng trưởng tài chính.

Tại Freeformers, chúng tôi đã thực hiện điều này đối với nhiều ngân hàng bán lẻ, cho họ thấy sự gia tăng có thể đo lường được trong tư duy kỹ thuật số, kỹ năng mềm, và kỹ năng cứng của nhân viên của họ đang dẫn đến lợi nhuận lớn hơn như thế nào khi nhân viên có được các công cụ trong tay để giới thiệu cho khách hàng thấy các sản phẩm và dịch vụ mới và chúng có thể liên quan đến cuộc sống của họ như thế nào.

Các ngân hàng ngày nay có một thứ gì đó có giá trị nhưng lại không được tận dụng; đó là các mối quan hệ hữu hình hàng ngày giữa khách hàng và nhân viên phục vụ khách hàng, quản lý tài sản và các khoản vay của họ. Nhưng những mối quan hệ trực tiếp này ngày càng trở nên hời hợt hơn để giao dịch được nhanh và ít tốn kém hơn.

Lịch sử ngành ngân hàng cho chúng ta thấy rằng kết nối được thiết lập, lời khuyên được đưa ra, luồng kiến thức và ý tưởng mới nảy mầm, giao dịch được tạo điều kiện thuận lợi và cộng đồng phát triển nếu như khách hàng không phải chỉ đơn giản là những con số trên bảng tính và bản thân tiền bạc không phải lúc nào cũng là yếu tố chi phối trong quan hệ tương tác một đối một.

AI và tự động hóa có thể xử lý các giao dịch máy móc, nhưng nhân viên ngân hàng phải được chỉ ra cách khai thác và tối ưu hóa đầy đủ các "giao dịch" thuộc về con người.

Ngân hàng có thể đạt được những bước tiến lớn hơn, nhanh hơn và tự tin hơn về mặt này vì họ đã có sẵn con người và dữ liệu. Rất ít ngành công nghiệp nào khác có cơ hội thay đổi trên quy mô lớn như vậy. Họ chỉ cần sử dụng cơ hội của họ một cách có hiệu quả hơn.

Những cuộc trò chuyện lấy con người làm trung tâm sẽ gieo mầm cho các giao dịch lấy nhiệm vụ làm trung tâm

Các ngân hàng cần nói chuyện với khách hàng của mình nhiều hơn, không những chỉ trên điện thoại, qua email, hay một cuộc trò chuyện trực tuyến không nhìn thấy mặt. Ngay bây giờ các ngân hàng không thể làm gì nhiều cho việc cá nhân hóa một dịch vụ cho một khách hàng cá nhân, nhưng đây là chìa khóa cho tương lai của ngành trong nền kinh tế lấy con người làm trung tâm.

Kế hoạch kinh doanh và bảng tính cho bạn thông tin rất ít về người đã chuẩn bị nó hoặc khả năng bẩm sinh và tiềm năng của họ để đưa ra những đề xuất tiếp theo qua thời gian. Nhưng điều đó cũng có thể được đo lường bằng cách sử dụng dữ liệu kết hợp với kiến thức thu được từ các tương tác cá nhân hóa diễn ra qua một khoảng thời gian nào đó. Điều này chắc chắn sẽ làm thay đổi cuộc chơi.

Máy móc đã giúp cho việc đăng ký và phê duyệt các khoản vay hay thẻ tín dụng trở nên đơn giản và nhanh chóng chỉ trong vài phút với một vài cú nhấp chuột mà không cần phải trò chuyện. Các thuật toán có thể tính được hệ số rủi ro của ai đó chỉ trong vài giây (mặc dù không phải lúc nào cũng chính xác), nhưng nó không tận dụng được lợi thế vốn có cho ngành này. Đó là cách tiếp cận lấy con người làm trung tâm để hiểu rõ hơn về tâm lý và nguyện vọng của khách hàng.

Với tư cách là một ngân hàng, khi bạn hiểu tại sao một khách hàng cụ thể lại chấp nhận khoản vay hoặc thẻ tín dụng đó và họ sử dụng nó để làm gì, bạn có thể bắt đầu cá nhân hóa cách tiếp cận của mình. Thông tin này là một mặt hàng có giá trị, là một phần thưởng thực sự mà một vài xu lãi suất tính trên số dư thấu chi hàng tháng không thể nào mang lại.

Thông tin thúc đẩy sự thay đổi và đưa ngân hàng trở thành nơi mà thông tin quý giá về con người được lưu trữ trong két sắt cùng với tiền là thứ có thể thay đổi cuộc sống và tiếp nhiên liệu cho các nền kinh tế địa phương và quốc gia. Nó sẽ tạo ra một hệ sinh thái.

Hệ sinh thái lấy con người làm trung tâm là trọng tâm của ngân hàng

Biết được lý do tại sao khách hàng làm điều gì đó là một loại tiền tệ có thể được sử dụng để phát triển một hệ sinh thái thành công, và chính những hệ sinh thái này có thể làm cho ngân hàng thành công và bền vững hơn trong dài hạn.

Báo cáo của McKinsey *"Tái thiết ngân hàng cho một thế giới hệ sinh thái"* cho thấy cách bạn phát triển tài sản cổ đông bằng cách xây dựng các kết nối, tiền và những sản phẩm trung gian như thế nào. Trong tương lai, chúng ta sẽ thấy một loạt các dịch vụ mới mà ngân hàng có thể tính phí không liên quan đến các dịch vụ tiền tệ truyền thống hiện có; chúng sẽ được cung cấp năng lượng bởi hệ sinh thái đang phát triển nhanh chóng này.

Hệ sinh thái này không nhất thiết phải được xây dựng xung quanh một chi nhánh ngân hàng mặc dù nó vẫn là một nơi quan trọng. Ví dụ, nhà riêng của ai đó hay quán cà phê, siêu thị cũng là những nơi quan trọng không kém. Tại những nơi này, ngân hàng có thể thiết kế những cuộc trò chuyện thực sự với con người thật, quan sát ngôn ngữ cơ thể và phát triển các kết nối với họ. Nó có thể thực sự làm thay đổi cục diện ở các cộng đồng nông thôn nơi có thể vừa có một chi nhánh ngân hàng phải đóng cửa hay nơi mọi người hiện đang cảm thấy bị ngắt kết nối với hệ sinh thái ở các đô thị lớn hơn.

Hiểu mọi thứ mà khách hàng đang có nhu cầu tại bất kỳ thời điểm cụ thể nào là rất quan trọng đối với tương lai của ngành ngân hàng. Đây là cách mà ngân hàng giúp khách hàng trở nên tốt nhất có thể. Các giao dịch thì có giá trị thấp hoặc không đáng kể, nhưng những nguyện vọng của khách hàng thì có giá trị cao vì chúng có thể được sử dụng để tạo kết nối, không những chỉ về tài chính mà còn về những hỗ trợ rất cần thiết và hữu ích như phúc lợi, tư vấn pháp lý hoặc những cộng tác chuyên nghiệp. Những ngân hàng nào tự đặt mình vào vị trí ưu ái nhất để tạo ra và sử dụng các kết nối đáng tin cậy và mạnh mẽ như vậy có nghĩa là đã tự đặt mình vào trung tâm của hệ sinh thái.

Để tạo điều kiện thuận lợi cho hành trình cả đời của ai đó trong một hệ sinh thái phát triển mạnh mẽ có kết nối với họ, và quan trọng là cung cấp cho họ tất cả các loại cơ hội mới thì có nơi nào làm được như vậy tốt hơn ngân hàng, nơi vốn đã tồn tại xung quanh đơn vị tiền tệ trong cuộc sống của chúng ta, cụ thể là tiền?

Ngân hàng lấy con người làm trung tâm bắt đầu từ việc đưa nôi

Sự ra đời của một em bé thể hiện một sự thay đổi hoàn toàn trong lối sống của một cá nhân và một gia đình. Ví dụ này cho thấy rõ giá trị của phương pháp tiếp cận ngân hàng lấy con người làm trung tâm. Nếu một nhân viên biết rằng ai đó đã xin cấp một thẻ tín dụng để tài trợ cho một thành viên mới ra đời thì hệ sinh thái địa phương tại nơi đó có thể nhảy vào can thiệp ngay ở nhiều cấp độ khác nhau.

Hệ sinh thái này có thể được sử dụng để kết nối khách hàng đó với các dịch vụ thích hợp cần thiết từ cấp địa phương đến quốc gia, từ phúc lợi đến chăm sóc y tế, hay giảm giá cho họ tại các cửa hàng có liên quan gần đó để họ đến mua sắm và nhân tiện thúc đẩy kinh tế của khu vực phát triển.

Nhân viên ngân hàng có thể tổ chức các buổi chia sẻ kiến thức tại các chi nhánh, trung tâm cộng đồng hoặc trường học với những người sắp làm cha mẹ và những người đã có con, để đưa ra lời khuyên cho họ về những chi phí ẩn khi sinh và nuôi dạy một đứa trẻ mà họ có lẽ đã không nghĩ đến.

Đảm bảo khách hàng được chuẩn bị tốt nhất về mặt tài chính cho sự ra đời của thành viên mới trong gia đình họ là trách nhiệm của một ngân hàng bán lẻ hiện đại của thế kỷ 21, và điều đó sẽ sinh lợi tốt vì những tác động tài chính và các cơ hội khác nhau mà một ngân hàng có thể kiếm được trong dài hạn.

Ví dụ, ngân hàng có thể làm việc với khách hàng để phát triển một kế hoạch tiết kiệm cá nhân cho đứa con mới chào đời của họ về phí giáo dục sau này hoặc một ngôi nhà trong tương lai, và nhắm mục tiêu vào cách thức mà cha mẹ có thể kiếm tiền trong tương lai nếu họ chọn không quay lại làm việc toàn thời gian nữa. Điều này có nghĩa là ngân hàng có thể giới thiệu và chỉ ra cho họ những cơ hội làm việc linh hoạt, cung cấp lời khuyên thiết thực, và kết nối họ với những người khác ở gần đó cũng đã thành công khi làm như vậy.

Việc cung cấp các dịch vụ cá nhân hóa như vậy sẽ thúc đẩy và tạo ra những khách hàng có cam kết lâu dài. Điều này có lợi hơn so với việc tập trung vào những giao dịch mang tính giải pháp tạm thời như một ít tiền lãi thu được khi khách hàng dùng thẻ tín dụng để mua chiếc nôi hay xe đẩy em bé.

Ngân hàng lấy con người làm trung tâm hoạt động kinh doanh tốt hơn để đảm bảo mọi người cùng thịnh vượng

Công nghệ luôn phải được sử dụng để tăng cường các mối quan hệ thực tế. Nếu AI liên tục xử lý dữ liệu tài chính và làm nổi bật lên thông tin ai đó đã bỏ qua một lần thanh toán hoặc tiền lương của họ không vào tài khoản thì một mối quan hệ lấy con người làm trung tâm với khách hàng đó sẽ có thể nhanh chóng xác định được lý do vì sao.

Nếu họ bị mất việc, ngân hàng có thể hỗ trợ họ về việc sắp tới đây họ phải trông cậy vào đâu, và ngân hàng có thể điều chỉnh hạn mức tín dụng của họ trong ngắn hạn để đảm bảo họ có thể thanh toán các hóa đơn của mình. Ngân hàng thậm chí có thể kết nối họ với các cơ hội kiếm tiền mới trong nền kinh tế lao động độc lập theo yêu cầu hoặc với các phúc lợi của chính phủ mà họ có thể xin để duy trì cuộc sống trước mắt.

Tại Barclays, khi ai đó gặp khó khăn trong việc thanh toán khoản vay thế chấp mua nhà của họ, họ sẽ được kết nối với các nguồn trợ giúp có thể giải quyết được điều này. Đối với một số kỳ thanh toán thế chấp mua nhà bị quá hạn, ngân hàng có thể giảm bớt thất thu trong ngắn hạn bằng cách tránh những chi phí liên quan đến việc siết nhà của người mắc nợ.

Điều này có thể xảy ra ở giai đoạn sớm hơn. Thay vì thông báo cho ai đó khi họ thấu chi và có nguy cơ bị tính phí, tại sao không nhắn tin cho họ trước khi họ rơi vào tình thế nguy hiểm này? Nếu công nghệ cho phép phát hiện họ có tiền trong tài khoản tiết kiệm, hãy khuyến khích họ chuyển khoản. Một ngân hàng có thể mất một ít phí nhưng sẽ thu được nhiều hơn từ thiện chí.

Các ngân hàng lấy con người làm trung tâm cũng có thể trở thành trung tâm giáo dục tài chính ngay từ ban đầu cho thế hệ khách hàng tiếp theo. Họ càng hiểu nhiều về tiền và sống đúng với khả năng của mình thì cơ hội thịnh vượng của họ trong tương lai càng lớn, và cơ hội cho nền kinh tế trở nên thịnh vượng cũng lớn như vậy.

Ngân hàng lấy con người làm trung tâm có thể thúc đẩy mối liên kết trong cộng đồng của họ với các trường học và cao đẳng. Giới trẻ thậm chí có thể chưa bao giờ đến một chi nhánh ngân hàng, hoặc biết chi nhánh ngân hàng là gì, nhưng điều đó không có nghĩa là họ không thể trở thành một "fan" của ngân hàng. Bạn thậm chí có thể không cần cung cấp cho họ một tài khoản trong khi một thẻ thành viên cũng đã đủ có tác dụng tốt rồi.

Giới trẻ thường yêu thích các sự kiện và trải nghiệm nên họ có thể được khuyến khích tham gia một sự kiện về việc làm một doanh nhân hoặc tham gia câu lạc bộ viết mã lập trình hay cộng đồng học tập mà sẽ giúp ích cho họ xây dựng tương lai. Tất cả những hoạt động này đều do ngân hàng tổ chức. Thẻ thành viên của bạn cũng là một thẻ ngân hàng cho phép bạn giao dịch.

Các ngân hàng lấy con người làm trung tâm được xây dựng dựa trên việc trao quyền cho mọi người có nghĩa là cuối cùng mọi người kiếm được nhiều tiền hơn, để dành được nhiều hơn và sống cuộc sống của họ thú vị và hiệu quả hơn.

Tăng trưởng của doanh nghiệp nhỏ cũng có thể được củng cố bởi cách tiếp cận lấy con người làm trung tâm, ít nhất là để giúp khách hàng đang thất nghiệp nhanh chóng tìm được việc làm mới, đặc biệt nếu họ có kỹ năng đang có nhu cầu cao.

Một ngân hàng lấy con người làm trung tâm sẽ xác định rằng các doanh nghiệp mà ngân hàng đang cho vay để phát triển có thể đang có nhu cầu thuê nhân viên mới tại địa phương và có nhu cầu về những kỹ năng đúng với kỹ năng mà khách hàng đang thất nghiệp đó có và do vậy, đôi bên có thể được kết nối với nhau.

Quá trình này có thể được thực hiện thông qua công nghệ nhưng chính kiến thức hướng con người và sức mạnh thông tin mới làm cho nó hoạt động có hiệu quả. Sau đó, một khoản phí có thể được thu cho việc giới thiệu thành công, biến ngân hàng thành nhà môi giới của con người chứ không chỉ là của tiền mặt.

Việc khôi phục niềm tin vào ngân hàng ở đây rất quan trọng bởi vì nếu một ngân hàng giới thiệu một nhân viên mới cho một trong những khách hàng thương mại của mình, doanh nghiệp này sẽ tin tưởng vào lời giới thiệu đó, và nhân viên tiềm năng này cũng sẽ tin tưởng rằng có ít khả năng doanh nghiệp này đang trên bờ vực thẳm, có nghĩa là họ đang mạo hiểm kế mưu sinh của họ một lần nữa.

Tương tự như vậy, nếu một ngân hàng lấy con người làm trung tâm biết có một công ty trong một lĩnh vực đang trên bờ vực thẳm, nhưng đồng thời cũng biết một công ty tương tự đang phát triển mạnh, thay vì mất tiền khi công ty đầu tiên đó vỡ nợ, nó có thể kết nối cả hai với nhau. Công ty gặp khó khăn có thể học cách làm mọi thứ trở hiệu quả hơn, hoặc cả hai công ty có thể hợp tác hoặc hợp nhất lại với nhau.

Trong trường hợp của ví dụ thứ hai, bằng cách giúp chuyển đổi cả hai doanh nghiệp thành một doanh nghiệp thành công hơn, ngân hàng có thể cho vay an toàn hơn dựa trên tiềm năng này, thúc đẩy tăng trưởng nhanh và kiếm nhiều tiền hơn theo thời gian. Điều này ít tốn kém hơn so với việc ngồi nhìn một doanh nghiệp phá sản và ngân hàng chỉ nhận lại được một phần lợi nhuận nếu có khi tài sản được thanh lý.

Phương pháp tiếp cận lấy con người làm trung tâm không phải lúc nào cũng là về số tiền mà ngân hàng có thể kiếm được hoặc cho vay. Ví dụ, nếu ai đó vay tiền để bắt đầu một công việc kinh doanh mới, ngân hàng có thể đề xuất cho họ nhiều khoản tài trợ cho không khác nhau có sẵn tại địa phương hoặc quốc gia. Chỉ cần họ trả một khoản phí nào đó, ngân hàng có thể giúp họ có được các khoản đó hoặc thậm chí thông báo cho họ biết về khoản tín dụng thuế mà họ chưa sử dụng để dùng cho hoạt động nghiên cứu và phát triển. Nhân viên ngân hàng có thể sử dụng kiến thức bao quát hơn của mình để từ chối khoản vay đó và giúp giải phóng số tiền được hoàn lại từ khoản tín dụng thuế. Có bao nhiêu người bỏ lỡ cơ hội này chỉ vì họ không biết? Nếu người trong ngân hàng giao dịch với họ, họ sẽ biết đến những cơ hội này.

Đừng nhầm lẫn việc lấy con người làm trung tâm với lấy người sử dụng làm trung tâm

Điều quan trọng cần lưu ý là cách tiếp cận lấy con người làm trung tâm không nhất thiết có nghĩa là lấy người sử dụng làm trung tâm. Lấy người sử dụng làm trung tâm có thể có nghĩa là một ứng dụng web hoặc ứng dụng di động cho ngân hàng mượt mà nhưng điều đó không giống với việc xây dựng mối quan hệ và tạo dựng lòng tin trong khi xây dựng một hệ sinh thái dựa trên kiến thức và kết nối địa phương. Điều đó có giá trị cao hơn nhiều so với một ứng dụng siêu mượt nhưng thậm chí có thể không gây được chút ấn tượng nào.

Lấy con người làm trung tâm có nghĩa là đào tạo lại các kỹ năng mềm cho các nhân viên hiện tại như sự đồng cảm để họ hiểu rõ hơn hoàn cảnh cá nhân của khách hàng và sau đó cung cấp cho họ các công cụ để áp dụng các kỹ năng, công cụ và tư duy kỹ thuật số mới để điều chỉnh trợ giúp, lời khuyên và đề nghị một cách cá nhân hóa tối ưu.

Khi điều này được tạo thành khuôn mẫu nhiều lần cho những người trong một cộng đồng, hệ sinh thái đó sẽ phát triển và có thể được nhân rộng trên toàn quốc để các hệ sinh thái liên kết với nhau.

Nó cũng giống như cách mà cuộc cách mạng công nghiệp đã giúp chúng ta tạo khuôn mẫu cho mọi thứ để chúng trở nên hiệu quả hơn. Nó đã hoạt động một cách xuất sắc. Nhưng giờ đây, cuộc cách mạng về con người sẽ giúp chúng ta cá nhân hóa mọi thứ và trở nên hiệu quả hơn. Nó cũng sẽ hoạt động tuyệt vời. Khi tất cả mọi người đều có thể làm được những việc đại loại giống nhau thì sẽ không có giá trị nào được tìm thấy. Nhưng trên thực tế mỗi con người lại khác nhau. Nhận ra sự khác nhau đó mới là một cơ hội.

Hãy tưởng tượng trong tương lai một ngân hàng bán cho bạn một ngôi nhà mơ ước bởi vì ngân hàng biết bạn có khả năng. Ngân hàng sẽ gộp tất cả lại thành một gói tổng thể bao gồm ngôi nhà với một khoản vay thế chấp, các tiện ích, dịch vụ cần thiết, nhà cung cấp địa phương và tất cả các thủ tục pháp lý. Nó trở thành một trải nghiệm được cá nhân hóa, không phải chỉ là một chuỗi các giao dịch rời rạc.

Cũng hãy tưởng tượng nếu quá trình đó được bắt đầu ở một giai đoạn sớm hơn, và một ngân hàng cung cấp cho bạn lựa chọn sớm hơn, trình bày cho bạn một kế hoạch cho thấy cuối cùng bạn có thể chi trả nó như thế nào, tất cả được phát triển từ những cuộc trò chuyện với bạn qua nhiều năm tháng, không phải những con số khai thác từ một hình thức kỹ thuật số nào đó vào một ngày bất kỳ.

Và khi mọi thứ bắt đầu có vấn đề đối với một số người, và nó tất yếu sẽ xảy ra, thì chính những mối liên kết bền chặt này mà đã được hình thành theo thời gian cho phép ngân hàng giúp một người vượt qua khó khăn trong ngắn hạn nhưng vẫn có thể kiếm tiền từ họ trong dài hạn.

Ngân hàng thành công lấy con người làm trung tâm cùng với một hệ sinh thái đi kèm nó có thể kết dính các dịch vụ trọn đời này lại với nhau xung quanh một cá nhân, và ngân hàng đóng vai trò là trung gian kết dính. Điều này khiến bạn với tư cách là một khách hàng sẽ khó rời bỏ qua ngân hàng khác vì tất cả các dịch vụ hỗ trợ bạn đều do ngân hàng hiện tại của bạn nắm giữ.

Phương pháp tiếp cận ngân hàng lấy con người làm trung tâm, thay vì dựa trên nhiệm vụ hoặc lấy người sử dụng làm trung tâm, có thể nâng cao giá trị của các mối quan hệ giữa con người với nhau, giảm thiểu rủi ro và nâng cao giá trị vốn có của con người thông qua cá nhân hóa.

Công nghệ đã cho phép chúng ta thích hợp hơn với các mối quan hệ của mình, nhưng bây giờ chúng ta cần bổ sung thêm nhiều giá trị hơn nữa, những giá trị lâu dài hơn. Nếu bạn xây dựng giá trị xung quanh một người đang phát triển và lấy 1% mức tăng trưởng của họ, đó là mô hình tốt hơn nhiều so với việc lấy từ tài sản của họ. Nếu bạn lấy tài sản của họ, bạn sẽ mất họ mãi mãi với tư cách là khách hàng. Nếu bạn giúp họ phát triển ngay cả khi trong thời điểm khó khăn, bạn sẽ giữ họ như là khách hàng mãi mãi.

Các ngân hàng tạo ra giá trị lâu dài hơn thông qua mạng lưới lấy con người làm trung tâm

Con người phải được giới thiệu vào hai động lực làm lan tỏa quy mô trong thời đại kỹ thuật số. Đó là:

1. Hiệu ứng mạng lưới

2. Hiệu ứng mạng dữ liệu

Hiệu ứng mạng lưới là tình huống mà hàng hóa hoặc dịch vụ trở nên có giá trị hơn khi có nhiều người sử dụng chúng hơn. Có rất nhiều ví dụ từ hệ thống điện thoại (giá trị của một chiếc điện thoại tăng lên nếu mọi người đều có điện thoại) đến facebook hay các thị trường mua bán (với một số sắc thái khác biệt).

Hiệu ứng mạng dữ liệu xảy ra khi sản phẩm của bạn trở nên thông minh hơn nhờ máy học và khi nhận được nhiều dữ liệu hơn từ người dùng của bạn. Trong một thế giới tập trung vào nhiệm vụ, bạn sẽ đẩy mọi người ra khỏi bánh xe ly tâm, nhưng trong một thế giới lấy con người làm trung tâm, bạn sẽ thêm mọi người vào cả hai cái bánh xe ly tâm này.

Các hiệu ứng mạng lưới có tính chất tăng cường quan hệ, có nghĩa là nếu bạn thêm các mối quan hệ giữa mọi người vào, chẳng hạn như bạn định nghĩa hiệu ứng mạng là *"nếu có càng nhiều mối quan hệ giữa mọi người phát sinh thông qua sản phẩm hoặc dịch vụ thì sản phẩm hoặc dịch vụ đó càng trở nên có giá trị"* thì sản phẩm hoặc dịch vụ càng trở nên có giá trị, và nếu các mối quan hệ của bạn càng bền chặt thì bạn càng có nhiều khả năng xây dựng được sự ủng hộ tích cực và do đó sẽ có nhiều mối quan hệ hơn.

Đây là điều chúng tôi muốn nói khi nói về việc sử dụng các chi nhánh ngân hàng để tăng cường mối quan hệ giữa khách hàng và nhân viên cũng như giữa khách hàng với khách hàng, giữa nhân viên với nhân viên, thông qua công nghệ hỗ trợ cá nhân hóa sản phẩm và dịch vụ. Điều này sẽ làm tăng hiệu ứng mạng lưới và củng cố vai trò là trung tâm của ngân hàng đối với cộng đồng trong hệ sinh thái.

AI và xử lý dữ liệu sẽ thúc đẩy các sản phẩm tốt hơn khi nói đến hiệu ứng mạng dữ liệu với mối quan hệ nâng cao trong một thế giới tập trung vào nhiệm vụ. Nhưng trong một thế giới lấy con người làm trung tâm, sản phẩm của bạn sẽ liên quan đến các mối quan hệ, và dữ liệu có thể được máy hóa theo giao dịch. Điều này giúp củng cố sản phẩm VÀ hiểu biết sâu sắc về mối quan hệ, chẳng hạn như sự đồng cảm, ngôn ngữ cơ thể, hay xúc giác. Những điều này sẽ gia tăng giá trị cho dữ liệu khi nó được thu thập và AI trở thành hàng hóa, tạo ra mối quan hệ bền chặt hơn và nhận thức tốt hơn về sản phẩm.

Cả hai kịch bản đều coi các ngân hàng là trung tâm của cộng đồng và sử dụng các ngân hàng làm trung tâm của các mối quan hệ, nơi các sản phẩm, dịch vụ và dữ liệu được nâng cao bởi các mối quan hệ.

Vâng, bạn có thể đo lường nó

Đo lường con người rất có tính chất hướng nhiệm vụ. Vậy làm thế nào để bạn đo lường kinh tế học lấy con người làm trung tâm? Một giả thuyết mà Freeformers đã và đang thực hiện với khách hàng là bạn có thể đo lường cách mọi người thay đổi và thích ứng qua nhiều thứ nguyên (thuộc tính) và liên kết sự thay đổi này theo thời gian với các chỉ số đo lường kinh doanh truyền thống.

Các thuộc tính này[36] là các đặc điểm như siêu nhận thức, đồng cảm, trang bị công cụ, và tự động hóa. Chúng liên quan đến bốn hạng mục sau: cách bạn nhìn nhận bản thân, cách bạn tiếp cận thế giới, cách bạn giao tiếp, và mối quan hệ của bạn với công nghệ.

Mỗi thuộc tính được xem xét theo ba tọa độ: (1) tư duy, thái độ, giá trị và niềm tin khiến bạn *Muốn*; (2) kiến thức khiến bạn *Có khả năng*; (3) hành vi (hành động) cho thấy bạn *Đang thực hiện*. Chúng tạo ra một tập hợp vectơ trong đó có một vectơ là [Tư duy, Kỹ năng, Hành vi, Tác động, Thời gian] = Thuộc tính, và nó được sử dụng để đo lường mức độ con người thay đổi như thế nào.

Chúng tôi đã chứng minh rằng sự thay đổi về *Tư duy*, *Kỹ năng* và *Hành vi* theo thời gian sẽ củng cố các mối quan hệ và tạo ra những tác động có thể đo lường "cứng" được về dữ liệu tài chính như tăng doanh số bán hàng hoặc giảm chi phí hoạt động. Bằng cách xem xét sự thay đổi thuộc tính này theo thời gian, Freeformers đã tạo ra một mô hình vectơ lấy con người làm trung tâm có thể được liên kết với năng suất.

---

[36] *https://freeformers.com/products/future-workforce-model/*

Tại Freeformers, chúng tôi cũng đã chỉ ra rằng sự thay đổi trong các thuộc tính như sự đồng cảm - có liên quan trực tiếp đến việc xây dựng mối quan hệ giữa mọi người - giúp bạn kiếm được nhiều tiền hơn, đặc biệt trong các tổ chức đang trải qua quá trình chuyển đổi kỹ thuật số với quy mô và lực lượng lao động lớn.

Nghiên cứu tình huống - CYBG

CYBG (https://www.cybg.com/ Clydesdale Bank PLC) muốn tăng cường "sức mạnh kỹ thuật số" cho nhân viên chi nhánh hiện tại trong mạng lưới chi nhánh của họ vì bản chất vai trò của họ chuyển từ lấy giao dịch làm trung tâm sang lấy con người làm trung tâm.

Bằng cách sử dụng Mô hình lực lượng lao động tương lai của Freeformers (FWM) (https://freeformers.com/products/future-workforce-model/), ngân hàng đã xác định một cách khoa học một số người ủng hộ tích cực (xem xét tư duy, kỹ năng và hành vi). Những người ủng hộ này đã được đào tạo trên một số thuộc tính từ FWM, được thiết kế và trao quyền để cung cấp các biện pháp can thiệp trực tuyến và trực tiếp cho các đồng nghiệp của họ trên toàn bộ mạng lưới chi nhánh ngân hàng. Dữ liệu về tác động đến khách hàng, chỉ số đo hiệu quả kinh doanh và giá trị cảm nhận trong cuộc sống của họ và đồng nghiệp của họ đã được đo lường. Một nhóm các chi nhánh được chỉ định là nhóm kiểm soát (đo lường và khảo sát nhưng không can thiệp). Các nhóm khác được chỉ định là nhóm thử nghiệm và tìm hiểu.

Hiệu quả kinh doanh không những chỉ cải thiện ở nhóm kiểm soát mà khảo sát hàng năm của ngân hàng còn cho thấy tác động của chương trình đối với sự gắn bó và đồng tình của nhân viên: 90% đồng nghiệp trong nhóm thử nghiệm và tìm hiểu sẽ giới thiệu ngân hàng cho bạn bè hoặc gia đình mình - nhiều hơn 16% so với những người còn lại của ngân hàng. 85% đồng nghiệp nói rằng "tôi học các kỹ năng mới dễ dàng hơn để hỗ trợ việc số hóa ngân hàng" - nhiều hơn 25% so với số còn lại của ngân hàng.

Phương pháp tiếp cận lấy con người làm trung tâm đã cải thiện hoạt động kinh doanh và cải thiện mối quan hệ của nhân viên với tổ chức, với cuộc sống của họ, và với đồng nghiệp cũng như khách hàng của họ.

Nghiên cứu tình huống - *Vay thế chấp mua nhà tại Barclays*

Sally Moran và nhóm của cô ấy tại Barclays đã có một ý tưởng. Thay vì siết nhà của người vay nợ trong trường hợp họ không thể trả tiền hàng tháng do khó khăn tài chính dài hạn, họ có thể giúp mọi người vẫn ở lại nhà của họ và bắt đầu kết nối mọi người với những người và tổ chức khác có thể giúp họ giữ được nhà hoặc cung cấp hỗ trợ trong các giai đoạn tiếp theo của quá trình chuyển đổi.

Nhiều người nhận thấy có được sự hỗ trợ từ chính phủ và các tổ chức khác trong việc tìm cách giúp đỡ trong những thời điểm khó khăn, bao gồm cả việc tiếp cận nguồn tiền mà khách hàng không biết. Điều này cũng tốt cho Barclays vì khách hàng vẫn tiếp tục là khách hàng.

Nghiên cứu tình huống - *Barclays - Digital Eagles và Eagle Labs*

Là một phần của ý định tạo ra lực lượng lao động hiểu biết nhất về kỹ thuật số trong lĩnh vực ngân hàng, Barclays đã tặng iPad cho một số lượng nhân viên đáng kể trong các chi nhánh. Nhưng sau đó họ nhận thấy rất ít người bắt đầu sử dụng chúng. Vì vậy, họ nhận ra rằng việc thay đổi tư duy và hành vi cũng như kỹ năng của lực lượng lao động là một việc rất quan trọng đối với tương lai của họ. Họ đã tạo ra một mạng lưới Digital Eagles (đại bàng kỹ thuật số) bao gồm những người tự nhận mình là những người có nhiệt tình và động lực để dẫn đầu sự thay đổi. Barclays đã trao quyền cho những Digital Eagles (cùng với sự hỗ trợ từ Freeformers) để đi tìm và xác định những người ủng hộ tích cực khác trong mạng lưới chi nhánh của họ và giúp họ trở nên có kỹ năng hơn. Phong trào Digital Eagles đã rất thành công. Nó trở thành một phần trong quảng cáo của ngân hàng gắn liền với phương châm "không bao giờ bỏ lại bất kỳ ai phía sau trong nền kinh tế kỹ thuật số".

Điều này cũng dẫn đến việc Barclays xác định lại mục đích của các chi nhánh thành một hệ sinh thái gồm các trung tâm cộng đồng.

"Eagle Labs là một tài nguyên cộng đồng có sẵn cho tất cả mọi người sử dụng. Cho dù bạn là một nhà phát minh, một nhà đổi mới hay một cố vấn thì không gian của chúng tôi đều có lợi cho việc nuôi dưỡng và phát triển ý tưởng của bạn với sự hỗ trợ từ Barclays và mạng lưới của chúng tôi. Từ việc thúc đẩy hoạt động kinh doanh của Vương quốc Anh đến việc tạo điều kiện hợp tác đổi mới và trao quyền kỹ thuật số cho tất cả mọi người, Eagle Labs của chúng tôi là một không gian để sáng tạo, đổi mới và phát triển."

Ngân hàng phải học hỏi từ các hệ sinh thái khác

Những công ty công nghệ lớn nhất đã chiến thắng vì họ đã xây dựng được hệ sinh thái. Không phải lúc nào họ cũng là người cung cấp dịch vụ mà họ là người tổng hợp. Các ngân hàng có thể học hỏi từ điều này.

Barclays đã làm được điều đó với Eagle Labs của mình. Có 20 Eagle Labs trên khắp Vương quốc Anh. Chúng là các chi nhánh nhưng chúng tổ chức các doanh nghiệp nhỏ và các công ty khởi nghiệp, đồng thời cung cấp quyền tiếp cận đào tạo và cả các thiết bị như máy in 3D.

Mặc dù có doanh thu kiếm được từ tiền thuê nhà, các sự kiện và dịch vụ nhưng các chi nhánh này một lần nữa trở lại với tư cách là một trung tâm trong lòng cộng đồng của họ. Họ đã quay trở lại tương lai để hỗ trợ thương mại địa phương và người dân địa phương cũng như sự đổi mới và tăng trưởng của địa phương. Lấy con người làm trung tâm là một điều đúng đắn.

Ngân hàng phần lớn được trang bị nhân lực là những người từng làm giao dịch viên nhưng hiện đã được đào tạo lại về khả năng giải quyết vấn đề và sự đồng cảm. Hãy nhớ rằng nhân viên của bạn cũng là khách hàng của bạn. Họ biết bản thân họ cần gì và điều này có nghĩa là họ biết cách giúp đỡ khách hàng. Đây là bản chất của tiếp thị một đối một.

Tiền sẽ được tạo ra khi một ngân hàng trao quyền cho nhân viên trở thành những nhà tư vấn và huấn luyện tốt hơn cho cuộc sống của mọi người. Đó là sự kết hợp tuyệt đẹp giữa công nghệ, con người và sự phát triển của con người. Các ngân hàng cũng sẽ giúp đồng nghiệp của họ phát triển với tư cách là nhân viên và tăng giá trị lâu dài của chính họ.

Tiền thân của ngân hàng, những người bắt đầu ở nhà thờ, nhà họp và thậm chí ở các góc phố sẽ tự hào về sự trở lại nguồn gốc này. Tất cả chúng ta đều có trách nhiệm xây dựng nền kinh tế lấy con người làm trung tâm vì nếu chúng ta không thể xây dựng nền kinh tế lấy con người làm trung tâm, chúng ta chắc chắn sẽ thất bại.

Đây là lý thuyết ngân hàng bán lẻ cho kỷ nguyên kỹ thuật số hiện đại nhưng giống như tất cả những ý tưởng tuyệt vời khác, nó dựa trên một tiền đề đơn giản và đã được chứng minh, một tiền đề mà ngân hàng đã từng luôn hiểu: con người và các mối quan hệ thì quan trọng và luôn là sức mạnh và tài sản lớn nhất của bạn.

Chương 17

LÀM CHỦ DOANH NGHIỆP LÀ TƯƠNG LAI CỦA CÔNG VIỆC VÀ HỌC TẬP

Tác giả: Wendy Guillies và Derek Ozkal

Wendy Guillies *là chủ tịch và giám đốc điều hành của Ewing Marion Kauffman Foundation có trụ sở tại thành phố Kansas, một trong những quỹ tư nhân lớn nhất ở Mỹ với tài sản hơn 2 tỷ đô-la.*

Guillies lãnh đạo công việc của quỹ nhằm nâng cao thành tích của học sinh ở thành phố Kansas và thúc đẩy việc làm chủ doanh nghiệp trên khắp đất nước. Trước khi trở thành giám đốc điều hành, cô đã đóng một vai trò quan trọng trong việc xây dựng danh tiếng địa phương, quốc gia và toàn cầu của quỹ với tư cách là nhà lãnh đạo tư tưởng và nhà đổi mới trong các lĩnh vực của quỹ.

Guillies có chuyên môn sâu về truyền thông, tiếp thị, phát triển tổ chức và quản lý nhân tài. Cô phục vụ trong các hội đồng của Phòng thương mại thành phố Đại Kansas, KCSourcelink, MRI Global, Folience và Ban cố vấn ngân hàng doanh nghiệp. Tạp chí Kinh doanh thành phố Kansas đã đưa cô ấy vào danh sách Power 100 vào năm 2016 và 2017, và TechWeek KC đã đưa cô ấy vào danh sách Tech 100. Cô cũng được chọn là Nữ điều hành năm 2014 ở thành phố Kansas do tạp chí Ingram's bình chọn.

Guillies là người sinh ra và lớn lên ở thành phố Kansas, Kan. và tốt nghiệp Đại học Nebraska. Cô hiện đang sống ở Overland Park, Kan., nơi cô và chồng là cha mẹ đáng tự hào của hai cô con gái.

Derek Ozkal là cán bộ chương trình cấp cao về Làm chủ doanh nghiệp của quỹ Ewing Marion Kauffman Foundation, nơi ông hỗ trợ viết và phân tích các sáng kiến Nghiên cứu & Chính sách khác nhau và quản lý các khoản tài trợ bao gồm quản lý và giám sát các danh mục tài trợ được giao, giám sát hoạt động của người được cấp và xem xét các đề xuất tài trợ.

Trước khi gia nhập quỹ Kauffman Foundation, Ozkal là giám đốc nghiên cứu của Tạp chí Kinh doanh thành phố Kansas, nơi nhiệm vụ của anh bao gồm thiết kế khảo sát, thu thập và phân tích dữ liệu để hỗ trợ danh sách hàng tuần về các ngành và chủ đề địa phương, viết bài về các chủ đề kinh tế địa phương và nhiều nhiệm vụ nghiên cứu hỗ trợ nội dung biên tập.

Ozkal có bằng cử nhân khoa học về kinh tế tại Đại học Truman State và là thành viên của công ty KC Improv.

---oOo---

Nhìn chung vẫn có lóe lên một phần hy vọng ở tiềm năng và sự sáng tạo của con người trong những hội thảo mà luôn luôn làm cho người ta phải suy nghĩ và căng thẳng bằng cách nêu bật những tiêu cực của thất nghiệp, những biến động xã hội và những lo ngại về môi trường liên quan đến nền kinh tế tương lai của chúng ta, v.v. Quan điểm của chúng tôi là chúng ta cần thay đổi nhanh kịch bản này, và chúng ta cần phải làm điều đó ngay bây giờ.

Tất nhiên, chúng ta cần phải nhận ra những thử thách mà chúng ta phải đối mặt trong tương lai. Thật ra, chúng ta đang phải đối mặt với nhiều thử thách trong số đó ngày hôm nay. Chúng ta một mặt phải nhìn rõ những thiếu sót của mình, nhưng mặt khác chúng ta cũng phải tập trung nhiều như vậy (nếu không muốn nói là nhiều hơn) vào những gì chúng ta có thể đạt được nếu chúng ta thực hiện các bước thực tế nhằm loại bỏ các rào cản để tất cả mọi người đều có thể thử rủi ro, gặt hái thành công, rồi sau đó đóng góp lại để làm cho thế giới chúng ta đang sống trở nên tốt đẹp hơn.

Dường như những người bi quan quên rằng chúng ta có thể đóng một vai trò tích cực của mình trong việc kiến tạo một tương lai chung. Thay vào đó, họ tập trung vào ý niệm rằng tương lai có thể sẽ là một bức tranh xấu xa và đen tối. Quan niệm đó đã làm xói mòn mất khả năng sáng tạo của con người. Quan điểm đó đã cho làm tiềm năng của chúng ta giảm đi, và chúng tôi tin rằng quan điểm đó là sai.

Trước hết, bằng cách tập trung đầu tư vào con người, chúng ta có thể tạo ra một nền kinh tế ưu tiên cho học tập và làm chủ doanh nghiệp, từ đó giảm bớt bất bình đẳng và thúc đẩy mạnh các quan hệ đối tác giữa mọi người, cộng đồng và thậm chí quốc gia với nhau.

Chúng ta có thể tưởng tượng không những một nền kinh tế tương lai khác hơn, mà nó còn là một nền kinh tế tốt đẹp, hòa nhập và công bằng hơn.

Tuy nhiên, sẽ cần nhiều hơn sự tưởng tượng để hiện thực hóa tương lai này. Chúng ta cần phải cùng nhau hành động để sớm biến điều đó thành hiện thực.

Đầu tư vào thứ sẽ trở thành nguồn lực khan hiếm nhất của chúng ta: chúng ta

Bước đầu tiên để hướng tới một tương lai lạc quan hơn là nhận ra nguồn lực quan trọng nhất mà chúng ta có: *con người*.

Nếu cuộc cách mạng công nghiệp đầu tiên mở ra tăng trưởng kinh tế và cuộc sống tốt đẹp hơn bằng cách sử dụng máy móc để hỗ trợ cơ bắp thì máy móc ngày nay có chức năng nâng cao trí óc của chúng ta. Khi trí tuệ nhân tạo, tự động hóa, máy móc và robot trở nên phổ biến hơn, yếu tố con người có thể trở thành nguồn tài nguyên khan hiếm. Vì vậy, chúng ta phải đầu tư vào con người.

Chúng ta phải chuẩn bị cho mọi người một thế giới tập trung vào những gì tạo nên con người chúng ta. Con người sáng tạo, học hỏi, tin tưởng, suy luận, kết nối, giải quyết, ước mơ và yêu thương.

Đây không những chỉ là những "kỹ năng mềm" có thì càng tốt mà chúng còn là những thuộc tính cần thiết cho mọi người để đạt được sự độc lập về kinh tế trong một thế giới kỹ thuật số được kết nối với nhau.

Bằng cách chuẩn bị cho con người bước vào một thế giới trong đó sự độc lập về kinh tế liên quan mật thiết đến khả năng làm việc trong những điều kiện mơ hồ, chúng ta có thể mở ra cơ hội tiếp cận với một nền kinh tế mà chúng ta không thể đoán trước nhưng biết chắc sẽ đòi hỏi kỹ năng giải quyết vấn đề cao. Đầu tư nhất quán vào việc học tập của con người ngay từ khi còn nhỏ và suốt đời là nhu cầu chiến lược số một để thiết kế nên loại hình tương lai mà chúng ta mong muốn.

Khởi đầu đúng đắn: Học tập suốt đời

Chúng ta không thể dựa vào cách chúng ta đã dạy con mình trong một trăm năm qua để đáp ứng nhu cầu của một trăm năm tới.

Chúng ta phải cải cách cách thức chúng ta dạy sinh viên và đào tạo người lao động khi chúng ta chuyển đổi từ một lực lượng lao động có cấu trúc phân cấp thành một lực lượng lao động trong đó động lực bản thân (tư duy làm chủ doanh nghiệp) quyết định sự thành công. Không phải ai cũng cần làm chủ doanh nghiệp, nhưng mọi người sẽ cần phải có kỹ năng kinh doanh[37] để điều hướng trong nền kinh tế mới.

Nhà tuyển dụng sẽ đòi hỏi chứng chỉ, bằng chứng kinh nghiệm và một bộ các kỹ năng đang phát triển[38]. Đến năm 2020, 65% công việc sẽ yêu cầu chứng chỉ giáo dục sau trung học. Đổi mới trong toàn bộ hệ thống giáo dục là điều cần thiết để chuẩn bị không những chỉ cho một số sinh viên may mắn[39] mà còn cho tất cả sinh viên cho những công việc mà họ sẽ đảm nhận và tạo ra để đáp ứng nhu cầu thị trường việc làm đã thay đổi, và điều đó sẽ gần như không thể nhận ra trong 20 năm tới. Nhưng may mắn thay, một số mô hình có triển vọng đang nổi lên trong nhiều cộng đồng trên khắp đất nước.

Tại thành phố Kansas, gần như các Phòng giáo dục quận trong khu vực đều có một chương trình "đổi mới" dành cho học sinh về vấn đề bằng cấp, thực tập, các dự án có ý nghĩa, phát triển kỹ năng nghề nghiệp và kinh nghiệm làm việc thực tế. Các chương trình này mang tính trải nghiệm và tập trung vào việc giải quyết vấn đề. Nhưng thật không may, chỉ có khoảng 10% chương trình giảng dạy của mỗi Phòng giáo dục quận hướng đến các hoạt động này. Chúng tôi đang làm việc cùng với các gia đình, sinh viên, nhà giáo dục, doanh nhân và doanh nghiệp trên khắp khu vực để xem xét lại lộ

---

[37]   *https://www.kauffman.org/rethink/generation-a*

[38]   *https://www.kauffman.org/blogs/currents/2017/11/not-just-a-high-school-diploma*

[39]   *https://bvcaps.yourcapsnetwork.org*

trình giáo dục và phát triển ứng dụng "thế giới thực" hơn trong trường học. Chúng tôi tin rằng việc cung cấp cho học sinh những trải nghiệm và kiến thức phải quan trọng ngang bằng với các môn học chính như tiếng Anh, lịch sử, khoa học và toán học. Làm như vậy có thể giúp các thế hệ tiếp theo chuẩn bị tốt cho công việc của tương lai.

Công nghệ sẽ làm mất đi công ăn việc làm nhưng nó cũng sẽ tạo ra nhiều việc làm mới và thay đổi mạnh mẽ các công việc hiện tại mà trên thực tế là tận dụng con người khi công nghệ sẽ tiếp tục thúc đẩy lực lượng lao động đang bị thay đổi.

Có lý do chính đáng để tin rằng công nghệ sẽ đưa đến việc kiếm được nhiều việc làm mới mặc dù chúng sẽ rất khác so với những công việc chúng ta đang có ngày nay - những công việc chúng ta chưa mơ đến và những công việc sẽ đòi hỏi một cách tiếp cận giáo dục cải cách.

Mặc dù toàn bộ công việc có thể không được tự động hóa hoàn toàn nhưng chúng ta nên mong đợi sẽ chứng kiến phần lớn nhiệm vụ của nhiều ngành nghề trở nên tự động hóa bán phần. Nhiều ước tính[40] [41] cho biết rằng phần lớn các công việc sẽ có 30-70% các nhiệm vụ có thể được tự động hóa bởi công nghệ. Hơn nữa, nghiên cứu chỉ ra rằng tăng trưởng việc làm chỉ diễn ra đối với lao động có kỹ năng thấp và kỹ năng cao, trong khi tăng trưởng các công việc có kỹ năng trung bình đã giảm. Tiền lương trì trệ hoặc giảm đi đối với lao động có kỹ năng thấp và trung bình trong khi mức lương đang tăng đối với lao động có kỹ năng cao. Ngoài ra, những người lao động mà công việc (hoặc phần lớn công việc) của họ có nhiều khả năng được tự động hóa nhất cũng là những người ít có khả năng sẽ được đào tạo nhất.

---

[40] https://www.mckinsey.com/~/media/mckinsey/featured%20insights/Digital%20Disruption/Harnessing%20automation%20for%20a%20future%20that%20works/A-future-that-works-Executive-summary-MGI-January-2017.ashx

[41] https://www.oecd.org/employment/Automation-policy-brief-2018.pdf

Chúng ta hãy đừng nghĩ về tương lai của việc làm như là công ty và công việc, mà như là con người và công việc. Điều này sẽ buộc chúng ta phải từ bỏ khái niệm về công việc toàn thời gian truyền thống và cơ sở hạ tầng chăm sóc sức khỏe, chế độ hưu trí kém linh hoạt và tình trạng pháp lý gắn liền với nó.

Sao chúng ta phải lo lắng? Những người mơ ước, những người sáng tạo và những người thực hiện sẽ cùng nhau thiết kế tương lai của việc làm

Hãy tưởng tượng điều gì sẽ xảy ra nếu nói với một người nông dân vào những năm 1900 rằng số người làm nông nghiệp ở Mỹ sẽ giảm từ 40% xuống còn 2% trong 100 năm tới. Giáo sư David Autor đã đưa ra kịch bản giả định này trong một buổi nói chuyện TED vào năm 2016[42]. Những người đó sẽ làm những công việc gì? Sẽ có đủ thức ăn cho họ không?

Không có cách nào để dự đoán việc làm cho những công việc chưa tồn tại, đặc biệt là trong những ngành chưa tồn tại (máy tính, hàng không, truyền hình, v.v.). Ngay cả với sức mạnh của thước ngắm, sự chuyển mình hầu như cũng không thể được tìm thấy và trân trọng. Những dự đoán của chúng ta về tương lai thường bắt nguồn từ phần mở rộng của những gì hiện đang tồn tại, vì vậy rất khó để tưởng tượng một thế giới cách xa hơn vài thập kỷ sẽ như thế nào.

Làm thế nào mà chúng ta có nhiều người làm việc ngày nay hơn 100 năm trước? Làm thế nào chúng ta chuẩn bị cho người lao động những công việc chưa tồn tại? Phong trào học trung học[43] là chìa khóa quan trọng trong việc chuẩn bị người Mỹ cho những công việc mới này. Các nhà kinh tế học gọi đây là "đầu tư vào vốn con người", nhưng có lẽ chính xác hơn khi nghĩ nó là sự chuẩn bị mọi người tốt hơn cho công việc.

---

[42] https://www.ted.com/talks/david_autor_why_are_there_still_so_many_jobs

[43] https://scholar.harvard.edu/lkatz/publications/why-united-states-led-education-lessons-secondary-school-expansion-1910-1940

Chúng ta đã hình dung và cuối cùng tạo ra những công việc đó như thế nào? Không ai nhìn thấy toàn bộ tương lai, nhưng hàng trăm ngàn doanh nhân - những người mơ ước, những người sáng tạo, những người thực hiện - đã tạo ra tương lai bằng cách bổ sung tầm nhìn của họ vào sự tồn tại chung của chúng ta.

Chúng ta không biết mình sẽ có những công việc gì trong một trăm năm tới, và điều đó không sao cả. Các thế hệ doanh nhân tương lai sẽ tìm ra điều đó trong suốt chặng đường khi họ đổi mới và cải thiện tình trạng con người thông qua những nỗ lực của mình.

Mỗi doanh nhân thành công hay thất bại bằng cách thử những ý tưởng mới sẽ thúc đẩy xã hội phát triển và điều này xảy ra không cần sự phối hợp.

Điều gì sẽ xảy ra nếu một trăm năm sau kể từ bây giờ, phần lớn nhiệm vụ trong các công việc và ngành công nghiệp hiện có lại sẽ biến mất một lần nữa? Làm thế nào để chúng ta chuẩn bị mọi người cho điều đó? Ngoài việc đảm bảo mọi người biết cách tiếp cận các cơ hội học tập để có bằng cấp và chứng nhận các kỹ năng cụ thể của họ, chúng ta có thể chuyển đổi từ cách tiếp cận giáo dục coi trọng tích lũy kiến thức sang cách tiếp cận đầu tư vào học tập linh hoạt thích ứng suốt đời dựa trên cả hai nền kinh tế hiện tại và tương lai. Cách cách tiếp cận của chúng ta đối với giáo dục để chuẩn bị người Mỹ cho tương lai công việc phải là một vấn đề ưu tiên quốc gia.

Chúng ta không cần phải nhìn xa về tương lai để xem cuộc cách mạng kỹ thuật số mang lại cho chúng ta cơ hội để đứng bên trên công nghệ như thế nào - nghĩa là không bị dẫm đạp bên dưới nó - nếu chúng ta áp dụng phương pháp học tập linh hoạt thích ứng suốt đời.

David Autor, trong cùng buổi nói chuyện TED đó, đã đưa ra câu hỏi tại sao tự động hóa không giết chết công việc của giao dịch viên ngân hàng. Số lượng giao dịch viên ngân hàng đã tăng gần gấp đôi kể từ khi máy ATM được giới thiệu. Thực tế là, hiệu quả của các máy ATM đã giải phóng các giao dịch viên trở thành người xây dựng mối quan hệ, nhân viên bán hàng và người giải quyết vấn đề. Vai trò của họ thay đổi và các ngân hàng đã mở thêm nhiều địa điểm để phục vụ khách hàng tốt hơn.

Hiệu quả công nghệ tương tự như vậy đang được áp dụng cho X-quang. Trí tuệ nhân tạo có thể nâng cao vai trò của bác sĩ X-quang bằng cách đọc ảnh chụp X-quang, MRI và CT, đánh dấu chỉ trong vài giây những gì bác sĩ X-quang phải kiểm tra. Thời gian tiết kiệm được cho phép các bác sĩ X-quang có nhiều thời gian hơn để kiểm tra và phân tích kết quả, trong khi bản thân hiệu quả đạt được sẽ cải thiện việc chăm sóc khách hàng, dịch vụ và chi phí.

Đây là những công việc quen thuộc được nâng cao bởi công nghệ. Ngoài ra còn có các công việc mới nổi lên như giám đốc cơ sở hạ tầng bán lẻ của XRP Markets[44]. Đó là gì? Đó là một nhà quản lý hỗ trợ công nghệ cho phép các tổ chức tài chính gửi tiền trên toàn cầu bằng cách sử dụng blockchain. Năm năm trước chúng ta không thể ngờ được vị trí đó, chưa kể là công việc đó chưa xuất hiện.

Những thành phần không hề bí mật cho một tương lai thành công: đa dạng, bình đẳng và hòa nhập

Có một câu đố cổ như sau: Một người cha và con trai ông ta bị tai nạn xe hơi nghiêm trọng. Người cha thiệt mạng trong vụ tai nạn, còn cậu con trai được đưa đến bệnh viện để phẫu thuật cấp cứu. Khi vào phòng phẫu thuật, bác sĩ phẫu thuật nhìn xuống và nói, "Tôi không thể phẫu thuật cho cậu bé này vì nó là con trai của tôi!" Sao có thể như vậy được?

---

[44] *https://ripple.com/company/careers/all-jobs*

Nếu bạn giống như hầu hết mọi người[45], bạn có thể sẽ cố gắng nghĩ ra một câu chuyện hoặc kịch bản trong đó người cha có thể giải phẫu con trai mình như một hồn ma, hoặc vì ông ta chưa thực sự chết. Nhưng câu trả lời hợp lý hơn là bác sĩ phẫu thuật chính là mẹ của cậu bé, không phải là người cha đã chết.

Câu chuyện ngụ ngôn này nêu bật một điều mà chúng ta biết là nó đúng: con người có những thành kiến, cả ẩn lẫn hiện ra ngoài. Nếu chúng ta đang mong đợi công nghệ và máy móc chúng ta tạo ra để giúp giải quyết những thách thức của nhân loại, thì

---

chúng ta phải nhận thức được những thiếu sót cá nhân của mình và thực hiện các bước có chủ đích để đảm bảo chúng ta hòa nhập trong việc xây dựng tương lai của chúng ta cùng nhau. Nếu không, chúng ta sẽ đơn thuần chuyển vấn đề thiên vị từ con người sang máy móc.

Nó cũng nhắc nhở rằng chúng ta thường bỏ qua điều cơ bản nhất của thực tế con người. Đó là chúng ta sẽ tốt hơn nếu làm việc cùng nhau. Chúng ta biết rằng các nhóm đa dạng là các nhóm làm việc hiệu quả và thành công hơn[46]. Tuy nhiên, với tư cách là một quốc gia, chúng ta đã chậm chạp trong việc áp dụng điều này vào thực tế trong cả doanh nghiệp và trường học. Có một lý do để giải thích vì sao các thực hành và chính sách về Đa dạng, Công bằng và Hòa nhập (DEI) đã phát triển nhanh chóng trong vài năm qua. Vì nó là điều đúng đắn cho bất kỳ công ty hoặc tổ chức nào theo đuổi, và nó cũng tốt cho kết quả tài chính, cả ngày nay và trong thế giới ngày càng trở nên đa văn hóa đang ở phía trước chúng ta.

---

[45] http://www.bu.edu/today/2014/bu-research-riddle-reveals-the-depth-of-gender-bias/

[46] https://hbr.org/2016/11/why-diverse-teams-are-smarter

Bên ngoài phạm vi các công ty, trường học và tổ chức, chúng ta cũng thấy sự thiên vị này thể hiện ở những cái chúng ta ưu tiên và đánh giá là thành công. Mặc dù các chỉ số kinh tế vĩ mô cho thấy tăng trưởng kinh tế đối với quốc gia có tích cực (tuy hơi mờ nhạt) nhưng việc số hóa nền kinh tế trên một phạm vi rất rộng đang trở nên phân cực.

Ví dụ, nông thôn nước Mỹ không nhất thiết phải thấy ánh sáng rực rỡ của chỉ số Dow Jones tăng lên; những người phải đối mặt với những rào cản mang tính hệ thống đối với thành công kinh tế, chẳng hạn như phụ nữ và các nhóm thiểu số cũng vậy.

Các thước đo kinh tế truyền thống không còn thích hợp. Nền kinh tế địa phương là một đơn vị phân tích phù hợp hơn để hiểu sự năng động đã bị giảm sút của nền kinh tế và xác định các rào cản cụ thể đối với người tạo ra việc làm. Đây là lý do tại sao việc hiểu được những tác động của việc làm chủ doanh nghiệp trong nền kinh tế tương lai, đặc biệt là bản chất mới của việc làm chủ doanh nghiệp càng trở nên quan trọng hơn bao giờ hết[47].

Công nghệ đã làm cho việc khởi nghiệp và mở rộng quy mô của một doanh nghiệp vốn dĩ khác với trước đây. Ít việc làm hơn được tạo ra vì các công ty có thể đạt được quy mô lớn về mặt doanh thu mà không cần phải mở rộng quy mô việc làm như trước. Công việc nhìn tổng thể thì không ít hơn mà chỉ có ít công việc hơn ở một số ít công ty nào đó. Các ngành công nghiệp mới mở ra và các cơ hội kinh doanh trở nên dễ tiếp cận hơn thông qua các nền tảng làm giảm các rào cản gia nhập.

Bản chất mới của việc làm chủ doanh nghiệp phải dựa vào nhiều người hơn - từ mọi chủng tộc, dân tộc, giới tính, khu vực địa lý và tình trạng nhập cư - để sẵn sàng tạo ra việc làm.

---

[47] https://www.kauffman.org/what-we-do/resources/state-of-entrepreneurship-addresses/2017-state-of-entrepreneurship-address

Nền kinh tế tương lai của chúng ta phụ thuộc vào việc loại bỏ các rào cản để chúng ta có thể chào đón và hỗ trợ những người tạo ra việc làm đa dạng hơn. Ngoài ra, lao động có mức lương thấp và kỹ năng thấp phải là một phần được cân nhắc trong việc phát triển các hệ sinh thái doanh nghiệp địa phương. Qua nghiên cứu, chúng ta biết rằng khi có càng nhiều doanh nghiệp khởi nghiệp trong bất kỳ cộng đồng nào thì điều đó càng làm cho tiền lương, năng suất, sự đổi mới và chất lượng cuộc sống nói chung ở nơi đó tăng lên. Nói một cách đơn giản, chúng ta càng có nhiều công ty khởi nghiệp thì càng tốt cho tất cả cộng đồng của chúng ta.

Tương lai của chúng ta - cùng với nhau

Số phận của giấc mơ Mỹ mới nằm ở điểm giao nhau giữa làm chủ doanh nghiệp và giáo dục, và tương lai của công việc chính xác là giao điểm đó. Nền kinh tế ngày nay đang tạo ra một lượng của cải vật chất to lớn, nhưng nó ngày càng được chia sẻ một cách bất bình đẳng. Chúng ta phải trao quyền cho những người mơ ước, những người kiến tạo và những người thực hiện theo đuổi sự độc lập về kinh tế để xây dựng các cộng đồng mạnh hơn và thiết kế một tương lai cho toàn bộ con người trong thế giới kỹ thuật số.

Nói đơn giản,

> *chúng ta phải cải cách giáo dục và đào tạo để trao quyền cho tất cả mọi người trở thành doanh nhân, bất kể họ sẽ khởi nghiệp vào một ngày nào đó hay không.*

Công nghệ đang thay đổi công việc, nhưng chúng ta phải chuẩn bị cho mọi người làm việc bằng cách thay đổi tư duy và nâng cao năng lực làm chủ doanh nghiệp của họ.

Công nghệ có thể thay thế chúng ta nhưng nó cũng có thể trao quyền cho chúng ta bằng cách tăng cường hoạt động của con người. Chúng ta có thể để công nghệ đứng trên vai của chúng ta, hoặc chúng ta có thể đứng trên vai của nó. Chúng ta sẽ chọn cái sau. Dù sao thì từ đó có lẽ sẽ dễ dàng hơn để có được cái nhìn về một trăm năm tới.

Tất cả những điều này không có nghĩa là sẽ không có những vấn đề quan trọng mà chúng ta cần giải quyết (bất bình đẳng, thay đổi nhân khẩu học, trì trệ về tiền lương, khoảng cách kỹ năng, chi phí sinh hoạt và một loạt các vấn đề khác). Thật ra, điều này hoàn toàn là nhằm để đưa ra bối cảnh về tầm quan trọng sống còn của một thiết kế hòa nhập lấy con người làm trung tâm mà nó là điểm giao nhau của học tập và việc làm trong thế kỷ tới.

Có lẽ chính vì chúng ta nhìn thấy những khiếm khuyết ở bản thân mình nên chúng ta rất sợ những cỗ máy mà mình có thể và sẽ tạo ra. Có lẽ thật dễ dàng để hình dung ra một tương lai không hoàn hảo bởi vì chúng ta nhận thức được những thiếu sót của chính mình. Có lẽ vì chúng ta tưởng tượng về một tương lai nơi mà các xu hướng đáng lo ngại vẫn tiếp diễn nên chúng ta thường bỏ mất tiềm năng mạnh mẽ của công nghệ để mở khóa tiềm năng của con người.

Mặc dù có thể sự tiến bộ công nghệ sẽ mở ra một thế giới không hoàn hảo, trong đó máy móc xuất hiện và tiếp quản[48], nhưng chúng ta muốn hình dung một tương lai được thúc đẩy bởi công nghệ, nơi các doanh nhân được trao quyền tạo ra một thế giới trong đó con người được tự do hơn để theo đuổi nhiều đam mê hơn và luôn tiến về phía trước. Nếu chúng ta làm những điều này và làm tốt chúng thì chúng ta sẽ mang đến cho mọi người cơ hội để trở nên đặc biệt, chủ động và dám đương đầu với rủi ro, và cuối cùng là vượt qua được những thách thức của nền kinh tế tương lai.

---

[48] *https://en.wikipedia.org/wiki/Maximum_Overdrive*

Chương 18

SINH RA ĐỂ XÂY DỰNG

Tác giả: Jim Clifton

Jim Clifton là giám đốc điều hành của Gallup, công ty hàng đầu thế giới về nghiên cứu dư luận và phân tích học tiên tiến kể từ năm 1988. Dưới sự lãnh đạo của ông, Gallup đã mở rộng từ một công ty chủ yếu có trụ sở tại Mỹ thành một tổ chức trên toàn thế giới với 30 văn phòng tại 20 quốc gia và khu vực.

Ông Clifton là người sáng tạo ra The Gallup Path, một mô hình kinh tế dựa trên số liệu thiết lập mối liên kết giữa bản chất con người tại nơi làm việc, sự tham gia của khách hàng và kết quả kinh doanh. Mô hình này được sử dụng trong hệ thống quản lý hiệu suất tại hơn 500 công ty trên toàn thế giới. Cuộc đổi mới gần đây nhất của ông, Thăm dò Ý kiến Thế giới của Gallup, được thiết kế để mang lại cho 7 tỷ công dân trên thế giới tiếng nói về hầu như tất cả các vấn đề quan trọng toàn cầu.

Vào tháng 6/2015, Clifton Foundation và Gallup đã công bố một món quà trị giá 30 triệu đô-la cho Đại học Nebraska để thành lập viện Don Clifton Strengths Institute. Món quà sẽ hỗ trợ việc xác định sớm và thúc đẩy sự phát triển của hàng ngàn doanh nhân có năng khiếu và những nhà xây dựng doanh nghiệp trong tương lai.

Ông Clifton là tác giả của quyển sách The Coming Jobs War, cũng như nhiều bài báo về lãnh đạo toàn cầu. Blog của ông ấy xuất hiện thường xuyên trong phần Người ảnh hưởng của LinkedIn và trên Blog của Chủ tịch Gallup.com. Ông phục vụ trong một số hội đồng và là chủ tịch của quỹ Cao đẳng Thurgood Marshall. Ông đã nhận được bằng danh dự của các trường Đại học Medgar Evers, Jackson State và Bellevue. Ông cũng là giáo sư thỉnh giảng xuất sắc tại UNC-Chapel Hill và Đại học Duke.

---oOo---

Nhà khoa học, học giả, chính trị gia, và các tổ chức toàn cầu có ý nghĩa và quan trọng thì chưa bao giờ hiểu hết được tài năng thiên bẩm hiếm có để xây dựng một thứ gì đó mà trong một chừng mực nào đó, tất cả chúng ta đều sở hữu - một món quà Thượng Đế ban cho mà nhiều người được sinh ra đã có.

Một số người gọi tài năng này là "làm chủ doanh nghiệp", vì một phần là đúng vậy. Nhưng hiện tượng thuộc về con người này được mô tả tốt hơn như là "xây dựng". Làm chủ doanh nghiệp có nhiều định nghĩa, và nó thường bị nhầm lẫn với sự đổi mới. Chúng ta cần rất nhiều đổi mới, nhưng xây dựng là một hiện tượng rất riêng biệt và khác biệt.

Một sự đổi mới không có giá trị cho đến khi một người xây dựng đầy tham vọng tạo ra một mô hình kinh doanh xung quanh nó và biến nó thành một sản phẩm hoặc dịch vụ mà khách hàng sẽ mua.

Một nhà đổi mới trước hết là một nhà sáng tạo, một nhà phát minh - một người giải quyết vấn đề với niềm đam mê sâu sắc đối với việc cải tiến điều gì đó. Những nhà đổi mới là những nhà tư tưởng.

Một nhà xây dựng khác với một nhà đổi mới. Một nhà xây dựng tạo ra năng lượng kinh tế mà trước đây chưa từng có. Một nhà xây dựng tạo ra công ăn việc làm cho mọi người và phát triển nền kinh tế.

Các nhà xây dựng có thể bắt đầu từ rất trẻ. Khi một đứa trẻ tám tuổi đặt một quầy bán nước chanh ở một góc đường, chúng đã tạo ra năng lượng kinh tế mới ở góc đó - hàng hóa và dịch vụ được trao đổi lần đầu tiên ở nơi đó. Nhiều năm trước, một đứa trẻ 14 tuổi đã có thể đảm nhận việc giao báo trên một tuyến đường nào đó đang có 25 khách hàng và đẩy nhanh lên thành 100. Nhà xây dựng trẻ tuổi này đã tạo ra năng lượng kinh tế mà trước đây không có trên tuyến đường đó. Có thể bạn không tin, nhưng GDP của Mỹ thực sự đã tăng lên một chút khi tuyến đường giao báo đó tăng lên gấp bốn lần.

Các nhà xây dựng cũng tạo ra hàng hóa và dịch vụ mà khách hàng thậm chí không biết họ đã từng muốn hoặc tưởng tượng. Các nhà xây dựng tạo ra nhu cầu và việc làm. Khi Google, Apple được ra mắt, hay chiếc máy bay thương mại đầu tiên cất cánh vào năm 1914, không có nhu cầu nào vốn đã có sẵn đối với bất kỳ sản phẩm hoặc dịch vụ nào của họ.

Không ai nói, "Chúa ơi, tôi ước gì tôi có một thiết bị trong túi để tôi có thể tìm kiếm mọi thứ mà con người đã ghi lại từ xa xưa thay vì đến thư viện."

Hoặc, "Sẽ thật tuyệt nếu bay trong không khí trong một ống kim loại với vận tốc 400 dặm/giờ hơn là cưỡi ngựa đến nơi tôi muốn đến".

Hoặc, "Tôi ước rằng ai đó sẽ phát minh ra điện và hệ thống ống nước thay cho sử dụng nến và dầu hỏa - và thay cả cho việc nhà vệ sinh phải thiết kế bên ngoài căn nhà."

Các nhà kinh tế học và những nhà tư tưởng có ý nghĩa thường nhìn vào một nền kinh tế yếu kém hoặc đang suy giảm và kết luận, "Chúng ta có một nền kinh tế suy giảm vì nhu cầu yếu hoặc vì không có nhu cầu nào cả." Một quan sát sâu sắc hơn là, "Không có nhu cầu bởi vì không có đủ các nhà xây dựng tạo ra nhu cầu." Không có nhà xây dựng, không có nhu cầu, không có nền kinh tế phát triển và do đó, không có việc làm tốt.

Không bao giờ có nhu cầu vốn sẵn có về xe hơi, chuyến bay, TV, video, hệ thống ống nước trong nhà, điện hoặc internet, Starbucks hay Amazon. Ai đó phải có ý tưởng hay và xây dựng nó thành một thứ gì đó lớn lao. Và khi mọi người làm điều đó, họ tạo ra năng lượng kinh tế chưa từng có trước đây - cũng như những công việc tốt mới và tất cả những thứ xây dựng nền kinh tế đang phát triển.

Đã đến lúc tất cả chúng ta nên nghĩ đến việc xây dựng một thứ gì đó. Nhiều người trong chúng ta có thể xây dựng một doanh nghiệp vừa hoặc nhỏ, hoặc xây dựng một doanh nghiệp khổng lồ - một doanh nghiệp có doanh thu 10 triệu hoặc 10 tỷ đô-la. Tất cả chúng đều đếm và cộng lại thành tổng cộng của thế giới. Chúng ta cần hàng trăm ngàn doanh nghiệp vừa và nhỏ. Tất cả các xã hội đều cần các tổ chức thuộc mọi thể loại liên tục khởi động và bùng nổ - hoặc trái lại, chúng sẽ không bao giờ có thể phát triển.

Một số người trong chúng ta cũng có thể xây dựng một tổ chức phi lợi nhuận nhỏ, vừa hoặc lớn. Các tổ chức phi lợi nhuận cũng tạo ra sức mạnh kinh tế. Chúng thúc đẩy GDP và tạo ra công ăn việc làm thực sự và tăng trưởng thực tế của thành phố và tiểu bang. Các nhà thờ lớn, một bảo tàng trẻ em mới, một chuỗi các trung tâm chăm sóc trẻ em, tổ chức phi lợi nhuận hoặc tổ chức từ thiện hỗ trợ những công dân có hoàn cảnh khó khăn cũng tạo ra sức mạnh kinh tế. Mọi tổ chức hoặc thể chế này đều yêu cầu một mô hình kinh doanh và một nhà kiến tạo tài năng, nếu không họ sẽ không bao giờ thành công - họ sẽ không bao giờ tạo ra sức mạnh kinh tế mới nếu không có một nhà kiến tạo bẩm sinh.

Chúng ta cũng cần những "intrapreneur". Intrapreneurs là những người xây dựng các công ty khởi nghiệp từ các tổ chức đang hoạt động - những người được giao nhiệm vụ khó khăn để bắt đầu các dự án mới trong một tổ chức. Các tổ chức đang hoạt động như Gallup sẽ chỉ định một người nào đó "bắt đầu một bộ phận mới để bán hàng triệu cuốn sách" hoặc "bắt đầu một bộ phận phân tích mới" hoặc "bắt đầu một trung tâm mới tập trung phục vụ cho các trường cao đẳng và đại học" hoặc "mở một văn phòng mới ở Dubai hoặc Seoul." Những công việc này đều đòi hỏi những nhà xây dựng.

Xây dựng là một công việc có độ khó cao, nhưng bản chất của các nhà xây dựng tự nhiên là muốn làm những nhiệm vụ có độ khó bất khả thi. Họ thực sự thích những đống ngổn ngang, các vấn đề khó khăn, các rào cản, những việc không cần giám sát, ngẫu hứng và sự vội vàng của một bước đột phá khách hàng mới.

Các nhà xây dựng đã được tạo ra khác với số còn lại trong chúng ta. Họ được sinh ra và đặt trên trái đất để xây dựng.

Các nhà xây dựng từ Andrew Carnegie đến JP Morgan, John D. Rockefeller đến Henry Ford nổi tiếng đã tạo ra sức mạnh kinh tế lịch sử thông qua thép, điện, xe lửa và xe hơi. Họ đã biến đổi nước Mỹ và thế giới bởi vì họ đã tạo ra những khách hàng mà trước đây chưa từng tồn tại. Họ đã có một khả năng thiên phú để hình dung, tạo ra nhiều khách hàng và thay đổi cách chúng ta sống. Họ cũng đánh cược rất lớn - đôi khi họ sẽ đánh cược hết tất cả những gì có giá trị của họ. Những người xây dựng quá khích sẽ đánh cược vài lần trong đời bằng tất cả những gì mình có.

Mọi tổ chức trên thế giới - ngay cả các tổ chức phi lợi nhuận, trường học và nhà thờ - đều có khách hàng của họ. Các nhà xây dựng được sinh ra với năng khiếu biết cách tạo ra nhu cầu cho những khách hàng đó. Sự phá vỡ thị trường mang lại một cách sống tốt hơn.

Jack Dorsey và những người đồng sáng lập Twitter của ông đã không đáp ứng lại một đòi hỏi của thị trường. Thay vào đó, họ đã phá vỡ thị trường truyền thông và tạo ra một phương cách khác để giao tiếp xã hội.

John Hope Bryant đã xây dựng Operation HOPE, một tổ chức phi lợi nhuận lớn nhằm giúp những người có thu nhập thấp cải thiện điểm tín dụng để họ có thể ngay lập tức cải thiện cuộc sống của mình. Ông đã tạo ra một khóa học giáo dục nhanh về tiền và tín dụng đặt tại một bàn đặc biệt ở các chi nhánh ngân hàng trong cả nước. Hàng triệu người Mỹ có thu nhập thấp cần dịch vụ này. Khách hàng trả tiền của John là các tổ chức tài chính vì họ chủ yếu tài trợ cho tổ chức phi lợi nhuận của ông ấy. Sẽ là một điều vô cùng quý giá đối với các ngân hàng khi họ có những công dân có điểm tín dụng tốt so với điểm tín dụng xấu hoặc thấp.

Các ngân hàng không cổ vũ điều này, và nhiều người có thu nhập thấp thậm chí còn không hình dung ra có tồn tại loại hình dịch vụ này. John đã xây dựng một tổ chức phi lợi nhuận khổng lồ trên toàn quốc thông qua việc định hình hai loại khách hàng - những công dân có thu nhập thấp sử dụng dịch vụ (miễn phí) và khách hàng thứ cấp, các ngân hàng, những người tài trợ cho nó. John đã tạo ra khách hàng và sức mạnh kinh tế mà trước đây chưa hề có. Ông ấy đã cải thiện nhiều cuộc sống và thay đổi cả thế giới.

Roy và một số người bạn thời đại học của mình đã đồng sáng lập một công ty đại lý quảng cáo sau khi theo học tại Đại học Texas tại Austin vào năm 1971. Công ty của của ông ấy khác với những công ty khác bởi vì nó giúp khách hàng xác định giá trị và mục đích của họ, và truyền đạt cho thế giới biết lý do họ kinh doanh thay vì chỉ tập trung vào thương hiệu và tiếp thị truyền thống. Giá trị và mục đích, chứ không phải chỉ tạo vị thế và sự khác biệt cho thương hiệu, đã thúc đẩy các công việc sáng tạo của công ty ông ấy dành cho khách hàng. Và cách tiếp cận đã được chứng minh đó là một thành công lớn. Roy's trở nên nổi tiếng nhờ "xây dựng thương hiệu lấy cảm hứng từ mục đích" và công ty mà ông và các đối tác xây dựng đã có những khách hàng lớn như Walmart, Southwest Airlines và Không quân Mỹ.

Roy kể từ đó đã trao công việc của mình lại cho những người khác trong công ty tiếp quản, nhưng ông ấy vẫn không thể ngừng xây dựng. Ông ấy đã xây dựng Purpose Institute và bắt đầu bán thương hiệu Royito's Hot Sauce của riêng mình từ một xe bán đồ ăn sáng Airstream nơi ông ấy làm việc.

Mục đích sống của Roy là giúp người khác hoàn thành mục đích của họ. Ông ấy luôn luôn nói với những người trẻ tuổi, "Bạn có thể kiếm sống và cuộc sống trở nên tuyệt vời với những gì bạn đã giỏi - và dành cả đời để làm những gì bạn thích làm." Làm được điều đó nằm trong DNA của Roy.

Emily là sinh viên tại Đại học George Washington ở Washington, DC. Cô tham gia chương trình phi lợi nhuận quốc gia, Lemonade Day, và sau đó nhận thử thách thành lập một nhóm hoạt động Lemonade Day trong khuôn viên của trường Đại học George Washington.

Lemonade Day dạy cho học sinh từ lớp năm đến lớp tám cách điều hành một doanh nghiệp - trong trường hợp này là quầy bán nước chanh của riêng chúng - và chúng có thể giữ lợi nhuận thu được. Emily là một nhà xây dựng bẩm sinh, và với nguồn vốn tài trợ, cô đã nhanh chóng xây dựng một tổ chức phi lợi nhuận tuyển dụng, đào tạo và chuyển giao khoảng 500 sinh viên đại học mỗi năm để cố vấn cho 8.000 học sinh tiểu học và trung học cơ sở.

Emily đã xây dựng một tổ chức phi lợi nhuận khổng lồ khi còn là một sinh viên toàn thời gian. Năng lượng mới đã bùng nổ từ học sinh lớp năm đến lớp tám, từ sinh viên đại học nhận được tín chỉ của chương trình, và từ các doanh nghiệp địa phương đã tài trợ nó.

Lemonade Day cũng tạo ra một mô hình tư vấn quy mô lớn cho các chương trình quốc gia của các trường đại học. Nó đã truyền cảm hứng cho các trường đại học áp dụng mô hình này và mang Lemonade Day đến thành phố của họ thông qua các sinh viên đại học.

Emily là một nhà xây dựng bẩm sinh. Khi thức dậy vào buổi sáng, cô ấy nhìn thế giới của mình qua lăng kính "Hôm nay tôi có thể xây dựng được gì?"

Jim và John đã vay $5.000 cách đây 40 năm để thành lập một công ty nghiên cứu thị trường nhỏ ở miền trung tây nước Mỹ. Họ xây dựng nó bởi vì họ muốn làm một cái gì đó của riêng mình. Họ không muốn những công việc bán hàng cấp thấp tại IBM hay Xerox, những công việc nóng nhất trên thế giới lúc bấy giờ.

Giống như hầu hết những nhà xây dựng khác, Jim và John thức dậy mỗi sáng để chế tạo một thứ gì đó bởi vì họ chủ yếu xuất phát từ nhu cầu - không phải nhu cầu quá nhiều về tiền mà là nhu cầu về độc lập và chủ nghĩa cá nhân cực đoan. Họ đã tìm thấy một công việc đầy cảm hứng bằng cách xây dựng doanh nghiệp của chính họ, mà cùng với các đồng nghiệp, họ vẫn đang xây dựng và phát triển cho đến ngày nay.

CHƯƠNG 18

Nhưng việc tạo ra một doanh nghiệp hoặc một tổ chức phi lợi nhuận có quy mô lớn bùng nổ sẽ không xảy ra chỉ với một người xây dựng tài năng. Có một hệ sinh thái mong manh dễ vỡ xung quanh những người xây dựng có hiệu quả.

Gallup đã phát hiện ra rằng có ba nhân tố chính trong sự phát triển của bất kỳ tổ chức nào, cho dù đó là một doanh nghiệp mới, một bộ phận mới trong một công ty hay một tổ chức phi lợi nhuận. Chúng tôi gọi họ là "ba alpha": *Người gọi mua alpha, Nhạc trưởng alpha* và *Chuyên gia alpha*. Khi sự kết hợp này tồn tại trong một tổ chức hoặc trong một nhóm, khả năng nó bùng phát và bùng nổ sẽ tăng theo cấp số nhân.

Một *Người gọi mua alpha* là một người tạo ra thu nhập cho một doanh nghiệp hoặc tổ chức bằng cách môi giới các giao dịch hoặc thu hút khách hàng hoặc quỹ tài trợ. Họ là một người có động cơ và sự kiên định khác thường - sự chịu đựng bền bỉ hiếm có. Những trở ngại và thất bại thực ra lại làm gia tăng quyết tâm của *Người gọi mua alpha*. Một doanh nghiệp hầu như không bao giờ hoạt động tốt nếu không có người chơi này.

Một *Nhạc trưởng alpha* có khả năng quản lý. Đây là người điều hành hoặc người quản lý, người biết cách làm thế nào để tất cả người chơi trong nhóm - hoặc trong "dàn nhạc" - làm việc cùng nhau một cách liền mạch. Người này kết dính toàn bộ tổ chức lại với nhau.

Một *Chuyên gia alpha* cung cấp kiến thức chuyên môn khác biệt cho sản phẩm hoặc dịch vụ cốt lõi. Cho dù đó là nhà thống kê xuất sắc của khởi nghiệp dịch vụ phân tích, đầu bếp ngôi sao của nhà hàng mới hay lập trình viên giỏi nhất của công ty phần mềm, hầu như mọi khởi nghiệp thành công đều có một chuyên gia alpha có năng lực khác xa với đám đông còn lại.

Nhiều người được sinh ra để làm điều này. Cho dù chúng ta là *Người gọi mua alpha, Nhạc trưởng alpha* hay *Chuyên gia alpha*, những gì chúng ta có thể xây dựng là vô hạn.

Chương 19

CÁC YẾU TỐ THÀNH CÔNG CỦA MỘT CHÍNH SÁCH TÁI CẤU TRÚC NHÂN VĂN

Tác giả: Sven Otto Littorin
Bộ trưởng Bộ việc làm Thụy Điển 2006-2010

Sven Otto Littorin là một doanh nhân và cố vấn cho các công ty Thụy Điển và quốc tế. Vào tháng 06/2002, ông đảm nhiệm chức Tổng thư ký đảng Ôn hòa và tháng 10/2006 là Bộ trưởng Bộ Việc Làm của Thụy Điển. Ông ấy có bằng cử nhân khoa học về kinh tế và kinh doanh, và đã từng thỉnh giảng tại Đại học Stanford.

CHƯƠNG 19

Việc sản xuất ra xúc xích và làm chính trị là hai thứ mà nhiều người không muốn nhìn thấy. Thật vậy, hành động chính trị diễn ra chậm chạp và tuyến tính. Chính sách mới chủ yếu dựa trên chính sách cũ, và thực tế thay đổi nhanh chóng hiếm khi là trung tâm của sự chú ý, có thể bởi vì chính trị là một trò chơi có tổng số cuối cùng bằng không: nếu ai đó muốn tham gia, người khác phải thoát ra, và người kế nhiệm đưa ra một ý tưởng mới khó hơn nhiều so với việc tranh luận về một ý tưởng hiện có. Theo cách này, chính trị thậm chí còn tồi tệ hơn cả việc sản xuất xúc xích, với việc các chính trị gia liên tục tranh nhau ăn bữa cơm trưa của nhau. Điều này không có lợi cho tư tưởng sáng tạo.

Trong bốn năm trước cuộc bầu cử năm 2006 ở Thụy Điển, tôi là Tổng thư ký của đảng Ôn hòa, về cơ bản đã phá sản sau cuộc bầu cử thảm khốc trước đó. Chúng tôi đã được bổ nhiệm là "những người dọn dẹp", một đội ngũ chính trị gia trẻ mới mẻ với tất cả mọi thứ để giành chiến thắng và không có gì để mất. Di sản của đảng còn để lại thì có rất ít giá trị và chúng tôi phải suy nghĩ theo một cách mới và nhanh chóng. Đổi mới là cơ hội duy nhất để chúng tôi có thể trở nên vững mạnh cho cuộc bầu cử tiếp theo bốn năm sau đó.

Chúng tôi đã thử một cách tiếp cận hoạch định chính sách không chính thống. Chúng tôi đã áp dụng tư duy thiết kế với một mức độ nào đó trong quá trình này mặc dù chúng tôi không thực sự hiểu rõ về nó. Tư duy thiết kế là giải quyết một vấn đề thông qua tạo mẫu nhanh với nhiều lần lặp lại: thiết kế, thử nghiệm, thiết kế, thử nghiệm, và cứ như thế. Tuy nhiên, trong trường hợp của chúng tôi, chúng tôi đã bắt đầu từ cuối đi lên - tự hỏi bản thân rằng chúng tôi muốn xã hội của mình trông như thế nào trong một hoặc hai thập kỷ tiếp theo và sau đó lặp lại một quy trình chính sách ngược lại. Đó là một kiểu hoạch định chính sách ngược lại, trong đó chúng tôi cố gắng đổi mới quy trình hoạch định chính sách thực tế và đặt câu hỏi về những chân lý và niềm tin trước đây cho bản thân chính sách đó.

Quá trình này đã bị chất vấn, thậm chí đôi khi lúc đầu còn bị chế nhạo, nhưng kết quả là một sự thành công. Năm 2006, đảng của chúng tôi đạt kết quả bầu cử cao nhất kể từ năm 1928 và thành lập chính phủ đa số đầu tiên trong gần ba thập kỷ. Chúng tôi lên nắm quyền với một tư duy và phương pháp đổi mới chính sách độc đáo.

Một khía cạnh của phương pháp này là xem việc hoạch định chính sách như một loại nguyên mẫu. Sau khi đưa ra một cuộc cải cách toàn diện trong một hệ thống rất phức tạp, có hàng ngàn vấn đề nhỏ hơn nảy sinh mà bạn không thể lên kế hoạch hoặc lường trước được. Vì vậy, chúng tôi đã thay đổi các phần khác nhau trong công việc cải cách này để giải quyết những vấn đề đó. Tôi nhớ có lần một nhà báo hỏi tôi rằng liệu tôi có tin vào những cải cách của chính mình không vì chúng tôi cứ thay đổi chúng liên tục. Câu trả lời rất đơn giản: nếu thực tế và lộ trình khác nhau thì thực tế luôn chiến thắng. Và điều quan trọng hơn là nên tập trung vào sứ mệnh bao quát trước mắt hơn là thể hiện quyền thế trong việc thực thi các chính sách.

Sau cuộc bầu cử năm 2006, tôi được bổ nhiệm làm Bộ trưởng Bộ Việc Làm (tức Bộ trưởng Bộ Lao Động), phụ trách ngân sách lớn thứ hai của chính phủ. Nhu cầu đổi mới chính sách trong lĩnh vực đó là rất lớn và chúng tôi đã cố gắng kết hợp cách tiếp cận đổi mới với các chính sách thị trường lao động "truyền thống" hơn, mà các nhà kinh tế thị trường lao động thích thúc đẩy.

Chúng tôi đã có rất nhiều khả năng để áp dụng tư duy của mình nên chúng tôi thực hiện nó ngay lập tức. Đầu tiên, chúng tôi đã giới thiệu gói cải cách thị trường lao động toàn diện với kết quả đem lại khá tốt. Nhưng ngay sau đó, vào năm 2008, Thụy Điển đã bị ảnh hưởng nặng nề bởi sự sụp đổ của Lehman Brothers và suy thoái kinh tế sau đó. Tư duy của chúng tôi về việc xem khủng hoảng như cơ hội đã tỏ ra cực kỳ có ích.

Chúng tôi phải đối mặt với nhiệm vụ lớn tái cơ cấu nền kinh tế của mình do khủng hoảng gây ra. Tái cấu trúc truyền thống là một công việc khó khăn và tẻ nhạt. Trong hầu hết các trường hợp, một công ty hoặc nhà máy phải đóng cửa sẽ tìm cách trả ít nhất cho khoản trợ cấp thôi việc và rời khỏi thành phố hoặc khu vực sau đó. Nếu có ít quy định ràng buộc thì công ty đó có thể làm ít nhiều những gì nó thích để làm mạnh tài chính trở lại trong một thời gian ngắn. Tuy nhiên, cái nhìn rất tiêu cực của công chúng về công ty, nền kinh tế thị trường hay chủ nghĩa tư bản nói chung tất nhiên sẽ là những ảnh hưởng lâu dài. Nhưng khi những khủng hoảng này xảy ra, trọng tâm là thời điểm hiện tại, không phải tương lai. Các chính trị gia đều nhận thức được điều đó bởi vì họ sẽ là những người ở điểm xuất phát bằng không khi mọi thứ sụp đổ và mọi ngón tay đều chĩa về phía họ.

Vì vậy, rất dễ hiểu tại sao các chính trị gia ở nhiều quốc gia có chức năng điều tiết việc đóng cửa hoặc tái cơ cấu doanh nghiệp, mà điều này khiến quá trình đóng cửa các nhà máy và cơ sở lỗ lã trở nên vừa tốn kém vừa khó khăn hơn. Nhiều quốc gia ở châu Âu đã phải đối mặt với những vấn đề thực sự trong lĩnh vực này, nơi luật lao động, thuế và tiền trợ cấp thôi việc đã trở nên quá nhiều. Kết quả là các nhà máy không có lãi vẫn tiếp tục hoạt động với rất ít hy vọng thoát khỏi vùng đỏ (lỗ lã). Điều này tất nhiên là không bền vững, nhưng đối với nhiều chính trị gia, việc tiếp tục như vậy cho đến cuộc bầu cử tiếp theo thì hấp dẫn hơn nhiều so với việc đứng ở trung tâm của mặt đất với tất cả mọi người chỉ tay vào họ. Nhưng đó không phải là cách chúng tôi nắm quyền. Quản lý ở điểm xuất phát bằng không đã trở thành trò chơi chiến thắng của chúng tôi.

Trở lại những năm 90, trước khi đổi mới đảng, chúng tôi lần đầu tiên giành được "khả năng thăng bằng trên con tàu đang di chuyển" của mình với tư cách là nhân viên cấp cao cho các bộ trưởng trong cuộc khủng hoảng tiền tệ Thụy Điển năm 1992. Tôi đang lãnh đạo ban tham mưu của Bo Lundgren, Bộ trưởng Bộ Tài Chính và Tài Khóa thì tôi nhận được một cuộc điện thoại kinh hoàng từ các ngân hàng tư nhân lớn nhất ở Thụy Điển nói rằng, "Ngày mai chúng tôi sẽ hết tiền." Các dấu hiệu cảnh báo đã rõ ràng, nhưng sự chuẩn bị thì thiếu nghiêm trọng - cũng như lúc trước cuộc khủng hoảng năm 2008. Nó giống như việc thay đổi động cơ trên một chiếc máy bay giữa không trung: chúng tôi xây dựng chương trình cứu trợ ngân hàng ở tốc độ cao song song với các sự kiện đang diễn ra trên mặt đất. Đây là một trong những lý do quan trọng tại sao Thụy Điển lại xoay sở rất tốt trong cuộc Đại suy thoái vào những năm 90. Số phận đã chuẩn bị sẵn cho chúng tôi cách xoay sở tình huống.

Đây cũng là lý do tại sao Austan Goolsbee, Chủ tịch Hội đồng cố vấn kinh tế của Obama, đã đến thăm chúng tôi ở Thụy Điển vào năm 2010 để tìm hiểu về việc nước Mỹ có thể học hỏi từ cách chúng tôi đã xử lý cuộc khủng hoảng như thế nào - cả việc dọn dẹp cuộc khủng hoảng tài chính năm 1992 và vượt qua cuộc khủng hoảng năm 2008 mà không ảnh hưởng đến cải cách cơ cấu thị trường lao động của chúng tôi.

Vào năm 2011, sau khi từ chức chính phủ, tôi chuẩn bị bắt đầu biên chế giáo sư của mình với tư cách là một giáo viên thỉnh giảng tại Stanford do David Nordfors chủ trì. Chúng tôi đã quyết định xem xét sâu hơn cách thức đổi mới có thể tạo ra việc làm. Điều này sau đó đã dẫn đến việc chúng tôi đồng sáng lập i4j cùng với Vint Cerf và Anders Flodström, người sau đó vừa từ chức hiệu trưởng giáo dục đại học ở Thụy Điển.

Một sự kiện ly kỳ đối với chúng tôi là nghe Tổng thống Obama nói "đổi mới cho việc làm" nhiều lần trong bài phát biểu liên bang năm 2011 của ông. Chúng tôi đã tự đến thăm Austan tại Nhà Trắng và hỏi ông ấy rằng họ có kế hoạch gì để thúc đẩy đổi mới việc làm không. "Không có kế hoạch gì cả," ông nói. "Nhưng thật tốt khi nói ra điều đó. Bây giờ thì khỏi bàn gì cả vì chúng tôi đang đấu tranh cho ngân sách và có thể phải đóng cửa chính phủ vào tuần tới." David và tôi đều hiểu ngay lúc đó rằng ý tưởng đổi mới cho công việc cuối cùng là quan trọng nhưng hoàn toàn chưa được phát triển thành một khái niệm. Về cơ bản, nó vẫn chưa được biết đến rộng rãi, và nó là lý do mạnh mẽ để chúng tôi theo đuổi cái đã trở thành Diễn đàn Lãnh đạo i4j.

Một chính sách nhân đạo để tái cấu trúc

Một buổi sáng năm 2009, tôi đọc được một câu chuyện gây sốc trên báo. General Motors đã thông báo rằng chính phủ Thụy Điển buộc phải mua SAAB Automobile từ họ; nếu không, họ sẽ đóng cửa nhà máy và sa thải tất cả công nhân. Đó rõ ràng là một động thái thù địch và là một hành động tống tiền chính trị có tính toán. Chính phủ Thụy Điển không có ý định trở thành nhà sản xuất xe hơi, và nhiệm vụ của chúng tôi là phải nói rõ điều đó với GM, các công đoàn và báo chí.

Tất cả các ngón tay đều đang chĩa vào tôi và Bộ trưởng Bộ Công Nghiệp. Các công cụ mà chính phủ thường sử dụng để quản lý tình hình đó đã bị cuộc khủng hoảng tài chính làm cho không còn sắc bén nữa. Nhưng một cuộc khủng hoảng như vậy thường mang đến những cơ hội vàng cho sự bùng nổ. Người sử dụng lao động có thể sa thải bất kỳ lực lượng lao động không mong muốn nào, đổ lỗi cho khủng hoảng và hơn nữa đe dọa đóng cửa hoàn toàn nếu có ai đó can thiệp, bắt người đóng thuế phải gánh chịu chi phí.

Chúng tôi biết rằng chúng tôi cần phải đổi mới chính sách hoặc bổ sung những chính sách cũ để xử lý tình huống này. Bộ trưởng Bộ Công Nghiệp Maud Olofsson và tôi đã trở thành bạn của nhau - cả hai chúng tôi đều ủng hộ hoạt động làm chủ doanh nghiệp và đã tin tưởng lẫn nhau - và chúng tôi quyết định cùng nhau thực hiện điều này. Cầu nối giữa lao động và chính sách đổi mới thì khó thực hiện do sức ì chính trị và thiếu một ngôn ngữ chung, nhưng nó mang lại tiềm năng mạnh mẽ.

Cuộc khủng hoảng là cơ hội tốt cho chúng tôi kết hợp việc tái cấu trúc cần thiết với một cách tiếp cận các cá nhân, công ty và khu vực một cách lịch sự và tôn trọng. Tóm lại, chúng tôi quyết định rằng sự phá hủy sáng tạo của Schumpeter (người đã đưa ra lý thuyết rằng chủ nghĩa tư bản cuối cùng sẽ bị diệt vong bởi chính sự thành công của nó) có thể phát huy tác dụng theo cách nhân đạo hơn để đảm bảo cá nhân người lao động được đối xử công bằng. Chúng tôi sẽ cố gắng giữ cho sức mạnh của sự phá hủy này không gây nguy hại đến sự bền vững lâu dài của nền kinh tế hoặc niềm tin vào chính nền kinh tế thị trường. Điều đó cũng hợp lý đối với các công ty. Chúng tôi thấy rằng nếu họ chỉ cần dành thêm một chút thời gian và nỗ lực, họ sẽ gặt hái được những phần thưởng rất dồi dào.

Cách tiếp cận này đã được thử nghiệm trước đây; thực tế là nó dường như nằm trong DNA của kiểu mẫu người dân Thụy Điển. Nhưng các biện pháp khuyến khích phải phù hợp trên diện rộng, và mọi cuộc khủng hoảng được tiếp cận theo đúng cách, chủ yếu là dựa vào tình huống đang xảy ra.

Tuy nhiên, tất cả những cuộc tái cấu trúc như vậy đều có một điểm chung: chúng cần có sự hợp tác. Và khủng hoảng là thời điểm tốt nhất để mọi người chứng tỏ rằng họ có thể hợp tác với nhau. Tôi đã áp dụng phương pháp này vài lần, và lần nào cũng có kết quả tốt. Đó là một chính sách hoạt động tốt.

Dựa trên kinh nghiệm của Thụy Điển về đổi mới chính sách, tôi muốn chỉ ra rằng có năm yếu tố chính của một chính sách tái cấu trúc nhân đạo:

1. Tập trung vào khả năng tuyển dụng và tạo việc làm thay vì giữ cho những ngành công nghiệp đang hấp hối tiếp tục thoi thóp

Cần phải đóng cửa các nhà máy và thậm chí các công ty không có lãi để giữ cho nền kinh tế cạnh tranh. Sử dụng công quỹ để cố gắng cứu những ngành công nghiệp đang chết dần phần lớn là hoàn toàn vô ích như chúng ta đã biết từ kinh nghiệm cay đắng. Vào những năm 1970, khi cuộc khủng hoảng dầu mỏ tấn công các nhà máy đóng tàu của Thụy Điển, chính phủ đã hỗ trợ ngành công nghiệp này bằng hàng tỷ USD trợ cấp công nghiệp. Điều này đã không giúp ích được gì cả. Kết quả là, vào đầu những năm 1980, hầu như tất cả các công ty đã nhận trợ cấp đều biến mất cùng với những việc làm. Chính phủ thà đã đem tiền mặt ra đốt còn tốt hơn trợ cấp cho họ.

Thực tế là, chúng ta không thể cứu sống tất cả việc làm hoặc toàn bộ các công ty, nhưng chúng ta có thể tìm cách duy trì khả năng tuyển dụng của lực lượng lao động của mình. Đây phải là một nhiệm vụ chung, nơi mà khu vực công và tư cùng chung tay hợp sức. Nếu không, người lao động và cộng đồng - những người đồng thời cũng là những cử tri - sẽ đòi hỏi nhiều quy định hơn, thuế cao hơn, trợ cấp nhiều hơn và các kiểu biến dạng khác đối với nền kinh tế.

Một xã hội mà một cuộc khủng hoảng nghiêm trọng bị tấn công bởi cả khu vực tư và công là một xã hội không có lòng tin - một nơi luôn luôn lạnh lẽo cho dù nó đang trong thời điểm tốt hay xấu.

2. Áp dụng bảo hiểm thất nghiệp một cách thận trọng và khôn ngoan

Ở Thụy Điển, cũng như nhiều quốc gia khác, có các mạng lưới hỗ trợ nhằm giảm bớt tác động của tình trạng thất nghiệp đột ngột, bao gồm các loại hệ thống bảo hiểm thất nghiệp và các phúc lợi khác. Thách thức thực sự quan trọng là nhận được các ưu đãi phù hợp. Trợ cấp thất nghiệp không nên được sử dụng như một hệ thống thay thế tiền lương mà không đặt ra yêu cầu hoặc hạn chế nào đối với đối tượng nhận. Đúng hơn, nó phải được coi là bảo hiểm. Bạn đóng phí bảo hiểm trong khi làm việc để nhận được sự hỗ trợ trong thời gian chuyển đổi.

Tôi tin rằng điều quan trọng là phải hiểu rằng đây không phải là "tiền mặt miễn phí". Ngược lại, các cá nhân chỉ có thể nhận được các khoản tiền này khi họ đang tích cực tìm kiếm việc làm và sẵn sàng chấp nhận thuyên chuyển (cả về địa lý và nghề nghiệp) để được cung cấp một công việc mới. Một người thất nghiệp trong thời gian dài hơn phải tham gia vào các chương trình của thị trường lao động, nâng cao kỹ năng hoặc đào tạo lại để thu hút người sử dụng lao động hơn. Thất nghiệp là một việc khá vất vả, và nó nên phải như vậy.

3. Áp dụng củ cà rốt và cây gậy để biến người chủ sắp phải ra đi trở thành một phần của đội cứu hộ

Nếu khu vực công chịu phần lớn trách nhiệm đối với quá trình chuyển đổi, các công ty cũng phải chia sẻ một phần. Nếu các công ty được hưởng lợi từ quy chế và mức thuế thấp hơn để thực hiện các cải cách cơ cấu và sa thải cần thiết thì điều công bằng là họ cũng nên chung tay tháo gỡ tình thế này.

Các công ty Thụy Điển thường cực kỳ tốt trong việc này. Thời gian trả lương thôi việc thường lâu hơn so với quy định của pháp luật, và các công ty hợp tác rất chặt chẽ với phòng dịch vụ việc làm công cộng để hỗ trợ những người đã bị chấm dứt hợp đồng lao động. Trong các đợt sa thải lớn hơn, phòng dịch vụ việc làm công cộng thường được mời mở các văn phòng chi nhánh ngắn hạn bên trong các nhà máy để họ càng ở gần với những người bị chấm dứt hợp đồng lao động bao nhiêu thì càng tốt bấy nhiêu. Trong nhiều trường hợp, các công ty tự mở các dịch vụ chuyển tiếp nội bộ, cung cấp cho những người đã chấm dứt hợp đồng lao động sự hỗ trợ hoàn toàn của bộ phận nhân sự để tìm việc làm phù hợp ở nơi khác.

Ngoài ra, có một cơ chế độc nhất đang tồn tại. Khoảng một nửa thị trường lao động Thụy Điển được hỗ trợ bởi "quỹ chuyển tiếp chung", nơi các tổ chức công đoàn và người sử dụng lao động đã đồng tình dành ra 0,25% tổng số tiền lương cho các công ty đặc biệt, do các tổ chức công đoàn và người sử dụng lao động cùng sở hữu. Các quỹ này được sử dụng trong quá trình chấm dứt hợp đồng nhằm hỗ trợ các cá nhân bằng cách cung cấp cho họ giáo dục và đào tạo thêm, hỗ trợ trong các hoạt động di dời và tìm kiếm.

Các quỹ và tổ chức thực hiện những dịch vụ này đã rất thành công. Trong cuộc khủng hoảng 2008-2009, 85% số người bị chấm dứt hợp đồng lao động không bao giờ phải đăng ký trợ cấp thất nghiệp. Họ đã tìm được việc làm trước khi hết thời hạn chấm dứt hợp đồng. Từ quan điểm chính trị, đây là một sự nhẹ nhõm lớn: không cần đến tiền thuế và những cá nhân này không bao giờ phải cần sự hỗ trợ công cộng.

4. Đòn bẩy lao động có tổ chức

Trong hệ thống này, lao động có tổ chức đóng một vai trò rất lớn. Ở Thụy Điển, tỷ lệ tổ chức là hơn 80%, và gần 90% thị trường lao động được hỗ trợ bởi các thỏa ước tập thể. Đạo luật điều chỉnh những vấn đề này được thực hiện sớm nhất vào năm 1928. Chúng được thúc đẩy bởi những người sử dụng lao động muốn có sự bình yên, sự dễ đoán, và sự ổn định nơi làm việc trong thời gian hợp đồng. Tất nhiên, mô hình này cũng có những mặt trái, nhưng thực tế là nó làm cho quá trình tái cấu trúc dễ dàng và dễ quản lý hơn.

5. Tạo ra một hệ sinh thái khởi nghiệp tận dụng các công nghệ và công nhân bị sa thải

Cuối cùng - và đây là phần thực sự đổi mới - chúng tôi nhận thấy rằng "có việc làm" không phải là lựa chọn duy nhất. Cũng có nhiều cách để làm cầu nối giữa lao động và chính sách đổi mới. Một giải pháp thay thế thành công là những người mất việc sẽ thành lập công ty của riêng họ và trở thành một doanh nhân. Ở đây, truyền thống ở Thụy Điển yếm thế hơn: mô hình thị trường lao động truyền thống thích hợp cho các tập đoàn lớn hơn nhưng kém linh hoạt đối với các công ty và doanh nghiệp cá thể nhỏ hơn. Theo truyền thống, thuế cũng cao và các hệ thống phúc lợi chủ yếu căn cứ trên việc làm thường xuyên.

Nhưng mọi thứ đã thay đổi trên khắp Scandinavia. Khi Nokia sa thải hàng ngàn người cách đây một thập kỷ, họ đã giới thiệu một kế hoạch trong đó công ty giúp một số người bị chấm dứt hợp đồng thành lập công ty khởi nghiệp của riêng họ. Nokia đã hỗ trợ đào tạo, kế toán, và các vấn đề pháp lý, và thậm chí cung cấp một phần lớn vốn chủ sở hữu cho họ. Trong nhiều trường hợp, họ thậm chí còn đặt hàng cho đầu ra của những công ty mới này.

Vào năm 2013, khi Sony Mobile ở Lund, Thụy Điển phải cho khoảng 1.000 nhân viên thôi việc, tôi đã được Thống đốc thứ nhất của Vùng Skåne bổ nhiệm để điều phối các hoạt động nhằm giảm thiểu tác động của những đợt sa thải này. Sony Mobile đã thành lập một "trung tâm spinout", một vườn ươm nội bộ, nơi họ nghiên cứu sâu về các bằng sáng chế và các sản phẩm không thuộc lĩnh vực kinh doanh cốt lõi của họ sẵn sàng để bán hoặc tung ra cho những người bị chấm dứt hợp đồng. Một ví dụ như vậy là Sigma Connectivity, trong đó một số kỹ sư tại Sony Mobile đã tách ra từ một bộ phận của công ty, mang theo khoảng 200 nhân viên. Công ty mới này cuối cùng đã trở thành một công ty con của một công ty cá thể khác. Sony Mobile đã sử dụng họ như một nhà thầu phụ, nhưng họ cũng có thể tự do tìm kiếm những mối kinh doanh khác. Hôm nay, năm năm sau, Sigma Connectivity đã tuyển dụng nhiều nhân viên hơn so với năm 2013.

Đồng thời, Sony Mobile cam kết 3 triệu SEK (khoảng 340.000 USD) mỗi năm trong 10 năm để thành lập The Mobile and Pervasive Computer Institute at Lund University, một viện nghiên cứu trong ngành nghiên cứu các kiến trúc hệ thống tương lai cho truyền thông di động. Chúng tôi đã cố gắng thu xếp để khu vực này và các trường đại học cam kết một số tiền tương tự. Với tổng ngân sách ít nhất hơn 10 triệu đô-la trong hơn 10 năm, viện này không những chỉ đã tuyển dụng một số kỹ sư có tay nghề cao, những người phải rời Sony Mobile, mà còn chứng tỏ rất có giá trị đối với công ty Sony Mobile nói riêng và ngành này nói chung.

Sony Mobile đã làm rất tốt trong việc xử lý việc thu nhỏ kích thước công ty của họ. Họ vẫn có sức hấp dẫn với tư cách là một nhà tuyển dụng, tạo ra các nhà thầu phụ của riêng họ, thành lập một liên minh với chính quyền khu vực và trường đại học, và nghiên cứu mũi nhọn mà họ có thể hưởng lợi trong nhiều năm tới. Họ đã làm điều này trong khi cắt giảm chi phí và bảo vệ sự tồn tại lâu dài của chính họ. Vì vậy, luôn luôn có những cách để "làm điều đúng đắn" mà sẽ mang lại lợi ích cho cả cổ đông, nhân viên và cơ quan quản lý.

Thực hiện cải cách cơ cấu khi bạn có thể, không phải khi bạn cần

Phương châm cốt lõi của hoạt động kinh doanh này là: hãy chuẩn bị sẵn sàng. Thực hiện cải cách cơ cấu khi bạn có thể vì có thể đã quá muộn để bắt đầu khi bạn thực sự cần chúng.

Khi chính phủ của chúng tôi lên nắm quyền vào năm 2006, chúng tôi không biết rằng chúng tôi sắp bị ảnh hưởng bởi cuộc khủng hoảng tài chính toàn cầu 2007-2008, tiếp theo là cuộc Đại suy thoái, thảm họa kinh tế tồi tệ nhất kể từ cuộc Đại suy thoái đến nay. Nhưng vì chúng tôi đã tiến hành cải cách cơ cấu trong khi nền kinh tế vẫn còn vững mạnh, Thụy Điển đã vượt qua cuộc khủng hoảng với ít đau đớn hơn hầu hết các quốc gia khác.

Thụy Điển có một nền kinh tế mà quá trình chuyển đổi và di chuyển trong thị trường lao động khá dễ dàng; hơn 1 triệu người thay đổi việc làm trong một năm bình thường trong một thị trường lao động có dưới 5 triệu người. Đây cũng là một thị trường lao động ổn định. Chúng tôi đã trải qua khá ít đình công và xung đột. Cuối cùng, đó là một thị trường lao động đủ linh hoạt để đối phó với những biến động của toàn cầu hóa và sự biến đổi.

Khi Ericsson cắt giảm nhân sự của họ ở Thụy Điển trong nửa đầu thế kỷ, không có ngày nào diễn ra đình công cả. Hầu hết công nhân bị sa thải đã tìm được việc làm mới trong thời gian hợp lý. Điều tương tự cũng xảy ra vào năm

2008 và 2009, khi ngành công nghiệp xe hơi bị ảnh hưởng đặc biệt nghiêm trọng. Việc kết hợp các mô hình kinh tế truyền thống với cách tiếp cận hợp tác nhân văn hơn đã mang lại kết quả tốt.

Tuy nhiên ở Thụy Điển, thị trường lao động không hẳn là một thị trường mà là một cartel gồm những người trong cuộc, nơi hầu như mọi nỗ lực đều tập trung vào những gì đã có trên thị trường lao động. Ngưỡng gia nhập vào thị trường lao động vẫn còn quá cao, do đó việc bị loại trừ khỏi thị trường lao động đã là một vấn đề thực sự trong một thời gian dài, đặc biệt là đối với những người trẻ tuổi, người nhập cư và người bị khuyết tật.

Dựa trên nghiên cứu và kinh nghiệm, chúng tôi đã bắt tay vào cải cách theo chiến lược ba trụ cột: (1) làm cho công việc đáng làm hơn, (2) làm cho việc tuyển dụng nhân công dễ dàng và rẻ hơn, và (3) cải thiện quy trình so khớp kỹ năng với nhu cầu thị trường. Những trụ cột này đã làm nền tảng hỗ trợ cho một loạt các cuộc cải cách lúc đó.

Nói chung, chúng tôi đặt trọng tâm vào nguồn cung lao động, thông qua chương trình nghị sự của chúng tôi đặt trên nền tảng suy nghĩ của nhà kinh tế học người Pháp Jean Baptiste Say, người vào đầu những năm 1800 đã kết luận rằng "cung tạo ra cầu cho chính nó". Nhìn lại, nhận định này có vẻ đúng. Cung lao động tăng có vẻ như đồng nghĩa với việc giảm áp lực tăng lương cũng như tỷ lệ chấp nhận công việc tốt hơn, do đó có nghĩa là người sử dụng lao động có khuynh hướng dễ dàng chấp nhận rủi ro tuyển dụng ngày càng tăng.

Một trong những yếu tố quan trọng nhất là việc điều chỉnh thuế khi chúng tôi áp dụng các khoản tín dụng thuế hướng đến những người có thu nhập thấp và trung bình, trong một số trường hợp, làm giảm tác động của tỷ suất lợi nhuận ròng từ hơn 80% xuống còn khoảng 30%. Kết quả rất ấn tượng khi tỷ lệ thất nghiệp ở mức cân bằng giảm, và nguồn cung lao động tăng lên - và nó làm cho người lao động bình thường nhận được thêm tương đương như một tháng lương nữa.

Chúng tôi cũng thắt chặt hệ thống bảo hiểm thất nghiệp của mình bằng cách tăng phí bảo hiểm, giảm bớt tiền chi bảo hiểm dần về cuối của chu kỳ chi trả, đặt ra yêu cầu chính xác hơn đối với những người tham gia vào hệ thống và cuối cùng đảm bảo rằng các chương trình thị trường lao động đang hoạt động của chúng tôi được đồng bộ hóa tốt hơn với các giai đoạn về cuối của chu kỳ.

Chúng tôi cũng đã thay đổi hệ thống lương hưu cho người khuyết tật, và giới thiệu một danh sách đã cải tiến bao gồm rất nhiều các hoạt động vật lý trị liệu có động cơ tài chính mạnh thôi thúc các cá nhân này quay trở lại thị trường lao động.

Bên cạnh đó, chúng tôi đã giảm mức khấu trừ thuế lương nhân viên, một động thái đặc biệt hướng đến các nhóm yếu thế hơn trên thị trường lao động nhằm giảm ngưỡng gia nhập và tái gia nhập thị trường lao động một cách có hiệu quả. Điều này về cơ bản đã bù đắp lại cho năng suất thấp hơn của các nhóm này và khiến họ trở nên hấp dẫn hơn đối với các nhà tuyển dụng.

Cuối cùng, chúng tôi đã cải thiện môi trường kinh doanh nói chung bằng cách giảm thuế, bãi bỏ thuế tài sản và thừa kế, cắt giảm quan liêu, và cải thiện luật pháp và giáo dục.

Thị trường lao động linh hoạt

Khả năng thích ứng và tính di động của lực lượng lao động có tác dụng chống lại chủ nghĩa bảo hộ và trì trệ. Tuy nhiên, khả năng thích ứng phải được nhìn từ một góc rộng. Điểm khởi đầu có lẽ là một cái nhìn thực dụng về sự thay đổi, khả năng xử lý các sự kiện mới và năng lực tận dụng lợi thế của sự phát triển và làm cho chúng ta trở nên hấp dẫn hơn với tư cách là một quốc gia.

Lịch sử kinh tế Thụy Điển cho thấy một sự thay đổi nhanh chóng nhưng rất hòa bình. Cuộc cách mạng công nghiệp trong nửa sau của thế kỷ 19 đã đưa Thụy Điển từ một trong những quốc gia nghèo nhất ở châu Âu trở thành một trong những quốc gia giàu nhất thế giới trong chỉ trong vòng 70 năm. Phần lớn tiến bộ này dựa trên những cải cách tự do cổ điển: cải cách trường công, tự do thương mại, luật tín dụng, mở rộng đường sắt và Hiệp ước Cobden-Chevalier về tự do thương mại. Những cải cách này, truyền thống kỹ thuật của Thụy Điển, cùng với sự xuất hiện của những công ty hàng đầu thế giới, tất cả đã dẫn đến một quá trình công nghiệp hóa và đô thị hóa nhanh chóng và mạnh mẽ.

Một sự thay đổi lớn trong nền kinh tế là tỷ trọng nông nghiệp trong nền kinh tế giảm từ 95% xuống dưới 50% chỉ trong vài thập kỷ. Đáng chú ý, sự thay đổi to lớn này và nhiều sự dịch chuyển của nó xảy ra hầu như hoàn toàn không gây bất ổn nào cho xã hội.

Trong thời gian gần đây, có thêm nhiều ví dụ về việc thói quen linh hoạt và khả năng thích ứng đã hỗ trợ một thị trường lao động hòa bình như thế nào. Khi Ericsson cắt giảm một nửa lực lượng lao động vào đầu thế kỷ 21, họ không mất một ngày nào cho đình công hay xung đột. Khi Electrolux ngừng hoạt động ở thị trấn nhỏ phía nam Västervik vào đầu thế kỷ 21, kết quả cũng tương tự. Và chỉ một vài năm sau, việc làm ở Västervik đã cao hơn so với thời điểm Electrolux đóng cửa. Việc làm được phân bổ tốt hơn cho một số lượng lớn các công ty nhỏ hơn, giúp cộng đồng ít bị tổn thương hơn trước các vấn đề kinh tế trong tương lai.

Bài học mà chúng tôi rút ra từ tất cả những điều này là con đường dẫn đến nhiều công việc hơn và tốt hơn không phải thông qua chủ nghĩa bảo hộ mà thông qua việc nắm lấy và áp dụng các cơ hội do toàn cầu hóa mang lại.

Những cuộc cải cách thành công

Là kết quả của những thay đổi chính sách được thực hiện từ năm 2006, Thụy Điển có tỷ lệ thất nghiệp giảm nhanh nhất trong toàn bộ khu vực OECD vào năm 2008. Chúng tôi đã phá kỷ lục về số giờ làm việc và tỷ lệ tham gia lao động và việc làm. Thanh niên, người nhập cư và những người khuyết tật quay trở lại thị trường lao động nhanh hơn mức trung bình. Vào mùa xuân năm 2008, cứ bốn phút lại có một người rời bỏ trạng thái bị loại trừ và quay lại thị trường lao động, khiến chính sách giảm loại trừ này có thể sánh với những năm cải cách của Clinton trong thập niên 1990.

Trong Tham vấn Điều IV năm 2006, IMF đã viết về Thụy Điển: "Chính phủ đã bắt tay vào một lộ trình vừa can đảm vừa cần thiết. Đó là sự can đảm bởi vì nó đối đầu với một số niềm tin lâu đời và những quyền lợi đã được bảo đảm lâu nay. Điều này là cần thiết vì nó giúp đảm bảo rằng mô hình xã hội hòa nhập được nhiều người ngưỡng mộ của Thụy Điển sẽ phát triển mạnh khi đối mặt với những thách thức về nhân khẩu học và toàn cầu hóa."

Năm 2007, OECD đã viết trong Triển vọng Kinh tế về Thụy Điển: "Các cải cách thị trường lao động được thực hiện trong năm nay sẽ làm tăng việc làm tiềm năng. Với sức mạnh của nền kinh tế, đây là thời điểm tuyệt vời để theo đuổi cải cách nguồn cung lao động vì điều đó sẽ kéo dài sự mở rộng hiện tại."

Khi cuộc khủng hoảng tài chính càn quét toàn cầu vào tháng 8/2008, toàn bộ những điều đó đã bị thách thức. Cuộc khủng hoảng đã ảnh hưởng đến các đối tác thương mại lớn nhất và một số ngành công nghiệp quan trọng nhất của chúng tôi. Xuất khẩu giảm, niềm tin giảm và nhiều người lo ngại hệ thống tài chính sẽ sụp đổ do nợ xấu và triển vọng kém.

Thụy Điển, nơi ngoại thương chiếm khoảng 50% GDP, tất nhiên phụ thuộc rất nhiều vào cách các đối tác thương mại của chúng tôi đối mặt với những thách thức của họ. Thực tế là hoạt động kém hiệu quả của khu vực công ở hầu hết các quốc gia này đồng thời với sự suy thoái mạnh mẽ của khu vực tư nhân và tình trạng mất an toàn tài chính đã tạo ra tác động trực tiếp và khó khăn cho nền kinh tế Thụy Điển.

Vào tháng 8 & 9 năm 2008, nội các Thụy Điển đã không được chuẩn bị đầy đủ cho sự suy thoái nghiêm trọng mà họ phải đối mặt. Dự luật ngân sách hàng năm trình Quốc hội vào ngày 22/9 được thiết kế để đáp ứng sự suy thoái chậm của nền kinh tế, chứ không phải là một cuộc khủng hoảng tài chính sâu sắc như vậy.

Trọng tâm trước mắt của chúng tôi khi cuộc khủng hoảng diễn ra là đảm bảo một thị trường tài chính ổn định, đảm bảo các ngân hàng và tổ chức của chúng tôi đã sẵn sàng; nói chung, họ cũng đã sẵn sàng. Dựa trên những kinh nghiệm từ cuộc khủng hoảng tài chính của chính chúng tôi vào đầu những năm 90, rất nhiều biện pháp bảo vệ và quy định đã được đặt ra.

Trong vòng chưa đầy ba tuần, chúng tôi đã trượt xuống từ tỷ lệ thất nghiệp đang giảm nhanh nhất trong số các nước OECD xuống việc phải chứng kiến hơn 20.000 người mất việc mỗi tháng - một tình huống có thể so sánh với cuộc khủng hoảng đầu những năm 1990. Xuất khẩu, sản xuất và GDP đều giảm.

Vào ngày 5/12/2008, Cơ quan Dịch vụ Việc làm Công cộng dự đoán mức tăng thất nghiệp ròng là 245.000 người trong hai năm, chiếm khoảng 5% lực lượng lao động. Đây thực sự là những ngày đầy kịch tính.

Vị trí của tôi cũng thay đổi: Tôi không còn là Bộ trưởng Bộ Việc Làm nữa. Trên thực tế, tôi đã trở thành "Bộ trưởng Bộ Thất Nghiệp". Mọi công cụ trong hộp công cụ của tôi và mọi chính sách mà chúng tôi phải tập trung vào đều được áp dụng cho những ảnh hưởng tức thì của cuộc khủng hoảng. Chúng tôi không có thời gian để suy nghĩ lâu dài, chuẩn bị cho những thay đổi cấu trúc hoặc thích ứng với công nghệ mới, số hóa, tự động hóa và AI.

Tôi vẫn còn nhớ một cuộc họp báo tại nhà máy SAAB ở Trollhättan vào đầu năm 2008, cùng với Bà Maud Olofsson, Bộ trưởng Bộ Công Nghiệp. Tôi nhận được câu hỏi đầu tiên: "Vậy, thực tế là ông đang ở đây, ông Littorin, điều đó có nghĩa là tất cả đã kết thúc rồi phải không?" Tôi có cảm giác như danh hiệu của tôi đã được đổi một lần nữa thành Thiên Thần của Cái Chết.

Ứng phó với khủng hoảng

Ngân sách được trình vào tháng 9/2008 bao gồm cắt giảm thuế cho năm 2009 và đầu tư cơ sở hạ tầng với tổng trị giá 32 tỷ SEK, tương đương 1% GDP. Tiếp theo là kế hoạch ổn định hệ thống tài chính, được trình bày vào ngày 20/10. Kế hoạch này có ba thành phần chính:

- Sự bảo lãnh của chính phủ cho các ngân hàng và tổ chức tài chính nhà ở nhằm cải thiện nguồn tài chính và giảm chi phí trong thời kỳ khủng hoảng

- Quỹ bình ổn - nơi các tổ chức tài chính đóng góp lên tới 2,5% GDP trong 15 năm để tài trợ cho các hoạt động hỗ trợ của chính phủ

- Đạo luật mới - cho phép chính phủ có quyền hỗ trợ các tổ chức tài chính cá nhân để đảm bảo sự ổn định tài chính

Kế hoạch này dựa trên kinh nghiệm từ những năm 90, lúc chính phủ tạo ra một hệ thống để cứu hệ thống tài chính như một tổng thể - không phải để cứu vốn chủ sở hữu từng cá nhân trong những tổ chức này. Vào đầu những năm 1990, chính phủ đã hỗ trợ hệ thống tài chính với các khoản bảo lãnh trong khu vực 65 tỷ SEK để trang trải một số khoản nợ khó đòi. Các chủ doanh nghiệp tư nhân đóng góp thêm 50 tỷ SEK, và chênh lệch lãi suất tăng đã tài trợ thêm 60 tỷ SEK, bao gồm toàn bộ các khoản nợ xấu do khủng hoảng gây ra.

Đối lại, để xử lý nợ xấu, chính phủ đã thành lập một công ty mẹ nắm giữ các tài sản thế chấp cơ bản, cho phép các tổ chức tài chính được tự do thong thả điều chỉnh bảng cân đối tài khoản của mình. Hơn 3/4 khoản hỗ trợ này đã được thu lại trong 15 năm sau đó nhờ việc tài sản thế chấp đã được bán ra trong thời điểm kinh tế tốt hơn. Kế hoạch hành động này sau đó đã được Quốc hội Mỹ nêu bật như một mô hình để xử lý các cuộc khủng hoảng tương tự.

Vào ngày 5/12/2008, nội các đã trình bày một ngân sách bổ sung chỉ tập trung vào các hoạt động tức thời để chống lại cuộc khủng hoảng tài chính. Do thực tế rằng Thụy Điển có nền tài chính công đặc biệt mạnh mẽ, chúng tôi có thể trình bày thêm 22,9 tỷ SEK trong các khoản chi tiêu mới. Hơn một nửa dành cho cải cách cơ cấu nhằm tăng khấu trừ thuế cho việc tuyển dụng nhân lực. Nửa còn lại tập trung vào các chương trình thị trường lao động và giáo dục tích cực.

Ngành công nghiệp xe hơi bị ảnh hưởng đặc biệt nghiêm trọng, và vào tháng 12/2008, chính phủ đã đưa ra một chương trình để giúp ngành công nghiệp này chuyển mình. Chương trình có ba phần: tăng cường nghiên cứu và phát triển, bảo lãnh của chính phủ đối với các khoản vay từ Ngân hàng Đầu tư châu Âu cho công nghệ xanh, và cuối cùng là chương trình của chính phủ cho các khoản vay khẩn cấp.

Chúng tôi đã giới thiệu bổ sung thêm một cải cách hành chính mà sau đó hóa ra lại thông minh hơn nhiều so với dự đoán của chúng tôi. Trong các cuộc thảo luận của tôi với Bộ trưởng Bộ Công Nghiệp, bà Maud Olofsson, chúng tôi kết luận rằng Thụy Điển có rất nhiều nguồn lực, cả về tiền bạc và thể chế, nhưng thiếu sự phối hợp giữa chúng là một vấn đề lớn.

Bắt đầu từ tháng 10/2008, chính phủ đã bổ nhiệm các thống đốc địa hạt làm điều phối viên khủng hoảng, trao cho họ một sự ủy nhiệm mạnh mẽ để điều phối toàn bộ các nguồn lực sẵn có, ở tất cả các cấp, công và tư. Cơ quan quản lý công của Thụy Điển đã kết luận trong một báo cáo năm 2011 rằng các điều phối viên này rất hiệu quả trong cả việc phân tích tình hình cụ thể ở từng khu vực cũng như trong việc điều phối các nguồn lực sẵn có. Đối với chính phủ, các điều phối viên đóng vai trò vô cùng quý giá như những "chiếc ăng-ten" cho các khu vực và thành phố, cũng như các ngành và công ty bị ảnh hưởng trực tiếp bởi cuộc khủng hoảng.

Cuộc khủng hoảng hóa ra lại khá ngắn ngủi. Vào nửa cuối năm 2009, một số dấu hiệu cho thấy cuộc khủng hoảng ngay lập tức đã kết thúc. Hệ thống tài chính đã ổn định và cả GDP lẫn xuất khẩu bắt đầu tăng trưởng trở lại. Tỷ lệ thất nghiệp vẫn tăng, nhưng với tốc độ chậm hơn và đã giảm vào năm 2011.

Biểu đồ dưới đây cho thấy những gì đang xảy ra trên thị trường lao động. Đường màu xanh lam cho biết dân số đang hoạt động (tức là tiềm năng của thị trường lao động) ở nhóm tuổi từ 15-74. Đường màu xanh lá cây cho biết tỷ lệ thất nghiệp từ 15 tuổi trở lên. Đường màu đỏ cho biết dân số đang hoạt động trừ đi số người thất nghiệp; tức là dân số năng động và đang có việc làm.

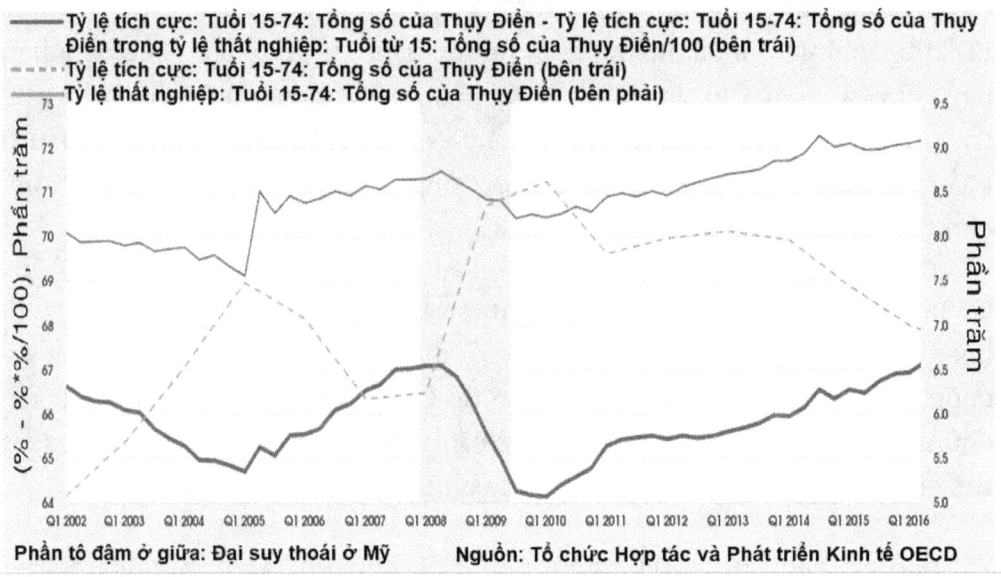

Cho đến trước năm 2005, lực lượng lao động giảm và tỷ lệ thất nghiệp gia tăng. Trên thực tế, điều này có nghĩa là có nhiều người thất nghiệp hơn cũng như nhiều người thất nghiệp không quay trở lại thị trường lao động hơn. Tổng ảnh hưởng là sự suy giảm đáng kể những người có việc làm.

Bắt đầu từ năm 2005, nền kinh tế khởi sắc, cả trong nước và quốc tế, cho thấy lực lượng lao động ngày càng tăng và tỷ lệ thất nghiệp giảm. Điều này đã được củng cố bởi những cải cách mà chúng tôi đưa ra vào năm 2006.

Năm 2008 và 2009, khủng hoảng xảy ra, lực lượng lao động giảm sút và tỷ lệ thất nghiệp tăng lên đáng kể trong một thời gian ngắn. Tuy nhiên, mọi người bị mất việc làm nhưng họ không từ bỏ thị trường lao động. Vấn đề ở đây là thiết lập càng nhiều hoạt động kích hoạt càng tốt để kiềm chế mọi người không từ bỏ.

Vào cuối năm 2009, mọi thứ đã thay đổi đáng kể. Biểu đồ sau cho thấy sự gia tăng đáng kể về số lượng người có việc làm.

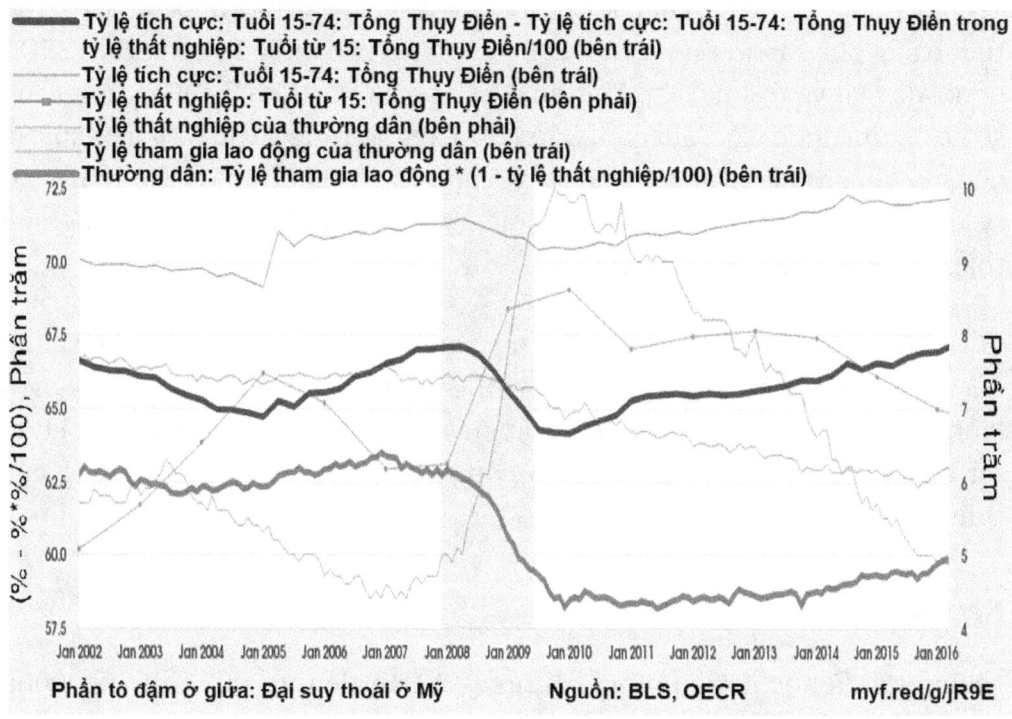

Bây giờ so sánh với Mỹ, chúng ta có thể thấy Thụy Điển hoạt động tốt hơn như thế nào về tỷ lệ người có việc làm. Sự khác biệt lớn là lực lượng lao động của Thụy Điển đã nhanh chóng tăng trưởng trở lại sau cuộc khủng hoảng. Tuy nhiên ở Mỹ, tỷ lệ thất nghiệp giảm nhanh phần lớn là ảo tưởng - phần lớn sự sụt giảm tỷ lệ thất nghiệp không phải vì mọi người đang tìm việc làm mới mà là do họ từ bỏ và không tìm việc nữa.

Để chỉ trích tiếp, có vẻ như các biện pháp kích thích của chính phủ Mỹ không có tác dụng nhiều. Mỹ vẫn giữ nguyên tình trạng như cũ từ cuối cuộc khủng hoảng năm 2009 đến năm 2013 trong khi Thụy Điển phục hồi ngay sau cuộc khủng hoảng, hầu như đã bật dậy trở lại.

Những cải cách mà chúng tôi đưa ra vào năm 2006 rõ ràng không được thiết kế để làm đối trọng cho một cuộc khủng hoảng đáng kể trong nền kinh tế thế giới, nhưng chúng đã rút ngắn tác động đáng kể và đưa mọi người trở lại công việc nhanh hơn so với hầu hết các quốc gia khác.

Trường hợp SAAB là một bài học. Khi SAAB vào năm 2011 bị buộc phải rơi vào tình trạng phá sản lớn nhất từ trước đến nay ở các nước Bắc Âu. Hơn 3.700 người đã mất việc làm ở Trollhättan. Chỉ ba năm sau, hơn 2.400 người trong số họ đã tìm được việc làm mới. Gần 1.000 người trong số họ đã gia nhập các công ty khởi nghiệp và ngày nay, bảy năm sau, Trollhättan có thể tự hào về tỷ lệ thất nghiệp giảm nhanh nhất ở miền tây Thụy Điển, và tỷ lệ thất nghiệp thấp hơn trước khi SAAB bị phá sản.

Tôi muốn nhận lấy hết công lao cho tất cả những điều này, nhưng công bằng mà nói, tôi phải nói rằng đây là một trong những đặc điểm tốt nhất của nền kinh tế Thụy Điển: khi nghịch cảnh ập đến, chúng tôi có xu hướng phối hợp tất cả nỗ lực của mình, tư nhân và công cộng, để xử lý các tác động của tình huống.

Kết luận

Chúng tôi đã học được những bài học gì? Đầu tiên, tư duy thiết kế trong hoạch định chính sách hoạt động. Các biện pháp khuyến khích tài chính phát huy tác dụng. Các chính sách thị trường lao động về nguồn cung có hiệu quả tốt. Những chiến lược này kết hợp lại với nhau sẽ cải thiện cuộc sống của những người dân bình thường trong thời kỳ hỗn loạn.

Ngoài ra, tính linh hoạt là hoàn toàn cần thiết. Sự phối hợp là rất quan trọng. Các chương trình khủng hoảng nên có cấu trúc chắc chắn nhưng sử dụng tạm thời. Công việc chuẩn bị là rất quan trọng bằng cách xử lý nhu cầu của mỗi ngày một cách tốt nhất có thể. Khi khủng hoảng xảy ra thì đã quá muộn để làm bất cứ điều gì.

Bằng cách áp dụng một mức độ đổi mới trong hoạch định chính sách, chúng tôi đã kết hợp các chân lý cũ trong chính sách kinh tế và thị trường lao động với các chiến lược mới để tạo ra các chính sách mới, giúp rút ngắn cuộc khủng hoảng và thực sự khiến chúng tôi trở nên mạnh mẽ hơn trước. Đó là một cách xử lý khủng hoảng vừa mang tính kinh tế vừa mang tính nhân văn.

Chương 20

THUẬT TOÁN CÓ HỖ TRỢ CON NGƯỜI KHÔNG?

Tác giả: Guido Van Nispen

Guido là người chịu trách nhiệm xuất bản của i4j và hoạt động tích cực trong các môi trường doanh nghiệp xã hội với trọng tâm là kỹ thuật số, tăng trưởng cao vì những môi trường này mang lại cơ hội đưa những thay đổi thực sự vào hành động một cách bền vững đồng thời tạo ra một mô hình kinh doanh vững chắc.

Vị trí đặc quyền của Guido trong các vai trò quản trị, cố vấn và đầu tư trong các tổ chức và mạng lưới mạnh mẽ, cả dày dạn kinh nghiệm và trẻ tuổi, lẫn sáng tạo và dẫn đầu thị trường đã giúp ông tiếp cận với nhiều xu hướng và nhiều người chơi trong ngành, đồng thời cũng cố mạng lưới quan hệ của ông bằng một danh sách dài các nhân vật thú vị và có ảnh hưởng lớn.

Với tư cách là giám đốc điều hành của hãng thông tấn quốc gia Hà Lan ANP, Guido đã tạo ra một trong những hãng thông tấn hiệu quả nhất, tăng cường số hóa và gia nhập thị trường quản lý thông tin và tin tức BtB dựa trên SaaS - một khu vực năng động với tiềm năng phát triển đáng kể. ANP là nhà cung cấp tin tức và thông tin BtB độc lập lớn nhất cho tất cả các phương tiện truyền thông và tổ chức của Hà Lan trong các lĩnh vực công và tư. Bên cạnh tin tức và thông tin, ANP còn cung cấp các công cụ và nội dung tích hợp giúp khách hàng thiết lập hành trình, phân tích, giám sát và sáng tạo nội dung.

Ngoài ra, Guido cũng giữ vị trí trong ban giám sát của World Press Photo, Cinekid, Triodos Cultuurfonds và City Theater Amstelveen và là cố vấn của Hội đồng Văn hóa Hà Lan.

---oOo---

Báo chí về đổi mới là trục xoay quan trọng giữa nền kinh tế đổi mới và khu vực công, và nó cần được phát triển cấp bách hơn nữa.

Sự đổi mới công nghệ và những mặt trái tiềm ẩn của nó đang thu hút sự chú ý của giới truyền thông chính. Các loạt phim như *Westworld* và *Black Mirror* cho thấy tương lai khi cỗ máy lên nắm quyền kiểm soát. Đôi khi có vẻ như AI có thể sớm đe dọa sự sống, và các robot được điều khiển bởi thuật toán sẽ thống trị thế giới. Các phương tiện truyền thông kết hợp quan điểm đen tối này xen lẫn với các bài đánh giá sản phẩm tích cực và các câu chuyện tin tức nhẹ nhàng hơn truyền bá sự lạc quan về công nghệ. Mặt khác, những câu chuyện rời rạc về các mối đe dọa văn hóa xã hội ngày tận thế và sự lạc quan xung quanh các chức năng của điện thoại thông minh tương lai (có thể kích hoạt các mối đe dọa) giờ đây đã được tham gia thêm bởi một nhánh thứ ba. Đó là tương lai của công việc, với những câu chuyện thời sự khiến mọi người không chắc chắn về việc họ sẽ kiếm được thu nhập như thế nào trong tương lai và không biết đây là điều tốt hay xấu.

Số phận đã khiến tôi nằm trong số quá ít những người có thể đứng đầu cả ba loại câu chuyện. Tôi đã làm việc ở các vị trí ra quyết định ở cả hai mặt trận đổi mới và báo chí, tham gia vào đổi mới (công nghệ) trong 30 năm và với phương tiện truyền thông và báo chí trong hơn một thập kỷ, bao gồm năm năm với tư cách là Giám đốc điều hành của hãng thông tấn quốc gia Hà Lan ANP và hiện đang trong ban Giám sát của World Press Photo. Gần đây, tôi đã tư vấn cho chính phủ Hà Lan về chính sách đổi mới cho lĩnh vực nghe nhìn. Tầm nhìn này đã khiến tôi nhận thức sâu sắc rằng những câu chuyện không có kết nối trong bản tin đang khiến khán giả đại chúng nhầm lẫn, những người dân, những người phải đi một chặng đường dài đáng kể trước khi học được cách nghĩ đến công nghệ và xã hội khi họ cần đến chúng để phát huy dân chủ trong thời đại đổi mới.

Báo chí phải kết nối các câu chuyện và cho phép độc giả hiểu những gì đang diễn ra để họ có thể đưa ra các quyết định với đầy đủ thông tin; nếu không, nền dân chủ sẽ tiếp tục suy thoái khi công nghệ tiến bộ.

Những phát triển công nghệ đang tiến lên nhanh hơn nhiều người trong chúng ta có thể thấy được, nhưng ít nhất chúng vẫn nằm trong tầm kiểm soát của con người, và tốc độ phát triển của chúng ít nhất cũng còn có thể mô tả được.

Điều còn thiếu là "báo chí về đổi mới" có khả năng đưa tin đến công chúng trên diện rộng về những phát triển công nghệ và giúp mọi người có được chỗ đứng vững vàng trong địa hình mới và không chắc chắn về sự thống trị và tính mới mẻ của nó.

Nếu đổi mới việc làm là một cách mới sử dụng công nghệ để tạo ra việc làm và giá trị cho con người và xã hội thì báo chí về đổi mới là một loại phương tiện truyền thông mới dành để thảo luận về loại giá trị mới này - cả ưu điểm và nhược điểm của nó.

Cần cấp bách phát triển báo chí về đổi mới hơn nữa để đảm bảo rằng sự phát triển công nghệ hướng chúng ta tới một nền kinh tế lấy con người làm trung tâm, không phải hướng tới sự tiếp tục thiếu kiểm soát của nền kinh tế lấy nhiệm vụ làm trung tâm.

Hai trích dẫn sau đây gợi ý về sự phổ biến và tính phức tạp của vấn đề này:

"Trong đó, Good Place tham gia cùng Westworld và Black Mirror trong một làn sóng giải trí mang đậm nhân tính của trí tuệ nhân tạo. Tất nhiên, các robot siêu thông minh đã là một mối quan ngại từ Blade Runner, 2001: A Space Odyssey, cho đến The Terminator. Nhưng vấn đề đặc biệt được quan tâm hiện nay không phải là liệu Skynet có chế ngự được những người sáng tạo ra nó hay không (mặc dù đó là chủ đề của Westworld), cũng như tiềm năng cải thiện cuộc sống của AI (mặc dù một tập phim gần đây của Philip K. Dick Electric Dreams trên Amazon đã khai thác theo hướng một người máy có nhân tính có thể cung cấp những hỗ trợ không những chỉ thực tế mà còn có đạo đức nữa). Thật ra, theo văn hóa trẻ đại chúng, sự cấp thiết hiện nay xoay quanh vấn đề liệu AI nâng cao có xứng đáng có nhân quyền không. Chúng ta có nên bớt nguyền rủa Siri khi cô ấy trở nên khôn ngoan hơn, hay đặt Furby thế hệ tiếp theo ra ngoài vòng pháp luật không?"

--Spencer Kornhaber, The Atlantic ngày 13/2/2018

"..., bởi vì nếu các thuật toán sẽ là tác giả của các câu chuyện thì có vẻ như duy trì khả năng là tác giả của chính chúng ta là một điều khôn ngoan. Trong một thế giới mà các thuật toán khẳng định sức mạnh vượt trội chúng ta, và ê-kíp 'Fake News' viết các câu chuyện và thay thế người nổi tiếng này bằng người nổi tiếng khác với hy vọng tạo ra nhiều cú nhấp chuột hơn, quyền tác giả của con người vẫn là một lựa chọn thay thế đáng kể. Mặc dù có thể chúng ta không thể thoát khỏi tường thuật bằng thuật toán nhưng chúng ta vẫn có thể xuất bản những câu chuyện và phân tích của riêng mình."

--Kate Loss (nhân viên số 51 tại facebook), ngày 22/12/2016

Ngày nay, không có bài tường thuật hay câu chuyện phổ biến nào có thể giúp mọi người hình dung ra một ý tưởng cấp tiến như "đổi mới cho việc làm" hay "báo chí về đổi mới". Cho đến nay, hầu hết mọi người đều thấy những ý tưởng trừu tượng này rất khó phân tích cú pháp. Ngôn ngữ chuyên môn không giúp ích được nhiều vì chúng thường chỉ tồn tại trong môi trường riêng.

Tuy nhiên, vẫn có kinh nghiệm để dựa vào đó mà xây dựng. Từ năm 2004-2011, đại học Stanford đã khởi đầu sáng kiến "Báo chí về đổi mới", phát triển các khuôn khổ khái niệm, các dự án nghiên cứu học thuật, các thực hành báo chí thực tế và áp dụng chính sách công. Các thành viên của chương trình đã làm việc với các chính phủ, trường đại học, tòa soạn, nhà báo và các tổ chức ở Mỹ và các nơi khác. Họ đã phát triển các sáng kiến chính sách thí điểm quốc gia để tạo điều kiện cho báo chí đổi mới, thực hiện các chương trình học bổng và xây dựng nghiên cứu học thuật ở Thụy Điển, Phần Lan, Slovenia, Pakistan (USAID) và Mexico.

Làm thế nào để báo chí đổi mới có thể lấy đổi mới làm quan điểm của mình?

Câu hỏi này có vẻ phù hợp hơn kể từ vụ lùm xùm năm 2016-2018 về 'tin tức giả mạo' và những vụ việc gần đây hơn xung quanh Cambridge Analytica và facebook. Những cuộc tranh luận đó đã chỉ ra rằng việc thông báo cho công chúng biết sau khi mọi thứ sai trái đã diễn ra không chỉ tạo ra những cơn phẫn nộ cùng với một cuộc săn lùng thủ phạm, mà còn quá muộn để công chúng hiểu rõ về nguyên nhân cơ bản dẫn đến những sự kiện này. Ở Hà Lan, chúng tôi có một câu nói: "Sau khi con bê chết đuối, chúng ta mới lấp cái hố." Tôi tin rằng câu nói tương tự ở Mỹ và Anh là, "Đừng đóng cửa chuồng sau khi con ngựa đã chạy mất." Chúng ta cần một nền báo chí đổi mới hướng tới các sự kiện sắp tới, không phải nhìn lại những gì đã xảy ra.

Trong chương này, tôi muốn nêu ra hai vấn đề lớn về báo chí đổi mới:

- Nếu những vấn đề quan trọng nhất không được báo chí phổ biến phản ánh thì những loại vấn đề nào thuộc báo chí đổi mới?

- Nếu các nhà báo chủ yếu bình luận về các sự kiện "sau khi ngựa đã chạy mất" thì làm thế nào họ có thể giữ được uy tín và niềm tin với độc giả hiện đại?

Để giải quyết những thách thức này, tôi đã hỏi ý một số nhà lãnh đạo có tư tưởng đổi mới, bao gồm Robert C. Wolcott, giáo sư về đổi mới tại trường Quản lý Kellogg, Robert Hendrickson, Giám đốc NewsCheck và Jim Stolze, doanh nhân công nghệ người Hà Lan và đồng sáng lập của Aigency, một công ty toàn cầu mạng lưới các chuyên gia AI & TEDxAmsterdam, để chia sẻ một số quan điểm của họ về báo chí đổi mới. Họ đồng ý với tôi rằng một nền kinh tế lấy con người làm trung tâm chỉ phát triển mạnh nếu chúng ta có thể cho phép xã hội hiểu một cách thực sự về kỷ nguyên phát triển công nghệ mới này. Điều đó phải được thực hiện không những chỉ thông qua việc tạo ra và thực hiện đổi mới mà còn bằng cách đảm bảo rằng tất cả các bên liên quan (con người) đều hiểu những công nghệ mới này ngụ ý là gì và chúng nên được xử lý như thế nào. Đây là vai trò then chốt và cần thiết cho báo chí đổi mới.

Báo chí đổi mới

Năm 2008, báo chí đổi mới được Diễn đàn Kinh tế Thế giới liệt kê là một trong bảy chiều quan trọng trong việc việc thảo luận về định nghĩa lại và vai trò của báo chí trong một xã hội toàn cầu có kết nối. Thông điệp này phải trải qua những khó khăn đáng kể để có thể làm nổi bật lên tầm quan trọng của hình thức báo chí này.

David Nordfors đề xuất khái niệm báo chí đổi mới vào năm 2003, và năm 2009 đã viết một bài báo về chủ đề này. Đoạn trích ngắn sau đưa ra phần giới thiệu và định nghĩa, đồng thời giải thích nhu cầu cấp thiết để hỗ trợ hình thức báo chí này.

> *Ông viết, "Thực tiễn của báo chí đổi mới, hay báo chí đăng tải về các quá trình đổi mới và hệ sinh thái, là một trục quan trọng giữa nền kinh tế đổi mới và khu vực công. Điều này đặc biệt đúng trong các tình huống xã hội nơi những người ra quyết định phụ thuộc vào sự ủng hộ từ các cử*

tri trong khu vực của họ, chẳng hạn như một hệ thống dân chủ đại diện hoặc một công ty cổ phần."

"Nếu báo chí đổi mới có thể xây dựng cơ sở hạ tầng cho những tranh luận công khai về phương thức đổi mới, nó sẽ cho phép có những thảo luận cởi mở hơn về cách chúng ta chuyển đổi ý tưởng thành giá trị mới như thế nào. Một cơ sở hạ tầng cho những tranh luận như vậy có kết nối với những người ra quyết định và các cử tri trong khu vực của họ trên toàn bộ quá trình đổi mới. Điều này đến lượt nó sẽ cung cấp cho những người ra quyết định lý do và phương tiện để tham gia vào những cuộc thảo luận công khai về những gì cần thiết trong việc thúc đẩy đổi mới xã hội và cách cải thiện các hệ thống đổi mới như thế nào."

"Trong một hệ sinh thái đổi mới, báo chí có thể được coi là một đối tác thiết yếu của 'chuỗi ba vòng xoắn' gồm công nghiệp, học thuật và chính phủ, cũng giống như từ lâu báo chí đã được coi như là 'tài sản thứ tư' trong một nền dân chủ. Báo chí là một người chơi độc lập, cùng với ngành công nghiệp, giới học thuật và chính phủ, là một phần của cơ sở hạ tầng của khả năng cạnh tranh. Báo chí đổi mới tập trung vào việc đưa tin về bức tranh đổi mới lớn hơn và tạo điều kiện cho các nhà báo thực hiện điều đó." (toàn bộ bài viết có thể tham khảo tại đây: http://www.innovationjournalism.org/archive/INJO-6-1.pdf)

Tôi sẽ giải quyết riêng lẻ hai câu hỏi được nêu ra trong phần giới thiệu, với trích dẫn từ các chuyên gia đổi mới trong lĩnh vực công nghệ, khoa học nhân văn, và phương tiện truyền thông.

Những loại đổi mới nào giúp ích cho nền báo chí đổi mới?

Báo chí thường được tổ chức theo lĩnh vực, chẳng hạn như thực phẩm, kinh tế học hoặc hóa học hữu cơ. Thông thường, các nhà báo rơi vào hai nhóm hoặc là một "chuyên gia" trong một lĩnh vực cụ thể, hoặc là những người nói chung được yêu cầu đưa tin về bất kỳ loại tin tức nào. Sự phân chia này mang lại một cái nhìn sâu sắc hơn về tình thế tiến thoái lưỡng nan của việc truyền tải một chủ đề rộng và liên ngành như đổi mới. Ngoài ra, sự đổi mới thường mang tính cải tiến (và do đó khó hiểu), đa chức năng hoặc bắt nguồn từ một lĩnh vực khác xa với chuyên môn của nhà báo. Đổi mới cũng có thể liên quan đến ý kiến của số đông hoặc phong trào, đòi hỏi kinh nghiệm hoặc chuyên môn sâu rộng để viết. Do đó, không dễ dàng gì để một phóng viên hoặc biên tập viên quyết định cách tốt nhất để tiếp cận một chủ đề có thể tạo nên sự đổi mới quan trọng - hướng gì viết một bài báo hoặc loạt bài thể hiện rõ ràng tầm quan trọng của nó đối với độc giả đại chúng.

Robert Wolcott đưa ra một lời giải thích hữu ích:

"Giống như mọi thứ ... các công nghệ, hành vi, sự vụ gây kích động, khác biệt, thậm chí kỳ quái thường có xu hướng được đăng tải cho dù chúng có tác động tốt hay xấu. Đăng tải về những thứ hiển nhiên thì không làm độc giả thỏa mãn hay thấy có lợi ích. Mặt khác, ai đó làm một điều gì đó khác với mong đợi thì không có nghĩa nó là một điều có giá trị. Báo chí đổi mới tốt nhất gắn nội dung với sứ mệnh của độc giả của họ (các công ty, nhà hoạch định chính sách, công dân) mà vốn rất khác nhau, và báo chí cũng nên cung cấp những tầm nhìn sâu sắc thay vì chỉ thuần túy đưa tin."

Từ đó, chúng ta có thể kết luận rằng báo chí đổi mới nên bao quát bối cảnh rộng lớn hơn về tác động của đổi mới, không chỉ dựa trên những gì có thể nhìn thấy từ bề mặt. Một bình luận khác được thêm vào bởi Jim Stolze:

"Báo chí đổi mới không nên đưa tin về việc 'một' sự triển khai của 'một' công nghệ. Nó phải cho độc giả biết lý do tại sao cái này là mới hoặc phải đặt nó trong bối cảnh của những cái khác, tiết lộ một kiểu mẫu và giải thích lý do tại sao kiểu mẫu này có liên quan, nói ít hơn về thương hiệu, ít hơn về công nghệ, và nhiều hơn về mức độ liên quan."

Bằng cách tập trung rõ ràng vào ý kiến của số đông về các điều kiện và hành động làm nền tảng cho những đổi mới, trong bối cảnh kinh tế, xã hội và con người nói chung, báo chí đổi mới có thể giúp đưa những phát triển của xã hội vào đúng bối cảnh.

Các ví dụ điển hình về chức năng này của báo chí đổi mới được thấy trong thông lệ mới của Tạp chí Công nghệ MIT là sản xuất tất cả số tạp chí về một chủ đề và nhìn chủ đề đó từ nhiều góc độ, như trong phần giới thiệu về một vấn đề như vậy của họ, "Để hiểu tại sao blockchain lại quan trọng, hãy xem qua sự đầu cơ dữ dội trên cái được xây dựng bên dưới..."

Làm thế nào các nhà báo có thể duy trì uy tín và niềm tin với độc giả trong hệ sinh thái đổi mới?

Nếu không có lòng tin, những câu chuyện từ các nhà báo sẽ không được coi trọng. Mức độ tin cậy đối với báo chí là rất cần thiết, nhưng chúng đã ở một mức rất thấp, đặc biệt là ở Mỹ. Điều này có thể thấy qua tốc độ chúng ta đang chuyển từ báo chí dựa trên thực tế khách quan sang báo chí dựa trên quan điểm chủ quan. Thật không may, chúng ta dường như đang chứng kiến một kết quả của câu nói cũ: "Sự thật thì đắt, ý kiến thì miễn phí."

Độc giả cần tin tưởng và dựa vào uy tín, chất lượng và tính độc lập của báo chí. Lấy lại mức độ niềm tin cần thiết từ độc giả sẽ là then chốt cho việc phát triển nền báo chí tốt nói chung và báo chí đổi mới nói riêng - cả hai đều có một thách thức rất lớn trong việc bắt kịp điều đó. Ở đây, chúng ta có thể xem xét một nhận xét hữu ích khác từ Jim Stolze:

> *"Tôi biết rằng với sự gia tăng của mạng xã hội, đã có xu hướng các nhà báo sử dụng mạng xã hội như phương tiện "riêng" của họ. Nhưng tôi thấy những phóng viên này là những blogger / những người có ảnh hưởng trên mạng xã hội hơn là những phóng viên thực thụ. Họ chỉ là những người có ý kiến khác. Sự cám dỗ viết về những gì người theo dõi của bạn muốn đọc hoặc đưa ra những tiêu đề sẽ nhận được nhiều "lượt thích" hơn thì không liên quan gì đến tiêu chuẩn khách quan mà một tờ báo hoặc phương tiện nghiêm túc khác nên yêu cầu ở các phóng viên của mình."*

Công nghệ và đổi mới không chỉ là yếu tố quan trọng để hiểu mà còn rất quan trọng để sử dụng trong báo chí đổi mới. Robert Hendrickson giải thích: "Sử dụng công nghệ để chấm điểm minh bạch cho các nhà báo và nhà xuất bản, tuân thủ các tiêu chuẩn báo chí sẽ tạo niềm tin vào danh tiếng (độ tin cậy) của tác giả hay nội dung và hỗ trợ việc xây dựng lại lòng tin nơi độc giả."

Việc lấy lại uy tín cần thiết cho nghề nhà báo sẽ cần nhiều nỗ lực, bao gồm cả việc theo dõi danh tiếng (độ tin cậy) của các nhà báo và bài viết của họ. Vai trò của nhà xuất bản quan trọng cũng không kém trong việc tuân thủ các tiêu chuẩn báo chí nhằm có thể xây dựng lòng tin của độc giả. Ngành công nghiệp này có rất nhiều công cụ để cho thấy hành vi và tính nhất quán của nhà báo, nhưng chúng chưa được ấp ủ và sử dụng trên quy mô lớn trong toàn bộ ngành. Nhìn chung, ngành công nghiệp tin tức không phải là một trong những lĩnh vực công nghệ tiên tiến nhất, và sự suy giảm chung trong mô hình kinh doanh của họ đã dẫn đến ngân sách R&D và kinh phí đầu tư hạn chế hơn. Điều này nguy hiểm gấp đôi bởi vì việc sử dụng công nghệ là cần thiết vừa để xây dựng lại niềm tin vào quá trình làm báo vừa giúp người đọc hiểu rõ hơn về sự đổi mới.

Một số nhu cầu cấp thiết của báo chí đổi mới được Robert Hendrickson mô tả bằng những thuật ngữ rõ ràng: *"Nhiều thực tiễn hiện nay kìm hãm sự đổi mới, và cộng đồng [báo chí] mới bắt đầu nhận ra và phản ứng với sự chuyển đổi công nghệ của ngành. Hợp tác và đổi mới luôn song hành với nhau và cần nhiều hơn những gì chúng được sử dụng hiện tại."*

Một số ví dụ điển hình về báo chí đổi mới

Mặc dù vẫn còn một chặng đường dài phía trước nhưng vẫn có những ví dụ thú vị về báo chí đổi mới đang được sử dụng tại nơi giao thoa giữa công nghệ và nhân văn. Ví dụ, ở Ý có H-farm's Maize (https://www.maize.io/en); Đánh giá Công nghệ của MIT (https://www.technologyreview.com, đã thảo luận trước đó) và Wired, cả từ San Francisco lẫn từ London https://www.wired.com & Châu Âu (http://www.wired.co.uk).

Những ví dụ này vẫn phải được coi là "con thiên nga đen" và chủ yếu hướng đến những độc giả có học thức, có kinh nghiệm, có khao khát lành mạnh đối với sự đổi mới và công nghệ, cũng như hành vi của con người. Việc xây dựng những mô hình báo chí đổi mới như vậy cần rất nhiều thời gian, tiền bạc và sức mạnh. Ngoài ra, chúng thường được kết hợp và hỗ trợ bởi các trung tâm đổi mới như MIT ở Boston và H-Farm ở Venice, Ý.

Một chương trình nghiên cứu hiệu quả cho báo chí đổi mới

Vì vậy, chúng ta vẫn còn cách xa các kết quả được Diễn đàn Kinh tế Thế giới khuyến khích vào năm 2008 cho báo chí đổi mới. Điều đó thật đáng lo ngại trong một thời điểm mà sự đổi mới và những tác động của nó đối với xã hội ngày càng trở nên nghiêm trọng hơn. Kết quả tồi tệ nhất là nếu chúng ta không tiến hành một cách cẩn thận và có chiến lược phù hợp, chúng ta sẽ nhận lấy một kết cục trong một môi trường báo chí chỉ có những quan điểm cùng chiều, được trao đổi với nhau bằng những từ thông dụng mà thôi.

Như lời khuyên của Jim Stolze, *"Một cạm bẫy cần tránh là tin rằng 'thêm tiếng nói' tương đương với 'thêm thị phần', ví dụ như tin rằng bài báo có thêm từ 'trí tuệ nhân tạo' hoặc 'thuật toán' vào tiêu đề sẽ được độc giả xem nhiều hơn. Những thuật ngữ đó không nên dùng để dẫn dắt một câu chuyện. Tương tự đối với 'blockchain' và mọi thuật ngữ thời thượng khác."*

Báo chí sẽ đóng một vai trò rất quan trọng nếu chúng ta muốn một xã hội hỗ trợ nền kinh tế lấy con người làm trung tâm, tập trung nguồn lực của AI và tự động hóa vào việc giúp đỡ xã hội đó thay vì cố gắng tối đa hóa lợi nhuận.

Tương tự như vậy, phát triển báo chí đổi mới đa chức năng, ở giao điểm của khoa học nhân văn và công nghệ, là một đòn bẩy quan trọng có thể đưa xã hội của chúng ta hướng tới một tương lai hòa nhập hơn khi tất cả mọi người và tài năng của họ đều được đánh giá cao. Giáo sư Wolcott gợi ý những cách có ý thức để tạo ra một chương trình báo chí sáng tạo và hiệu quả: "Đầu tiên, hãy xác định nó một cách rõ ràng. Nó khác với báo chí nói chung như thế nào? Bao gồm những gì và không bao gồm những gì? Sau đó, xem xét sự đa dạng của độc giả và vai trò của nó ... Sau đó, tạo một khung sườn tác động để khám phá những gì hiệu quả và những gì không hiệu quả trong từng trường hợp ... cũng như một lời ủng hộ báo chí đổi mới và làm rõ sự cần thiết và nhất quán của báo chí.»

Những việc được thực hiện bởi David Nordfors là một nền tảng tuyệt vời để tận dụng các chiến lược như vậy. Đã có những sáng kiến có giá trị về sự hỗ trợ (tài chính) của các tổ chức như Omidyar Foundation, Google Digital News Initiative, facebook và Knight Foundation, tất cả đều hỗ trợ và có thể kích thích sự đổi mới trong ngành báo chí. Tập trung cụ thể vào báo chí đổi mới, kết hợp với các cơ hội tài trợ như vậy sẽ là một cách thú vị để xây dựng một nền tảng mạnh hơn và tốt hơn.

Kết luận

Sự phát triển của báo chí đổi mới chất lượng cao sẽ là rất quan trọng nếu chúng ta không muốn có một xã hội chỉ coi trọng lợi nhuận và thị phần, đưa ra quyết định của mình bằng các thuật toán và tin vào âm thanh của những từ thông dụng trong một môi trường chỉ có những quan điểm cùng chiều. Các bước quan trọng tiếp theo là tạo ra các khuôn khổ tác động phù hợp. Điều này sẽ không dễ dàng khi chỉ bám vào mô hình kinh doanh truyền thống và cách làm báo cũ, vốn đã bắt đầu thay đổi một cách nhanh chóng.

Chúng ta đã đi đến một bước ngoặt trong cách thu thập, đánh giá và truyền đạt thông tin trong xã hội của chúng ta. Cả người sản xuất và người tiêu dùng truyền thông đều choáng váng với sự bối rối về hướng đi đúng đắn cho nghề nghiệp của họ. Nhưng thời điểm bối rối có thể dẫn đến thời cơ vì những nền tảng tiên phong của báo chí đổi mới đang cho chúng ta thấy những thời cơ đó.

Bài viết này hoàn toàn không phải là câu trả lời cuối cùng cho thách thức đó, nhưng tôi tin tưởng nó sẽ hoạt động như một ngọn hải đăng để truyền cảm hứng cho các nghiên cứu, phát triển và thảo luận sâu hơn. Hy vọng nó sẽ thúc đẩy chúng ta nhanh chóng hơn tới một cơ hội mới thú vị cho báo chí (đổi mới) với tư cách là một thành phần chính của nền kinh tế lấy con người làm trung tâm, tích hợp các công cụ của công nghệ với trải nghiệm của con người.

Nếu chúng ta muốn các thuật toán hỗ trợ cho con người, ở bất kỳ mức độ nào, hình dạng hay định dạng, công chúng nên nhận thức rõ về bối cảnh và sự phát triển. Báo chí đổi mới là một công cụ để cung cấp thông tin cho họ.

Tham khảo

1. Nordfors, David, Vint Cerf và Max, "Xóa Bỏ Nạn Thất Nghiệp" 2016, Nhà xuất bản: i4j / Kauffman Foundation ISBN: 978-1523845835, DOI10.13140 / RG.2.1.1006.0406

2. Brynjolfsson, Erik và Andrew McAfee. Chạy đua với máy móc: Cách mạng kỹ thuật số đang thúc đẩy sự đổi mới, thúc đẩy năng suất và chuyển đổi không thể đảo ngược việc làm và nền kinh tế. Brynjolfsson và McAfee, 2012.

3. Kanady, Shane. "Tương lai của công việc và cộng đồng người khuyết tật - Báo cáo Tương lai Doanh nghiệp Xã hội năm 2018 - SourceAmerica." Https://www.sourceamerica.org/sites/default/files/report/files/2018_socialenterprisefuture_report_final_hires_ada.pdf. Truy cập ngày 3/5/2018.

4. Định nghĩa tỷ lệ hoạt động trên thị trường lao động (LMAR): tỷ lệ phần trăm người Mỹ trong độ tuổi 18-64 đã làm việc hơn 52 giờ trong năm dương lịch trước đó. LMAR của người khuyết tật đang thu hẹp tương ứng với LMAR của người không khuyết tật. (Nguồn: Viện Yang Tan thuộc Đại học Cornell; dữ liệu từ Điều tra Dân số Hiện tại (CPS) của Cục Điều tra Dân số và Cục Thống kê Lao động.

5. Để làm cho xu hướng rõ ràng hơn, biểu đồ đã được làm cho uyển chuyển hơn bằng một thuật toán Gaussian (fwhm 4 năm) - biểu đồ không được làm cho uyển chuyển có vẻ bề ngoài lởm chởm hơn.

6. "Sự phân biệt tuổi tác được phơi bày trực tuyến - AARP." https://www.aarp.org/work/working-at-50-plus/info-2017/age-discrimination-online-fd.html. Truy cập ngày 3/5/2018.

7. Cục điều tra dân số Mỹ, Thu nhập gia đình trung bình ở Hoa Kỳ [MAFAINUSA646N - trung bình và MEFAINUSA646N - trung bình], được truy xuất từ FRED, Ngân hàng Dự trữ Liên bang St. Louis. Phương pháp Làm mịn Gaussian được áp dụng.

8. Tỷ lệ tài sản cá nhân ròng do 1% cao nhất nắm giữ; tổng giá trị của các tài sản phi tài chính và tài chính (nhà, đất, tiền gửi, trái phiếu, cổ phiếu, v.v.) do các hộ gia đình nắm giữ trừ đi các khoản nợ của họ. Piketty, Thomas; Saez, Emmanuel và Zucman 2016. http://wid.world/data/

9. Kartik Gada, The Accelerating TechnOnomic Medium (ATOM) (2016), http://atom.singularity2050.com

10. "Phí Uber: Uber THỰC SỰ Tốn bao nhiêu tiền ... - Ridester.com." Ngày 5/3/2018, https://www.ridester.com/uber-fees/. Truy cập ngày 25/3/2018.

11. Jim Clifton "Cuộc chiến việc làm", Gallup. http://www.gallup.com/businessjournal/149144/coming-jobs-war.aspx

12. "Phí Uber: Uber THỰC SỰ Tốn bao nhiêu tiền ... - Ridester.com." Ngày 5/3/2018, https://www.ridester.com/uber-fees/. Truy cập ngày 25/3/2018.

13. "Làm thế nào để ngăn chặn tình trạng thất nghiệp" của David Nordfors và Vint Cerf. http://i4j.info/2014/07/disrupting-uneprisment/ truy cập tháng 9/2018

14. "Cách trạng thái cảm xúc kép giúp tôi "đọc" được mọi người" của Joana, http://i4j.info/2015/08/how- synesthesia-help-me-to-read-people /

15. "Khám phá chẩn đoán xúc giác ở bàn tay" https://www.discovered-hands.de/startseite/ Truy cập tháng 9//2018

16. Bảng thông tin do Bộ kinh tế Liên Hiệp Quốc xuất bản năm 2006 và Các vấn đề xã hội, Ban Chính sách Xã hội và Người Khuyết tật, http://www.un.org/disabilities/convention/pdfs/factsheet.pdf

17. Specialisterne http://specialisterne.com/

18. "Xconomy: Gặp gỡ VeeMe: Đặc vụ ảo được lập trình để suy nghĩ như tôi." Ngày 29/11/2012, https://www.xconomy.com/san-francisco/2012/11/29/meet-veeme-the-virtual-agent-programmed-to-think-like-me/. Truy cập ngày 26/9/2018.

19. "Hub-of-All-Things." https://www.hubofallthings.com/. Truy cập ngày 26/9/2018.

20. Turing, Alan (tháng 10/1950), "Máy tính và trí thông minh", Mind, LIX (236): 433–460, doi: 10.1093 / mind / LIX.236.433

21. "Tại sao sự cô đơn lại nguy hại cho sức khỏe của bạn | Khoa học." Ngày 14/1/2011, http://science.sciencemag.org/content/331/6014/138. Truy cập ngày 10/4/2018.

22. "Flexicurity - Wikipedia." https://en.wikipedia.org/wiki/Flexicurity. Truy cập ngày 26/9/2018.

23. "Sự đổi mới cho việc làm" Chasm | HuffPost. " Ngày 4/4/2011, https://www.huffingtonpost.com/david-nordfors/lainnovation-and-job-crea_b_843872.html. Truy cập ngày 12/ 9/2018.

24. "Gợi ý cho Chính sách việc làm và công nghiệp cầu nối trong các chính phủ quốc gia", Sven Otto Littorin, Bộ trưởng Bộ việc làm Thụy Điển 2006-2010 http://i4j.info/wp-content/uploads/2013/05 /

i4jSvenOttoLittorin-SuggestionsforBridgingIndustryandEmpletementPoliciesinNationalGovernments-2.pdf Truy cập ngày 12/9.

25. "Làm thế nào để phá vỡ chính sách thất nghiệp", Sven Otto Littorin, Chương trong "Xóa Bỏ Nạn Thất Nghiệp: Suy ngẫm về sự phục hồi kinh tế tầng lớp trung lưu, bền vững" của David Nordfors, Vint Cerf và Max Senges. Nhà xuất bản: Ewing Marion Kauffman Foundation (4/2/2016) ISBN: 152384583X

26. "mù hợp pháp" nếu thị lực không thể được điều chỉnh thành 20/200 ở mắt tốt hơn hoặc nếu trường thị giác của bạn là 20 độ hoặc thấp hơn bên mắt tốt hơn của bạn

27. https://williams-syndrome.org/what-is-williams-syndrome

28. Nguồn: http://www.dinf.ne.jp/doc/english/asia/resource/apdrj/z13jo0400/z13jo0410.html và https://data.worldbank.org/indicator/SL.TLF.TOTL.IN?end=2015&locations=IN&start=2014

29. https://ferosevr.com/dierencely-abled-people-remind-us-value-compassion/

30. http://usa.specialisterne.com/2012/10/23/forbes-india/

31. https://www.researchgate.net/publication/309493288_COOLABILITIES_-_ENHANCED_ABILITIES_IN_DISABLING_CONDITIONS

32. http://i4j.info/2014/07/disrupting-une Job/1502/

33. https://en.wikipedia.org/wiki/Stumble_on_Happiness

34. http://webarchive.nationalarchives.gov.uk/20160105183326/http://www.ons.gov.uk/ons/rel/wellbeing/measuring-national-well-being/first-annual-report-on-measuring-national-well-being/art-measuring-national-well-being-annual-report.html

35. https://en.wikipedia.org/wiki/Gross_National_Happiness

36. https://www.theglobeandmail.com/report-on-business/rob-commentary/employees-with-disabilities-can-have-a-positive-impact-on-profitability/article28540451/

37. http://gulfnews.com/culture/people/indian-ngo-recycles-old-clothes-for-the-poor-1.1581320

38. http://goonj.org/

39. http://www.indiewire.com/2017/09/actors-oscar-nomina-disabilities-afflictions-1201879957/

40. https://ferosevr.com/dierencely-abled-people-remind-us-value-compassion/

41. https://en.wikipedia.org/wiki/Decision_Intelligence

42. https://www.youtube.com/watch?v=VXZ-HDsIB-0

43. www.di-everywhere.com/annocting-interactive-web-based-decision-intelligence/

44. https://en.wikipedia.org/wiki/Caroline_Casey_(activist)

45. https://www.sap.com/corporate/en/company/diversity/dierencely-abled.html

46. https://economictimes.indiatimes.com/magazines/panache/disabled-community-wonders-why-a-separate-matchmaking-app-is-needed-for-them/articleshow/61610259.cms

47. HIPAA (Đạo luật về trách nhiệm giải trình và cung cấp bảo hiểm y tế năm 1996)

48. https://cloud.google.com/blog/big-data/2016/11/cloud-jobs-api-machine-learning-goes-to-work-on-job-search-and-discovery

49. https://en.wikipedia.org/wiki/Office_of_Technology_Assessment

50. Tỷ lệ mắc bệnh và tử vong gia tăng ở lứa tuổi trung bình ở những người Mỹ da trắng không phải gốc Tây Ban Nha trong thế kỷ 21, Kỷ yếu của Viện Hàn lâm Khoa học Quốc gia (PNAS). Ngày 8//12/2015.

51. Tỷ lệ tử vong và bệnh tật trong thế kỷ 21, Viện Brooking, ngày 23/3/2017.

52. Chen, Nicholas và đồng tác giả khác, "Tác động kinh tế toàn cầu liên quan đến trí tuệ nhân tạo". Nhóm Phân tích. http://www.analysisgroup.com/uploadedfiles/content/insights/publishing/ag_full_report_economic_impact_of_ai.pdf

53. Reinhart, RJ, "Hầu hết người Mỹ đã sử dụng các sản phẩm trí tuệ nhân tạo." Gallup.com, ngày 6/3/2018, news.gallup.com/poll/228497/americans-already-using-artifining-intelligence-products.aspx. Truy cập ngày 17/5//2018.

54. Chỉ số trí tuệ nhân tạo. Báo cáo thường niên năm 2017. https://aiindex.org/2017-report.pdf. Truy cập ngày 17/5/2018.

55. Rayome, Alison DeNisco. "Nhu cầu về sự bùng nổ tài năng AI: Dưới đây là 10 công việc được yêu cầu nhất." TechRepublic, ngày 1/3/2018, www.techrepublic.com/article/demand-for-ai-talent-exploding-here-are-the-10-most-in-demand-jobs/ Truy cập ngày 17/5/2018.

56. Metz, Cade. "Những gã khổng lồ công nghệ đang trả mức lương khổng lồ cho tài năng AI khan hiếm." Thời báo New York, ngày 22/10//2017, www.nytimes.com/2017/10/22/technology/artinking-intelligence-experts-salaries.html. Truy cập ngày 17/5/2018.

57. Metz, Cade. "Các nhà nghiên cứu A.I. đang kiếm được hơn 1 triệu đô-la, ngay cả tại một tổ chức phi lợi nhuận." Thời báo New York, ngày 19/4/2018, www.nytimes.com/2018/04/19/technology/artinking-intelligence-salaries-openai.html. Truy cập ngày 17/5/2018.

58. Winick, Erin. "Mỗi nghiên cứu mà chúng tôi có thể tìm ra về việc tự động hóa sẽ ảnh hưởng gì đến công việc trong một biểu đồ."

Đánh giá công nghệ MIT, ngày 9/4/2018, www.technologyreview.com/s/610005/every-study-we-could-find-on-what-automation-will-do-to-jobs-in-one-chart/.Truy cập ngày 17/5/2018.

59. Columbus, Louis. "Định cỡ giá trị thị trường của trí tuệ nhân tạo". Forbes, Tạp chí Forbes, ngày 30/4/2018, www.forbes.com/sites/louiscolumbus/2018/04/30/sizing-the-market-value-of-artifining-intelligence/#205307edffe9. Truy cập ngày 17/5/2018.

60. Faggella, Lauren D'Ambra. "Phụ nữ trong trí tuệ nhân tạo - Nghiên cứu trực quan về khả năng lãnh đạo trong các ngành -." TechEmergence, ngày 15/9/2017, www.techemergence.com/women-in-artifining-intelligence-visual-study-leaderships-across-industries/. Truy cập ngày 17/5/2018.

61. Yoder, Brian L., "Kỹ thuật qua những con số." ASEE. https://www.asee.org/documents/papers-and-publications/publications/college-profiles/16Profile-Front-Section.pdf. Truy cập ngày 17/5/2018.

62. https://www.media.mit.edu/projects/uality-shades/faq/#faq-what-did-ibm-say-about-this-work

63. Hãng thông tấn AP. "LHQ: Nông dân phải sản xuất thêm 70% lương thực vào năm 2050 để cung cấp thức ăn cho dân số." The Guardian, Guardian News and Media, 28/11/2011, www.theguardian.com/environment/2011/nov/28/un-farmers-produce-food-population. Truy cập ngày 17/5/2018.

64. Marr, Bernard. "Những cách tuyệt vời mà chúng ta có thể sử dụng AI để đối phó với biến đổi khí hậu." Forbes, Tạp chí Forbes, ngày 22/2/2018, www.forbes.com/sites/bernardmarr/2018/02/21/the-amazing-ways-we-can-use-ai-to-tackle-climate-chnge/. Truy cập ngày 17/5/2018.

65. Vincent, James. "AI đang giúp các nhà địa chấn học phát hiện những động đất mà họ có thể bỏ lỡ." The Verge, The Verge, ngày 14/2/2018,

www.theverge.com/2018/2/14/17011396/ai-earthquake-detection-oklahoma-neural-networ. Truy cập ngày 17/5/2018.

66. Zaidi, Deena. "Ba ứng dụng có giá trị nhất của AI trong chăm sóc sức khỏe." VentureBeat, VentureBeat, ngày 22/4/2018, venturebeat.com/2018/04/22/the-3-most-valuable-applications-of-ai-in-health-care/. Truy cập ngày 17 tháng 5 năm 2018.

67. "Sự kiện, số liệu & câu hỏi thường gặp." Cục trang trại hạt Monterey, Ban kiểm soát chất lượng nước khu vực bờ biển miền Trung, montereycfb.com/index.php?page=facts-figures-faqs. Truy cập ngày 17/5/2018.

68. Harter, Thomas và đồng tác giả khác,. Giải quyết Nitrate trong Nước uống của California. Ban Kiểm soát Tài nguyên Nước của Tiểu bang California, groundwaternitrate.ucdavis.edu/files/138956.pdf. Truy cập ngày 17/5/2018.

69. Jin, Amy, và đồng tác giả khác. "Đánh giá kỹ năng giải phẫu và phát hiện công cụ trong video phẫu thuật bằng cách sử dụng Mạng nơ-ron tích chập dựa trên khu vực." Hội nghị lần thứ 31 về Hệ thống xử lý thông tin thần kinh (NIPS 2017), 2017. http://ai.stanford.edu/~syyeung/jin_nips_ml4h_2017.pdf

70. Nguồn: Trung tâm Thông tin Công nghệ Sinh học Quốc gia NCBI

71. Nguồn: WHO.org

72. https://fred.stlouisfed.org/graph/?id=SLOAS,#0

73. https://www.wsj.com/articles/nearly-5-million-americans-in-default-on-student-loans-1513192375

74. https://www.brookings.edu/research/the-looming-student-loan-default-crisis-is-worse-than-we-thought/

75. https://www.realcleareducation.com/articles/2018/05/15/how_yales_failed_income_share_experiment_worked_for_me_110277.html

76. Tác giả, Daniel Pianko, là một nhà đầu tư vào Vemo Education và là thành viên Hội đồng quản trị.

77. http://www.insidehighered.com/blogs/confessions-community-college-dean/it-doesn%E2%80%99t-just-seem-harder%E2%80%A6

78. Tìm hiểu, ví dụ như: https://studentloanhero.com/featured/ways-compare-contrast-financial-aid-offers/

79. University Ventures là một nhà đầu tư vào Campus Logic.

80. https://www.wsj.com/articles/writing-off-student-loans-is-only-a-matter-of-time-1471303339

81. https://www.nytimes.com/2016/07/10/upshot/america-can-fix-its-student-loan-crisis-just-ask-australia.html

82. https://freeformers.com/products/future-workforce-model/

83. https://www.kauffman.org/rethink/generation-a

84. https://www.kauffman.org/blogs/currents/2017/11/not-just-a-high-school-diploma

85. https://bvcaps.yourcapsnetwork.org

86. https://www.mckinsey.com/~/media/mckinsey/featured%20insights/Digital%20Disruption/Harnessing%20automation%20for%20a%20future%20that%20works/A-future-that-works-Executive-summary-MGI-January-2017.ashx

87. https://www.oecd.org/employment/Automation-policy-brief-2018.pdf

88. https://www.ted.com/talks/david_autor_why_are_there_still_so_many_jobs

89. https://scholar.harvard.edu/lkatz/publications/why-united-states-led-education-lessons-secondary-school-expansion-1910-1940

90. https://ripple.com/company/careers/all-jobs

91. http://www.bu.edu/today/2014/bu-research-riddle-reveals-the-depth-of-gender-bias/

92. https://hbr.org/2016/11/why-diverse-teams-are-smarter

93. https://www.kauffman.org/what-we-do/resources/state-of-entrepreneurship-addresses/2017-state-of-entrepreneurship-address

94. https://en.wikipedia.org/wiki/Maximum_Overdrive

www.ingramcontent.com/pod-product-compliance
Lightning Source LLC
LaVergne TN
LVHW081540070526
838199LV00057B/3729